தூண்டில் கதைகள்

கிழக்கு பதிப்பக வெளியீடுகளாக சுஜாதாவின் புத்தகங்கள்

மீண்டும் ஜீனோ
நிறமற்ற வானவில்
நில்லுங்கள் ராஜாவே
தீண்டும் இன்பம்
ஆஸ்டின் இல்லம்
அனிதாவின் காதல்கள்
நைலான் கயிறு
24 ரூபாய் தீவு
அனிதா இளம் மனைவி
கொலை அரங்கம்
கமிஷனருக்கு கடிதம்
அப்ஸரா
பாரதி இருந்த வீடு
மெரீனா
ஆர்யபட்டா
என் இனிய இயந்திரா
காயத்ரி
ப்ரியா
தங்க முடிச்சு
எதையும் ஒருமுறை
ஊஞ்சல்
ஓரிரவில் ஒரு ரயிலில்
மீண்டும் ஒரு குற்றம்
விக்ரம்
நில், கவனி, தாக்கு!
வாய்மையே சில சமயம் வெல்லும்
ஆ..!
வசந்த காலக் குற்றங்கள்
சிவந்த கைகள்
ஒரே ஒரு துரோகம்
இன்னும் ஒரு பெண்
6961
ஜோதி
மாயா
ரோஜா
ஓடாதே
மேற்கே ஒரு குற்றம்
விபரீதக் கோட்பாடு
ஐந்தாவது அத்தியாயம்
மலை மாளிகை
விடிவதற்குள் வா
மூன்று நாள் சொர்க்கம்
பத்து செகண்ட் முத்தம்
கம்ப்யூட்டர் கிராமம்
இளமையில் கொல்
மேகத்தை துரத்தியவன்
ஒரு நடுப்பகல் மரணம்
நகரம்
இதன் பெயரும் கொலை
மண்மகன்
தப்பித்தால் தப்பில்லை
விழுந்த நட்சத்திரம்
முதல் நாடகம்
ஆட்டக்காரன்
ஜன்னல் மலர்
என்றாவது ஒரு நாள்
வைரங்கள்
மேலும் ஒரு குற்றம்
சொர்க்கத் தீவு
கனவுத் தொழிற்சாலை
ஆயிரத்தில் இருவர்
பதினாலு நாட்கள்
உள்ளம் துறந்தவன்
பிரிவோம் சந்திப்போம்
கரையெல்லாம் செண்பகப்பூ
இரண்டாவது காதல் கதை
நிர்வாண நகரம்
குருபிரசாதின் கடைசி தினம்
இருள் வரும் நேரம்
திசை கண்டேன் வான் கண்டேன்
ஆழ்வார்கள் - ஓர் எளிய அறிமுகம்
தேடாதே
விருப்பமில்லாத் திருப்பங்கள்
விரும்பிச் சொன்ன பொய்கள்
கை
ஆதலினால் காதல் செய்வீர்
நூற்றாண்டின் இறுதியில் சில சிந்தனைகள்
அப்பா, அன்புள்ள அப்பா
மிஸ். தமிழ்த்தாயே, நமஸ்காரம்!
சிறு சிறுகதைகள்
வாரம் ஒரு பாசுரம்
வானத்தில் ஒரு மௌனத்தாரகை
கடவுள் வந்திருந்தார்
அனுமதி
ஓலைப் பட்டாசு
சேகர், சிங்கமய்யங்கார் பேரன்
கம்ப்யூட்டரே ஒரு கதை சொல்லு
டாக்டர் நரேந்திரனின் வினோத வழக்கு
நிஜத்தைத் தேடி
பாதி ராஜ்யம்
சில வித்தியாசங்கள்

தூண்டில் கதைகள்

சுஜாதா

கிழக்கு

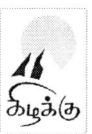

தூண்டில் கதைகள்
Thoondil Kathaigal
by Sujatha
Sujatha Rangarajan ©

First Edition: June 2013
232 Pages
Printed in India.

ISBN: 978-81-8493-652-0
Title No. Kizhakku 624

Kizhakku Pathippagam
177/103, First Floor,
Ambal's Building, Lloyds Road,
Royapettah, Chennai 600 014.
Ph: +91-44-4200-9603
Email : support@nhm.in
Website : www.nhm.in

Kizhakku Pathippagam is an imprint of New Horizon Media Private Limited

This book is sold subject to the condition that it shall not, by way of trade or otherwise, be lent, resold, hired out, or otherwise circulated without the publisher's prior written consent in any form of binding or cover other than that in which it is published and without a similar condition including this the rights under copyright reserved above, no part of this publication may be reproduced, stored in or introduced into a retrieval system, or transmitted in any form or by any means (electronic, mechanical, photocopying, recording or otherwise), without the prior written permission of both the copyright owner and the above-mentioned publisher of this book.

முன்னுரை

இந்தப் புத்தகத்தில் இருக்கும் கதைகள் அனைத்தும் தொடர்ந்து குமுதம் பத்திரிகையில் வந்தவை. குமுதம் தமிழ் நாட்டின் பத்திரிகை வரலாற்றில் ஒரு புதிய அத்தியாயத்தைத் தொடங்கியது. அது தோன்றும் வரை வாரப் பத்திரிகைகள் வாரா வாரம் வடிவம் மாறாமல் இருந்தன. பொருளடக்கம், கார்ட்டூன், தலையங்கம், தொடர்கதை இப்படி 'மெனு' மாற்றாமல், இடம் பிசகாமல் அளித்து வந்த 'கல்கி', 'ஆனந்த விகடன்' பத்திரிகைகளைக் கலைக்க வந்தது குமுதம். இந்த இடத்தில் இதுதான் தர வேண்டும் என்ற புனிதத்தை மாற்றி, வாரா வாரம் ஓர் எதிர்பாராத அம்சத்தை எதிர்பார்க்கும் புதுமையைக் கொண்டுவந்தது.

சினிமா விமரிசனம், ஆறு வித்தியாசம், அரசு பதில்கள், சாண்டில்யன் சரித்திரக் கதைகள் போன்ற விஷயங்கள் உள்பட எல்லாம் வாரா வாரம் இடம் மாறின. வடிவம் மாறின. விடுபட்டன. மீண்டும் புத்துயிர் பெற்றன. சுருங்கின. விரிந்தன. இந்த வெட்டுவதும் சேர்ப்பதுமே ஒரு பத்திரிகைப் பணியாக மாறி, குமுதத்துக்குப் பின் வந்த அத்தனை பத்திரிகைகளும் அதே ஃபார்மட் அமைப்பைக் கடைப்பிடித்து, 'வெற்றியைப் போல் வெற்றி தருவது ஏதுமில்லை' என்ற சொல்லுக்கேற்ற குமுதம் ஃபார்முலா அங்கீகாரம் பெற்ற தமிழ்ப் பத்திரிகை ஃபார்முலாவாகியது.

இதில் முக்கியமாக அடிபட்டது சிறுகதைகள்தான். பத்துப் பக்கம் ஒரு கதாசிரியர் மாய்ந்து மாய்ந்து

எழுதியதை ஒரு பக்க அளவுக்கோ அல்லது ஒரு படக்கதையாகவோ சுருக்க, குமுதம் தயங்கவில்லை. அவற்றின் தலைப்புகள் மாறின. பெயர்கள் மாறின. வருணனைகள் மாயமாக மறைந்தன. அத்தனை சிதைவுகளையும் கதைகளை எழுதியவர்கள் மௌனமாகத் தாங்கிக்கொண்டிருந்ததற்குக் காரணம் குமுதம் பத்திரிகையின் பிரபலமும் அதன் வீச்சும் பரபரப்பும்தான். குமுதத்தில் கதை வருவது என்பதற்கு ஒரு தனி மதிப்பு இருப்பதாகச் சமீபத்தில் ஒரு பிரபல கதாசிரியர் தன் அவசரப்பட்ட சுயசரிதையில் எழுதியிருந்தார்.

என் ஆரம்பக் காலக் கதைகள் சற்று இந்த இம்சைகளுக்கு உட்பட்டாலும், ஒரு கட்டத்துக்குப் பின் எஸ்.ஏ.பி.யும் ரா.கி.ரங்க ராஜனும் என்னிடம் ஏதோ ஒரு நம்பிக்கை ஏற்பட்டு சும்மா விட்டு விட்டார்கள். ஒருவேளை நான் செய்த கோணங்கித்தனங்களே போதும் என்று விட்டிருக்கலாம். அதனால் என்னால் குமுதத்தில் பலவிதமான சோதனைகளைச் செய்து பார்க்க முடிந்தது. ஒரு கதையில் இரண்டு கதை எழுதினேன். ஒரு முடிவைச் சுற்றி வளைத்து ஆரம்பத்தோடு ஒட்ட வைத்தேன். சில எழுத்து விசித்திரங்கள் பண்ணிப் பார்த்தேன். அனைத்தையும் குமுதம் அனுமதித்தது. சுவாரஸ்யமாகக் கதை சொல்ல வேண்டும் என்ற ஆதாரக் குறிக்கோளிலிருந்து நான் விலகாமல் இருந்ததால், இந்த மாதிரி வேறுபாடுகளையெல்லாம் அவர்கள் சகித்துக்கொண் டார்கள். அனுமதித்தார்கள் என்று சொல்லலாம். நாள்பட நாள்பட சிறுகதைப் பழக்கமே பத்திரிகைகளில் மருகித் துணுக்கு என்னும் பொட்டலச் செய்தி ஆக்கிரமிக்கத் தொடங்கியது. இதற்கும் குமுதம் ஒருவாறு காரணம்.

இன்றைக்குத் துணுக்குகளை முழுதும் நம்பியே மூன்று, நான்கு பத்திரிகைகள் இருப்பது தமிழ்ப் பத்திரிகையுலகின் பிரத்தியேக விந்தை. அப்புறம் தொடர்கதை. தொடர்கதை என்னும் புதிய வடிவம் தமிழ்ப் பத்திரிகையுலகின் தனிப் பிள்ளை. நாவல் அல்ல; தொடர்கதை. வாரா வாரம் எழுதப்பட்டு ப்ளாட் அலையும் விநோத நாடோடிக் கதை. இதன் முக்கிய குறிக்கோள் ஒரு கெட்ட பழக்கம்போல வாசகரோடு ஒட்டிக்கொண்டு, வாரா வாரம் பத்திரிகையை வாங்க வைக்க வேண்டும். வார இறுதியில் ஏதாவது ஓர் உச்சகட்டம் வேண்டும். குறிப்பிட்ட வருடப் பிறப்பில் தீபாவளி, சுதந்தர தின இதழ் என்று ஆரம்பிக்க வேண்டும். மற்றொரு சிறப்பிதழில் முடிவு பெற வேண்டும்.

அதற்குப் படம் போடவென்று நான்கு சித்திரக்காரர்கள் உண்டு. யார் படம் போடுகிறார்கள் என்று வாசகர் போட்டிகூட இருக்கலாம். கதை வருமுன் 'ஓ என் அபிமான எழுத்தாளர் எழுதுகிறாரா, ஜெ படம் போடுகிறாரா பேஷ் பேஷ் விலையை ஏற்றுங்கள். தாங்கிக் கொள்கிறோம்' என்று வாசகர் கடிதம் எல்லாமே தமிழ் கூறும் நல்லுலகத்தின் இலக்கியச் சிந்தனைகள் மங்கி, ஓர் அவசரப் போக்கும் மேம்போக்கும் எங்கும் பரவிக் கொண்டிருப்பதற்கான அடையாளங்கள்.

இதையெல்லாம் பற்றி யோசித்துக்கொண்டிருக்கையில் எனக்குச் சட்டென்று ஏன் பழைய மாதிரி க்ளாஸிக்கல் பாணியில் ஜெஃப்ரே ஆர்ச்சர் போலப் பல இடங்களை வைத்து, பல விதமான பாத்திரங்களை அமைத்து, ஒரு வகையில் சிறுகதை வடிவச் சிதைவுகளுக்குப் பிராயச்சித்தமாக விஸ்தாரமாக ஒரு பத்து, பன்னிரண்டு கதைகள் எழுதக்கூடாது என்று தோன்றியது. ஆசிரியர் எஸ்.ஏ.பி. அவர்களுக்கு போன் செய்து சொன்ன போது, அவர் தாராளமாகச் செய்யுங்கள் என்றார். அந்த வகையில் நான் எழுதிய கதைகள் இவை.

சம்பிரதாயமான பழைய காலச் சிறுகதை வடிவம். முடிவில் ஒரு சொடக்கு அல்லது துடுப்பு இவைதான் இந்தக் கதைகளின் பொது அம்சம். இதைப் படிப்பவர்கள் இவை இலக்கியமா, இல்லையா என்று கவலைப்பட வேண்டியதில்லை. உற்சாக மாக, சுலபமாகப் படிக்க முடியும். இந்தக் கதைகளைக் குமுதத் தில் திருத்தாமல் வெளியிட்டாலும், ஒரு கதை முடிய மற்றொரு கதை தொடங்கும்படியாகப் பகுதி பகுதியாகப் பிரித்துத்தான் வெளியிட்டார்கள். அதற்குக் காரணம் தொடர்கதை தோஷம் என்றுதான் சொல்வேன். இப்படி ஒரு கதை மூலம் மற்றொரு கதைக்கு இழுத்ததாலோ என்னவோ இவற்றுக்குத் 'தூண்டில் கதைகள்' என்று குமுதம் பெயரிட்டது. புத்தக வடிவில் இப்போது வந்து விட்டதால், நீங்கள் விரும்பிய கதையைத் தேர்ந்தெடுத்து விரும்பிய நேரத்தில் படிக்கலாம்.

சுஜாதா

பெங்களூர்

உள்ளே...

1. அனுபமாவின் தீர்மானம் — 11
2. நான்கு விரல்கள் — 32
3. ஒருநாள் மட்டும் — 57
4. மறக்க முடியாத சிரிப்பு! — 75
5. மற்றொரு பாலு — 85
6. குந்தவையின் காதல் — 101
7. தண்டனையும் குற்றமும் — 120
8. சுயம்வரம் — 143
9. யாருக்கு? — 162
10. பெய்ரூட் — 179
11. வானில் ஒரு... — 197
12. க்ளாக் ஹவுஸில் புதையல்! — 214

அனுபமாவின் தீர்மானம்

1

அனுபமாவுக்கு நன்கு விசாரித்துக் கல்யாணம் பண்ணி வைத்தார் சோமசுந்தரம். அனுபமா நல்ல படிப்பு, அழகு, ஜோதி நிவாஸ் கல்லூரியில் பேச்சு முதலான போட்டிகளில் வென்றவள். பெங்களூர் தொலைக்காட்சி இளைஞர் நிகழ்ச்சியில் அவள் நாட்டியம் ஆடியதைப் பார்த்து விட்டு, 'கன்னடப் படத்தில் நடிக்க வருகிறாயா?'என்று ஒருவர் விசாரிக்க வந்தார். சோமசுந்தரத்துக்கு விருப்ப மில்லை. அனுபமாவை 'நல்ல இடத்தில்' கல்யாணம் செய்து கொடுக்க இஷ்டப்பட்டார்.

தெரிந்தவர்களிடம் சொல்லி வைத்தார். பேப்பரில் தெளிவாக விளம்பரம் கொடுத்தார். வந்த வரன் களையெல்லாம் அலசி, கடைசியில் மூன்று பிள்ளைக்குக் குறைத்தார். தீர விசாரித்ததில், அருண் குமாரின் அண்ணன் ஒருவனுக்குப் புத்தி ஸ்வாதீன மில்லை என்றும், ராஜரத்தினத்தின் அம்மா அகாலமாக மரணம் அடைந்திருக்கிறாள் என்றும் தெரிந்தது. நாகேந்திரன் ஒருவன்தான் மிச்சமிருக்க, அவனைப் பற்றி மேல் விசாரித்ததில் தங்கமான பையன், கோவைக்கு அருகில் பெரிய வீடு, ரைஸ் மில், கெமிக்கல் ஃபாக்டரி என்று பல ரகத்தில் எக்கச்சக்கமாகச் சொத்து இருக்கிறது. பெங்களூரில் ஒரு கம்ப்யூட்டர் கம்பெனியில் பார்ட்னர். இதை யெல்லாம் விடச் சாதுவான பையன். ஒரு கெட்ட

பழக்கம் கிடையாது என்று சற்றேறக்குறைய பகவான் ஸ்ரீ ராமனைப் பற்றி விசாரித்தால் என்ன ரிப்போர்ட் கிடைக்குமோ, அப்படிக் கிடைத்தது.

ஒருநாள் நாகேந்திரன் அவர்கள் வீட்டுக்கு அனுபமாவைப் பெண் பார்க்க வந்தான். பிரமித்துப் போய், பெண்ணைப் பிடித்து விட்டது என்றும், அவள் சம்மதித்தால் தனக்குச் சம்மதமே என்றும் சொல்லி விட்டுப் போனான். நாகேந்திரனும் பார்க்க நன்றாகத்தான் இருந்தான். ஜோடிப் பொருத்தம் பிரமாத மாக அமையும் என்று சோமசுந்தரம் எதிர்பார்த்தார். சோம சுந்தரம் அதன் பின் கோவைக்குச் சென்று, அங்கிருந்து பஸ் பிடித்து நாகேந்திரனின் ஊருக்குப் போனார். பழைய காலத்துப் பண்ணை போன்றிருந்த பெரிய வீட்டையும் தொழுவத்தில் கட்டியிருந்த மாடுகளையும், கூப்பிட்ட குரலுக்குச் சேவகர் களையும் பார்த்துப் பிரமித்துப் போனார். அக்கம் பக்கம் விசாரித் ததில் நாகேந்திரன் குடும்பம் ரொம்ப உயர்வானது. பரம்பரைப் பணக்காரர்கள். பையனுக்கு ஏதும் கெட்ட பழக்கம் கிடையாது என்று தெரிந்தது. பையன் படித்த பள்ளிக்கூடத்துத் தலைமை ஆசிரியரிலிருந்து தொடங்கி, தீர விசாரித்துப் பார்த்து விட்டார். அவன் சொத்தில் வில்லங்கம் ஏதாவது இருக்கிறதா என்று தாலுக்கா ஸப் ரிஜிஸ்த்ரார் அலுவலகத்தில் விசாரித்தார். ஒரே பையனா, தாயாதி பங்காளிகள் யாராவது உண்டா, குடும்ப டாக்டர் யார், அவன் ஆரோக்கியம் எப்படி எல்லாவற்றையும் விசாரித்து விட்டுத்தான் மறுபடி பெங்களூர் வந்தார்.

'என்னம்மா சொல்றே அனு? இந்த மாதிரி இருக்கு நிலைமை. பையன் ரொம்ப நல்ல பையன். உனக்கு இஷ்டமில்லாம இந்தக் கல்யாணத்தை போர்ஸ் பண்ண விரும்பலை.'

'கிராமத்தில் போர் அடிக்குமேப்பா?'

'என்ன போர் அடிக்கும்?'

'சினிமா கினிமா பார்க்கணும்னா?'

'வீட்ல பெரிய திரையோட வீடியோ இருக்கு. உன்னைக் கூட்டி வர மாருதி வேன் இருக்கு. அங்கேயே பார்க்கலாம். இல்லை கோவை வரலாம். பாதி நாள் கோவையிலதான் மாப்பிள்ளை இருப்பாராம். அங்க ஒரு வீடு இருக்காம். இருந்தாலும் இப்பக் கூடச் சொல்லு, பிடிக்கலைன்னா வேண்டாம்.'

'எப்படியப்பா சொல்வது? பதினைஞ்சு நிமிஷம் பார்த்தேன். அவ்வளவுதான்.'

'சரி. மறுபடி அவனைக் கூப்பிடறேன். கொஞ்ச நேரம் அவனோட பேசிப் பாரு. உன் சுகம் தாம்மா எனக்கு முக்கியம். நீ சந்தோஷமாக இருக்கணும்.'

'சரிப்பா. அந்தாளை மறுபடி வரச் சொல்லுங்க.'

அடுத்த முறை நாகேந்திரன் வந்தபோது இருவரும் பால்கனியில் கொஞ்ச நேரம் பேசிக்கொண்டனர்.

'உனக்கு - ஸாரி, உங்களுக்கு என்னவெல்லாம் பிடிக்கும்?'

'பிடிக்கும் பிடிக்கலைன்னு ஏதும் கிடையாது. எனக்கு வாழப் பிடிக்கும். உனக்கு எது பிடிக்குமோ அதைப் பிடிக்கப் பழகிக்கறேன்.'

'நிறையப் பணமாமே?'

'ஆமாம். ஹனிமூனுக்கு சிங்கப்பூர் அல்லது லண்டன், எது சொல்லு?'

'முதல்ல கல்யாணம் பற்றித் தீர்மானிக்கலாம். என்னைக் கல்யாணம் பண்ணிக்க உங்களுக்கு இஷ்டமா?'

'பரிபூரணமா இஷ்டம். உன்னைப் பார்த்ததையே என் பாக்கியமா கருதறேன். என்னை உனக்குப் பிடிச்சுப் போய் சரின்னு சொன்னா, அளவுக்கு மீறிய அதிர்ஷ்டக்காரன் நான். உன்னைச் சந்தோஷமாக வெச்சுக்கறதிலேயே கண்ணும் கருத்துமா இருப்பேன். உங்கிட்டே பொய் சொல்ல மாட்டேன், கோபிச்சுக்க மாட்டேன், சீ போன்னு மரியாதை இல்லாமல் பேச மாட்டேன். உன்னை ஒரு சக மானுடத் தன்மையோட நடத்துவேன். உறுதியா வாக்களிக்கிறேன்.'

'சரின்னு சொன்னா போதுமா?'

'போதும்.'

'சரி.'

கல்யாணம் தை மாதம் முதல் முகூர்த்தத்தில் நடந்தது. மூன்று பஸ் அடைத்து நாகேந்திரனின் உறவுக்காரர்கள் வந்திருந்

தார்கள். மண்டபம் கொள்ளாமல் ஜனம் பெருகியிருக்க, அந்தச் சந்தடியிலேயே இருவருக்கும் அலங்கரிக்கப்பட்ட சித்திரங்கள் நிறைந்த அறையில் முதலிரவு நிகழ்ந்தது.

கொஞ்ச நேரம் பேசிக்கொண்டு இருந்தார்கள். ஒருவரை ஒருவர் தொட்டுக்கொண்டு, மெத்தென்று கை வைத்துக் கோத்துக் கொண்டு உறங்குவதன் முன் நிகழ்ந்ததைச் சொல்வது ஓர் அநாகரிகம், அந்தரங்கத் தாக்கம் என்றாலும் இருவருக்கும் சரீர சம்பந்தம் ஏற்பட்டதைக் குறிப்பிட வேண்டும். அனுபமாவுக்கு இந்த அனுபவத்தில் கிடைத்தது வேதனையா, மகிழ்ச்சியா என்று சொல்ல இயலாமல் குழப்பமாக இருந்தது. மறுநாள் ஏர் பிரான்ஸுக்குப் போய், பாரிஸுக்குப் போவதற்கு விசா வெல்லாம் விசாரித்து வந்தார்கள். ட்ராவல் ஏஜெண்டைப் பார்த்தார்கள். அடுத்த வாரம் கிளம்புவதற்குள் ஒருமுறை கோவை போய்க் கல்யாணத்துக்கு வர முடியாத மற்ற உறவுக் காரர்களையும் பார்த்து விட்டு வந்து விடலாம் என்று அழைத்துச் செல்லும்போது, அனுபமாவின் அப்பா வழக்கம் போலக் கண் கலங்கினார். 'மாப்பிள்ளை, இந்தப் பொண்ணு எனக்கு உயிர்... தாயில்லாப் பொண்ணு' என்றெல்லாம் சம்பிரதாயமாக விடை கொடுக்கையில், மேல் வேட்டியால் கண்ணீரைத் துடைத்துக் கொண்டார்.

அனுபமாவைக் கோவையில் ஒரு நல்ல ஓட்டலில் தங்க வைத்து விட்டு, காரியம் இருக்கிறது என்று நாகேந்திரன் போனான். துணைக்கு ஒரு வேலைக்காரப் பெண் அறை வாசலில் காத்தி ருந்தாள். அவளுக்கு இருபது வயதிருக்கும். அனுபமாவையே கண்கொட்டாமல் பார்த்துக்கொண்டிருந்தது விநோதமாக இருந்தது. சாயங்காலம் நாகேந்திரன் திரும்பி வந்தபோது சொன்னாள்: 'நீங்க பாட்டுக்குத் தனியா விட்டுட்டுப் போயிட் டிங்க. இந்தப் பொண்ணு ஒரு வார்த்தை பேசாமல் என்னையே எக்ஸிபிஷன் போலப் பார்த்தாள்..'

நாகேந்திரன் இதற்குப் பதில் சொல்லாததும் விநோதமாக இருந்தது. பக்கத்தில் பக்கத்தில் இரண்டு அறை எடுத்திருந்தான். பிஸினஸ் விஷயமாகப் பேச நிறைய பேர் வருகிறதால் தொந்தரவு இருக்கக் கூடாது என்று காரணம் சொல்லியிருந்தான். இரவு இவள் தன் அறையில் உட்கார்ந்து டிவி பார்த்துக் கொண்டிருந்தபோது, வெளியே சென்றவன் திரும்பி வர வில்லை. டிவியில் அமிர்தாஞ்சன், அம்ருதசரஸ் பொற்கோயில்

பற்றிக் காட்டிக்கொண்டிருந்ததால் பால்கனிக்கு வந்தாள். பக்கத்து அறையில் அழுகை சத்தம் கேட்டுக்கொண்டிருந்தது. மெள்ள எட்டிப் பார்த்தாள். ஒரு பெண் படுக்கையில் வீற்றிருக்க, நாகேந்திரன் அவளையே பார்த்துக்கொண்டு, தணிந்த குரலில் சமாதானம் சொல்லிக்கொண்டிருந்தான். 'இப்ப என்ன ஆயிடுச்சின்னு அழறே?'

'என்ன ஆகலை?'

'அவகிட்டே உன்னைப் பத்திச் சொல்லிர்றேன். சரிதானா?'

'எப்படிங்க என்னால் தாங்கிக்க முடியும்?'

'பழகிரும், எல்லாத்துக்கும் பழகிரும்.'

'அவளுக்குத் தெரியுமா?'

'இனிமேத்தான் சொல்லணும்?'

முதலில் இந்த உரையாடலின் முழு அர்த்தமும் அனுபமாவுக்குப் புரியவில்லை. சுபாவத்தில் அவளால் சஸ்பென்ஸ் தாங்காது. ஏதாவது புத்தகம் அதிகமாக சஸ்பென்ஸாக இருந்தால், சட்டென்று கடைசிப் பக்கத்தைப் பார்த்து, முடிவைத் தெரிந்துகொண்டு விடுவாள். அதனால் நேராக அந்த அறைக்குள் நுழைந்தாள்.

அதிகாலையில் சோமசுந்தரம் வாக் கிளம்பும்போது ஆட்டோ ரிக்ஷாவில் வந்து இறங்கிய அனுபமாவை முதலில் அவரால் அடையாளம் கண்டுகொள்ள முடியவில்லை. 'யாரு அனுவா?'

'ஆமாப்பா.'

'எங்க மாப்பிள்ளை?'

'அவர் வரலை. நான் மட்டும் தனியா வந்துட்டேன்.'

'ஏன்?' என்றார் பதைத்துப் போய்.

'இங்கே பேச வேண்டாமே. உள்ள போகலாமே? ஆட்டோக்குக் காசு கொடுங்கப்பா. எங்கிட்ட காசு இல்லை.'

பணம் கொடுத்து விட்டுக் கூடத்துக்குப் போனதும், அனு அத்தனை நேரமாக அடக்கி வைத்திருந்த சோகம் பீறிட, ஐந்து நிமிடம் தொடர்ந்து அழுதாள்.

'என்னம்மா, என்ன ஆச்சு?'

'அப்பா, அப்பா! உங்க மாப்பிள்ளை... நீங்க பார்த்துப் பண்ணி வெச்ச மாப்பிள்ளைக்கு இன்னொரு கல்யாணம் முன்னமேயே ஆகியிருக்குப்பா.'

'என்ன! யார் சொன்னா?'

'அவரே சொன்னார். அந்தப் பொண்ணையும் பார்த்தேன்.'

'அடப்பாவி!'

அனுபமா மறுபடி அழுதாள். அவளிடமிருந்து கோர்வையாக முழு விவரமும் பெறுவதற்கு ஒரு மணி நேரமாயிற்று. நாகேந்திரன் தனக்கு மற்றொரு மனைவி இருப்பதைக் கூசாமல் அவளிடம் சொன்னானாம். அந்தப் பெண் ஓட்டல் அறைக்கு வந்து அழுததாகவும், அவளைத் தன் மனைவி என்று அறிமுகப் படுத்தி வைத்ததாகவும் சொன்னாள்.

'அடப்பாவி! இதை நம்மகிட்ட யாரும் சொல்லவே இல்லையே!'

'இந்தக் கேள்வியைக் கேட்டேம்பா. அவர் என்ன பதில் சொன்னார் தெரியுமா? யாரும் இதுவரை கேக்கலியே. அதனால சொல்லலையாம்!'

'பாவி பாதகா!'

'கூசாம சொல்றாரப்பா, லேசா சிரிச்சுக்கிட்டு வேற சொல்றார்.'

'அதுக்கு நீ என்ன சொன்னே?'

'என்னய்யா, இப்படி ஏமாத்திட்டியேன்னு சத்தம் போட்டேன். இத்தனை பணக்காரன் வீட்டில கல்யாணம் செய்திருக்கே. அதுக்காக நஷ்ட ஈடு மாதிரி ஒரு களங்கம் இருக்கத்தான் இருக்கும். இதெல்லாம் கண்டுக்காம இருந்தா என்னைச் சந்தோஷமா வெச்சுப்பாராம்.'

'பாதகா, பாதகா!'

'எனக்கு அப்படியே உடம்பெல்லாம் அருவருப்பு. கூச்சம் இன்னும் போகலைப்பா. அந்தாளு என்னைத் தொட்டுத் தாலி கட்டி, தனியா அவன் கூடப் படுத்திருந்து... என்ன ஒரு அநியாயம்பா? நான் கல்யாணத்தைப் பத்திக் கண்ட கனாக்கள்

எல்லாம் என்ன? அப்படியே ஒரு நிமிஷத்திலே திராவகத்தை வாரி மூஞ்சில கொட்டினாப்பல. இப்படி ஒரு அதிர்ச்சியாப்பா?'

'அய்யோ! என் கண்ணே, என்னமா செஞ்சே? எப்படிச் சமாளிச்சே?'

'சமாளிக்கிறது என்ன? உடனே புறப்பட்டு வந்துட்டேன். எங்கேயோ விசாரிச்சேன். ஏதோ ரயில்னாங்க. ஏதோ ஜங்ஷன் னாங்க. கைல காசில்லை. அறையில் பர்ஸ் இருந்தது. ஏதோ நோட்டை உருவிக்கிட்டேன். 'குட்பை'கூடச் சொல்லலை. ஒரே ஓட்டம் வந்துட்டேன்.'

'அப்ப அந்தாளு உன்னைத் தடுக்கறாப்பல ஏதும் சொல்லலை?'

'கொஞ்சம் நிதானமா இதைப் பத்திப் பேசலாம். சாவகாசமாப் பேசலாம். இல்லை உங்கப்பாவையும் கூட்டி வெச்சுட்டுப் பேசலாம்... இப்படித்தான் சொல்றானே தவிர, தான் செய்தது தப்பு, ஏமாற்று வேலைன்னு சொல்லவே இல்லை. அந்தப் பெண்ணானா, 'ஏம்மா உங்க வீட்டிலதான் பார்த்து விசாரிச்சுக் கல்யாணம் செய்ய மாட்டாங்களா?'ன்னு நம்மையே குற்றம் சொல்றா. எப்படி இருக்கு பாரு. அந்தாளை நெனைச்சாலே எனக்கு உடம்புல மயிர்க்கால்லாம் நிக்குது. வயிற்றில் அப்படி எரிச்சல். அமிலம் பாஞ்சாப்பல. அவன் தொட்ட இடம் எல்லாம் கம்பளிப் பூச்சி ஊருது. என்னப்பா காரியம் செய்துட்டீங்க? விசாரிக்க மாட்டீங்களா? ஒரு கணத்தில் என் வாழ்க்கையை நாசமாக்கிட்டீங்களே அப்பா?'

சோமசுந்தரம் பிரமித்துப் போய், 'இந்தத் தப்பு நான் எப்படிச் செய்திருக்கக் கூடும்? எல்லாத்தையும் துப்புரவா விசாரிச்சே னேம்மா!'

'எல்லாத்தையும் விசாரிச்சீங்க. முக்கியமான விஷயத்தில கோட்டை விட்டுட்டிங்களேப்பா.'

'அப்ப அவன் சொன்னதெல்லாம், சொத்தெல்லாம் பொய்யா?'

'யாருக்குத் தெரியும்? நிசமாத்தான் இருந்தாலும் அவன் சொத் தைப் பத்தி என்னப்பா கவலை? உருவி விட்டாப்பல புறப்பட்டு வந்தாச்சு. அய்யோ! என்ன மாய்மாலமாய்ப் பேசினான் தெரியுமாப்பா? பாரிஸ் போகப் போகிறோம் தேனிலவுக்கு. அப்புறம் ஜப்பானாம். ஹாங்காங்காம், கொரியாவாம்...'

சோமசுந்தரம் தன் கண்களில் வழிந்த கண்ணீரைத் துடைத்துக் கொண்டு, 'அனு ஸாரி, எப்படி இந்த மாதிரி ஆச்சுன்னே தெரியலை. நீ...'

'நீங்க சரியா விசாரிக்கலைப்பா.'

'நானே போனேம்மா. வாத்தியாரைக் கேட்டேன். சப் ரிஜிஸ்த் ராரைக் கேட்டேன். எல்லோருமா பொய் சொல்வாங்க?'

'என்ன கேட்டிங்க? சொத்து நிலபுலம் பத்தித்தானே? கல்யாணம் ஆனவனான்னு கேட்டிங்களா?'

'இல்லை.'

'அதான் அந்தாளு சொல்றாரு. யாரும் ஏமாத்தல. கேட்டிருந்தா எல்லாரும் சொல்லியிருப்பாங்களே, உங்களுக்குத் தெரியும்னு தான் நெனைச்சேன். ரெண்டு கல்யாணம் செய்துக்கறது அவங்க ஃபாமிலியில் சர்வ சாதாரணமாம், அய்யோ கேக்கவே அரு வருப்பா இருக்கு.'

'உண்மையை மறைக்கிறதும் ஒரு வகையில் பொய்தாம்மா.'

'என்ன எழவோ போங்க. முதல்லே குளிக்கறேன். கோயமுத்தூர் தீட்டையெல்லாம் சோப்பு போட்டுக் கழுவணும். அவன் என்னைத் தொட்டாம்பா...தொட்டுத் தடவி என்னைக் கலைச்சாம்பா!' என்று பித்துப் பிடித்தவள்போல அழுதாள்.

சோமசுந்தரத்தால் மகளுக்கு எப்படி, எந்த வார்த்தைகளைக் கொண்டு ஆறுதல் சொல்வது என்று தெரியவில்லை. தப்பாக ஆறுதல் சொன்னார்.

'அனு. இந்தக் கல்யாணத்தை ஒரு கெட்ட சொப்பனம் போல மறந்துரு. அடுத்த முகூர்த்தத்திலே உனக்கு வேற பையன் பார்த்துக் கல்யாணம் பண்ணி வெக்கலைன்னா...'

அனுபமா அவரை வணங்கினாள். 'வேண்டாம்பா ஒரு கல்யாண அனுபவம் போதும். இப்ப எனக்கு ஆம்பிளைனாலே வெறுப்பு ஏற்பட்டிருக்கு. உங்களையும் சேர்த்துத்தான்' என்று மாடி அறைக்குச் சென்று கதவைத் தாழிட்டுக்கொண்டாள்.

சோமசுந்தரம் சற்று நேரம் பிரமிப்பில் வெறித்துப் பார்த்துக் கொண்டு உட்கார்ந்திருந்தார். கோபம் உடலெங்கும் வியாபித்தது.

அவர் தீர்மானித்தார். நாகேந்திரன் தண்டனை அனுபவித்துத்தான் ஆக வேண்டும். எனக்கு அவனைப் பற்றி நல்ல சேதி சொன்ன அந்த ஆசிரியர், மற்ற அக்கம் பக்கத்துச் சனங்கள் அனைவரையும் கேட்க வேண்டும். 'ஐயா, இப்படி உண்மையை மறைத்து ஒரு பெண்ணின் வாழ்க்கையைப் பாழாக்கி விட்டீர்களே, உங்களையெல்லாம் ஒரு சேரத் தூக்கில் போட்டா என்ன?'

அவர்கள் சொல்வார்கள். 'எங்களுக்கே விஷயம் தெரியாது' என்று. விஷயம் தெரியாமலா இருக்கும்?

கோவைக்கு பஸ் டிக்கெட் வாங்கப் புறப்பட்டபோது, சோமசுந்தரத்தின் வீட்டு வாசலில் மாருதி வந்து நின்றது. அதிலிருந்து சரிகை பட்டு வேட்டியும் பூப்பொட்டலமும் பட்சணங்களுமாக நாகேந்திரன் வந்திறங்கினான். அதனைத் தொடர்ந்து வேலைக்காரன் பெரிய பெட்டியை இறக்க, நாகேந்திரன் அவரருகில் வந்து காலைத் தொட்டு வணங்கினான். சோமசுந்தரம் அதிர்ச்சியில் விலகிக்கொண்டார்.

'உங்க பொண்ணு இங்கே வந்துட்டாளா? சொல்லாமல் கொள்ளாமல் புறப்பட்டுப் போயிட்டா. எனக்கு ரொம்பக் கவலையாயிருச்சு. உடனே காரைப் போட்டுக்கிட்டு வந்தேன். எங்கே அவள்?'

'நில்லு! உனக்கு அவள் மேலே எந்த உரிமையும் கிடையாது' என்றார் சோமசுந்தரம்.

'என்னைக் கல்யாணம் பண்ணிக்கொண்டபோது எப்படி உரிமை இல்லாமல் போயிடும்?'

'உனக்கு மற்றொரு கல்யாணம் ஆகியிருப்பதாகத் தெரிஞ்சிருந்தால் உன் பக்கம் தலை வச்சுக்கூடப் படுத்திருக்க மாட்டேன், தெரியுமா?'

'அது உங்களுக்கு விவரம் தெரியும்னுதான் நினைச்சிருந்தேன். மாமா, ஸாரி! அதைச் சொல்லாமல் விட்டது என் தப்புத்தான்.'

'ஏண்டா படு பாதகா, இப்படிக் கூசாமல் சர்வ சாதாரணமாக இந்த விஷயத்தைப் பத்திப் பேசறியே!'

'இதிலே என்ன தப்பு மாமா? நம்ம சரித்திர புராணங்கள்ல இல்லாத ரெண்டு சம்சாரங்களா? என்ன சொல்றீங்க? சந்ததிக்

காக, வாரிசுக்காக ரெண்டு செய்யறது எங்க குடும்பத்திலே தொன்றுதொட்ட வழக்கம்.'

சோமசுந்தரம் அவனைக் கன்னத்தில் ஓங்கி அறைந்தார். நாகேந்திரன் ஒரு நிமிடம் அதிர்ந்து போய்க் கன்னத்தைத் தொட்டுப் பார்த்துக்கொண்டான்.

'பெரியவங்க நீங்க. மரியாதை கொடுத்துப் பேசறேன். இனிமேல் இந்த மாதிரி அடிக்காதீங்க. திருப்பி அடிக்க வேண்டி வந்துரும்.'

'போடா இந்த வீட்டை விட்டு.'

'போறேன். அதுக்கு முன்னாடி ஒண்ணு சொல்றேன். இப்பக் கூட ஏதும் ஆயிடலை. என் முதல் சம்சாரத்தை நான் விவாகரத்துப் பண்ணப் போறேன். பேப்பர்களெல்லாம் தாக்கல் பண்ணியாச்சு. அந்தம்மா கூட காம்ப்ரமைஸ் வந்து, ஒரு தோட்டம், ஒரு பங்களா இரண்டையும் எழுதிக் கொடுத்து, கையிலே ரெண்டு ரூபாய் கேஷ் கொடுத்து விடறதாப் பேச்சு. அதனாலே ஒரு மாத அவகாசத்துக்குள்ளே நான் ஃப்ரீ. இதை உங்க மகள்கிட்டேயும் உங்ககிட்டேயும் சொல்லிப் போக வந்தேன். கொஞ்சம் நிதானமா யோசிச்சுப் பார்த்தீங்கன்னா ஏதும் கொள்ளை போயிடலை. எல்லாத்தையும் சுமூகமா செட்டில் பண்ணிட லாங்கிறது உங்களுக்குத் தெரிய வரும். நான் வாரா வாரம் பெங்களூரில் நம் பார்ட்னர்ஷிப் கம்பெனிக்கு வருவேன். இந்தாங்க கார்டு, போன் பண்ணுங்க. நீங்க எப்போ சொன்னாலும் அப்போ வந்து உங்க மகளை அழைச்சிட்டுப் போறேன். வரட்டுமா? இதை லீகலா கோர்ட்டிலே இழுக்கறதானாலும் சரி, தயார் நான்.'

'போடா.'

அவன் சென்றதும் இறங்கி வந்த அனுபமா, 'யாருப்பா வந்திருந்தது?' என்று கேட்டாள்.

'அதாம்மா அவன்தான்.'

கீழே வைத்திருந்த பழக் கூடையைப் பார்த்தாள். 'எடுத்து வெளியே போடுங்கப்பா. என்ன தைரியம் இருந்தால் உங்க முன்னாலே வந்து நிப்பான்? என்ன சொன்னான்?'

'என்னவோ சொன்னான். டிவோர்ஸ் பண்றானாம் முதல் சம் சாரத்தை. கேட்கவே நல்லாயில்லை. அனு ஐயாம் வெரி ஸாரி! உனக்கு எந்த விதத்திலே இந்தப் பாவத்துக்குப் பரிகாரம் பண்ணுவேன்.'

'அதெல்லாம் வேண்டாம்பா. என்னைக் கொஞ்சம் தொந்தரவு பண்ணாமல் நிம்மதியாக விட்டு வைங்கப்பா.'

'அத்தையம்மாவுக்குப் போன் பேசி உன்னை வந்து அழைச் சிட்டுப் போகச் சொல்றேன். குன்னூர்லே போய் ஒரு மாதம் இருந்தால்...'

'வேண்டாம். இங்கேயே உங்க கூடவே இருக்கேன். உங்களுக்கு இந்த ஷாக் கொடுத்து விட்டுத் தனியா விட்டுப் போக இஷ்ட மில்லை. எனக்கு.'

'அனு, ஐயாம் ஸாரி!'

'நான் கூடப்பா.'

அனுபமா அந்தத் தினங்களில் மனத்தில் இருந்த சங்கடத்தை வெளியே காட்டிக்கொள்ளவில்லை. மாக்ஸ்முல்லர் பவனில் அவளுக்கு ஓர் ஆத்ம சினேகிதி இருக்கிறாள். அவளுடன் பேசி விட்டு வருவாள். வீடியோவில் வால்ட்டிஸ்னி, சாப்ளின் படங் களைச் சிரிக்காமல் இரண்டு பேரும் பார்த்துக்கொண்டி ருந்தார்கள். காலையில் மகளும் தந்தையும் 'வாக்' போனார்கள். கல்யாணத்தைப் பற்றி இருவரும் பேசவேயில்லை.

சோமசுந்தரம் மேலுக்குச் சஞ்சலம் எதுவும் காட்டாமல்தான் இருந்தார். ஆனால், மனத்தின் ஆழத்தில் ஆத்திரமாகத் திரண்டு திரண்டு, குமைந்து எரிந்து, கொஞ்சம் தன்னிரக்கமும் அவ மானமும் மூர்க்கமும் கலந்து வெறுப்பு என்னும் நெருப்புப் பற்றிக்கொண்டு, இறுதியில் உறுதியாக ஒரு தீர்மானம் உரு வெடுத்தது. அவர் தீர்மானம் சுத்தமாகவே இருந்தது. நாகேந் திரனைக் கொன்று விடுவது!

அந்தத் தீர்மானம் மனத்தில் தெளிவானதும் அவர் செயல்களில் ஒரு விதமான கூர்மை ஏற்பட்டது. மூங்கில் பஜார் போய்க் கயிறு பார்த்தார். சிவாஜி நகர் அருகில் பழைய இரும்புச் சாமான்கள் விற்கும் இடத்தில் ஆயுதம் தேடினார். நாகேந்திரன் போன்ற

ஆரோக்கியமான ஆசாமியைச் சம்பிரதாயமாக ஆயுதம் வைத்துக் கொல்வது கடினம் என்று உணர்ந்துகொண்டு, அவனை ஏமாற்றித் தனி இடத்துக்கு அழைத்து வர வேண்டும் என்று தீர்மானித்தார். இந்தத் தனி இடம் முதலில் கே.ஆர். சாகர் அணைக்கட்டு என யோசித்து, தண்ணீர் இருக்கிறதா என்று விசாரித்தார். இல்லை. துங்கபத்ராவுக்குப் போகலாம். அல்லது ஜோக் நீர்வீழ்ச்சி. ஏன் பெங்களூர் அருகே இருக்கும் யுகலிப்டஸ் காட்டில் அவனை வெட்டிப் புதைத்து விட முடியாதா?

அவர் திட்டங்கள் யாவும் ஓர் அமெச்சூர்த்தனமாகக் குறைபட்டு இருக்க, ஒரு தினம் மிகவும் தற்செயலாக அவருக்கு ஒரு வழி கிடைத்தது. விமானப் படையில் ஆக்ராவில் பாம்பர் ஸ்க்வாட்ரனில் இருந்த ஒரு விங் கமாண்டர் பைலட் தன் துப்பாக்கி லைசென்ஸ் புதுப்பிக்க மச்சினரிடம் கொடுத்திருந்தார். அந்த ஆசாமி சோமசுந்தரத்தின் பக்கத்து வீட்டுக்காரர். உடன் அவருடைய துப்பாக்கியையும் ரிப்பேர் செய்ய கன்ஸ்மித் முகம்மது என்பவர் கடையில் கொடுத்து அது தயாராகியிருந்தது. அதை வாங்கிக்கொள்ள ஆக்ராக்காரர் வருமுன் பக்கத்து வீட்டுக்காரருக்கு அவசரமாக ஆபீஸ் வேலையில் கோவா போகும்படி ஆகி விட்டது. அதனால் துப்பாக்கியை சோம சுந்தரத்திடம் கொடுத்து, அதை ஹெப்பான் ட்ரெய்னிங் கமாண்டில் ஒருவாரத்தில் சேர்த்து விடும்படியாகவும், அடுத்த வாரம் அவருடைய உறவுக்காரர் வந்து அதை வாங்கிக் கொள்வார் என்றும் சொல்லி விட்டுப் போனார். மொத்தத்தில் சோமசுந்தரத்தின் கைவசம் கைக்கடக்கமாக ஒரு துப்பாக்கியும், சின்ன அடக்கமான பெட்டியில் தோட்டாக்களும், அந்தத் துப்பாக்கியின் மேன்யுவலும். எல்லாச் சமாசாரங்களும் கிட்டிவிட்ட போது இந்தத் தற்செயலை அவர் தெய்வத்தின் கட்டளை என்றே, தெய்வாதீனமான செயல் என்றே எடுத்துக்கொண்டார். இல்லையெனில் எதற்காக அப்படிச் சற்றும் எதிர்பாராமல் அவரிடம் துப்பாக்கி வந்து சேர வேண்டும்?

தன் அறையில் தாளிட்டுக்கொண்டு, அந்தத் துப்பாக்கியின் புத்தகத்தை ஆராய்ந்தார். விவரமாக, ஒரு குழந்தைக்குப் புரியும் படியாக அதை எப்படிப் பிரயோகிப்பது? எப்படிக் குண்டுகளை அதன் அறைகளுக்குள் பொருத்துவது, சுத்தப்படுத்துவது, சுடுவது, எத்தனை தூரம் சுடும், 'இன்ஸ்டண்ட் டெத் ஆப் ஷாட் இன் தி செகண்ட்' என்று எச்சரிக்கையுடன் எல்லா விவரங்களும்

கொடுத்திருந்தது. துப்பாக்கியின் தோட்டாக்கள் தனித்தனியாக, பளபளப்பாகக் காத்திருந்தன.

சோமசுந்தரத்துக்குக் கைகளில் வியர்த்தது. இருந்தும் அவர் தீர்மானத்தில் எந்தவித மாற்றமும் இல்லை. அறைக்குள் தாளிட்டுக்கொண்டு, கோயமுத்தூருக்கு எஸ்டிடி போட்டுப் பேசினார். 'நாகேந்திரன், நான் சோமசுந்தரம் பேசறேன். உன் ஃபாதர் இன்லாப்பா.'

'சொல்லுங்க, மாமா, நான் சொன்னதை யோசித்துப் பார்த் தீங்களா?'

'அதைப் பத்தித்தாம்பா பேசறதுக்கு போன் பண்ணினேன். உன்னாலே பெங்களூர் ஒருநாள் வந்து விட்டுப் போக முடியுமா?'

'தாராளமா, இதுக்காகத்தான் மாமா காத்திருக்கிறேன்'அவன் குரலில் ஆர்வமும் சந்தோஷமும் இருந்தன.

'நீ வர்ற விஷயம் யாருக்கும் தெரிய வேண்டாம்.'

'ஏன் மாமா?'

'அனுவுக்கு ஒரு சர்ப்ரைஸா இருக்கட்டும்னுதான். எப்ப வர் றேன்னு சொன்னால், உட்லண்ட்ஸ்லே ரூம் போட்டு வைக்கிறேன்.'

'உங்களுக்கு எப்ப சௌகரியமோ சொல்லுங்க. வர்றேன். நாளைக்கே வரணும்னாலும் சரி.'

'வர்ற புதன் கிழமை வாயேன்.'

'நிச்சயம்... நிச்சயம்.'

'கொஞ்சம் பணம் கொண்டு வர முடியுமா?'

'ஷ்யூர்! எத்தனை வேணும்?'

'எத்தனை என்பதை நீயே தீர்மானித்துக்கொள். அனுவுக்கு ஒரு பரிசு கொடுப்பதாக ப்ளான், இதுவும் ஸர்ப்ரைஸ்.'

'பணத்துக்கு என்ன மாமா! தாராளமாகக் கொண்டு வர்றேன். அனு எனக்குக் கிடைத்தால் சரி. நான் செய்தது தப்புத்தான்.

உங்ககிட்டே ஒரு வார்த்தை அதை மென்ஷன் பண்ணி இருக்கணும்.'

'பரவாயில்லை. இப்போ அதைப் பத்திப் பேசி உபயோக மில்லை.'

'புதன் கிழமை பேசலாம்.'

போனை வைத்தபின், சோமசுந்தரம் யோசித்தார். பேச்சே கிடையாது. நேரே அறைக்குப் போய்க் கிட்டத்தில் சுட்டு விட்டு... இல்லை... இல்லை... முதலில் அந்தப் பணத்தை வாங்கிக்கொண்டு விட வேண்டும். ஒரு சில ரூபாய் நோட்டுகளையாவது இங்கும் அங்கும் இரைத்து விட்டுப் பணம் காணாமல் போனது பற்றி, திருட்டுப் போனது போலக் காட்டி விட்டு, கைக்கடிகாரம் முதலான விஷயங்களைக் கவர்ந்து கொண்டு... அதற்கு முன் நான் பெங்களூரில் அன்று இல்லை என்று ஸ்தாபிக்க வேண்டும். அதற்கு என்ன ஏற்பாடு? சோமசுந்தரம் தீவிரமாகத் திட்டம் தீட்டத் தொடங்கி விட்டார். ராத்திரி அனுபமா கேட்டாள், 'ஏம்பா ஒரு மாதிரி இருக்கீங்க?'

'இல்லைம்மா. எதுவும் இல்லையே?'

'ஒரு மாதிரி பரபரப்பாக எதையோ எதிர்பார்ப்பது போலே நகத்தைக் கடிச்சு நான் பார்த்ததே இல்லை.'

'கடிக்கிறேனா என்ன?'

'அப்பா, அதை மறந்துடுங்கப்பா.'

'மறந்தாச்சும்மா.'

'இல்லை, மறக்கலை. ராத்திரி தூக்கத்திலே எழுந்து லைட்டைப் போட்டுக்கொண்டு யோசிக்கிறீங்க. எழுதறீங்க. என்னப்பா?'

'ஒண்ணுமில்லேம்மா.'

'அப்பா, அது நீங்க சொன்ன மாதிரி கெட்ட சொப்பனம்தானே?'

'ஆமாம்மா.'

'அப்பா ஏதும் விபரீதமா இல்லியே?'

'விபரீதம்ன்னா?'

‘அப்படி ஏதும் யோசிக்கலை தானே நீங்க?’

சோமசுந்தரம் தன் மகளை வாத்ஸல்யத்துடன் பார்த்தார். இவளுக்கு என் மனத்தின் ஒவ்வொரு துடிப்பும் தெரிகிறது. ஒவ்வோர் எண்ணத் துணுக்கும் ஒவ்வொரு சஞ்சலமும்.

‘ஒண்ணுமில்லைம்மா.’

‘எதுவானாலும் சொல்லுங்கப்பா. நீங்கதான் எனக்கு முக்கியம். ஊருக்குப் போகப் போறீங்களாப்பா?’

‘ஆமாம்மா. எப்படித் தெரியும்?’

‘ஏர் டிக்கெட் பார்த்தேன்.’

சோமசுந்தரம் மகளின் பார்வையைத் தவிர்த்தார். அவள் ஏதோ சந்தேகப்படுகிறாள். ஆனால், அவளிடம் திட்டத்தைப் பற்றிச் சொல்லக் கூடாது... சொல்லவே கூடாது.

செவ்வாய் இரவு சென்னை போவதற்கு டிக்கெட் எடுத்திருந்தார். ராத்திரி எட்டரை மணிக்கு ஃப்ளைட். ஆறு மணி சுமாருக்கு வீட்டிலிருந்து கிளம்பும் முன்னே தன் மகளிடம் விடை பெற்றுக்கொண்டார். அவளுக்கு ஏதோ ஒரு விதத்தில் கலக்கமாக இருந்தது... ‘அனு ஒண்ணு மட்டும் நீ புரிஞ்சுக்கம்மா. நான் என்ன காரியம் செய்தாலும் உன்னுடைய நல்லதுக்குத்தான் செய்வேன். உனக்காகத்தான் செய்வேன். அந்தப் பாதகன் நம்மை ஏமாத்தினதுக்குக் கடவுள் அவனுக்குச் சரியான தண்டனை கொடுக்கிறாரா, இல்லியா பாரு.’

‘அப்பா, என்ன இப்படித் திடீர்னு மெட்ராஸ் புறப்பட்டுட்டீங்க?’

‘ப்ராப்பர்ட்டி ஒண்ணு ரொம்ப நாளா லீஸ்லே இருக்கும்மா. ராயப்பேட்டையிலே. அதை விசாரிக்கத்தான்.’

‘என்ன ப்ராப்பர்ட்டி? என்கிட்டே சொன்னதே இல்லியேப்பா?’

‘சொல்லியிருக்கேம்மா. கிரானைட் கல்லுங்களைப் போட்டு வெச்சிருக்காங்க ராயப்பேட்டையிலே. நல்ல மதிப்பு பெறும்.’

அனுபமா அவரைக் கண் கொட்டாமல் பார்த்து, ‘அப்பா, நீங்க பொய் சொல்லலைதானே?’

‘இல்லேம்மா, இல்லை.’

‘நானும் ஏர்போர்ட் வரவாப்பா? உங்களை ட்ராப் பண்ண?’

‘தாராளமா வாயேன்.’

ஏழு மணிக்கு விமான நிலையத்தை அடைந்தபோது, அகமதாபாத்திலிருந்து வரும் அந்த விமானம் சரியான நேரத்தில் வருகிறது என்று தெரிந்த பின், ‘நீ போயிட்டு வாம்மா’ என்றார் சோமசுந்தரம்.

‘இல்லேப்பா, இருந்துட்டுப் போறேன். எனக்கு வேற வேலை என்ன இருக்கு?’

‘தெரியுதும்மா. நான் நிஜமாகவே ப்ளேன் ஏறுகிறேனான்னு செக் பண்ணப் போறியா?’

‘சேச்சே! அப்படியில்லைப்பா. ஸம்திங் ராங்...’

‘என்னம்மா?’

‘உங்களை இத்தனை பரபரப்பாக நான் பார்த்ததே இல்லை?’

‘பரபரப்பா?’

‘ஆமாம்பா. என்னவோ என்கிட்டேயிருந்து மறைக்கிறீங்க.’

‘ஒண்ணுமில்லேம்மா. எல்லாம் உன் நல்லதுக்குத்தான் எண்ணறேன்.’

‘எனக்கு வேற கல்யாண ஏற்பாடு பண்ணப் போறீங்களாப்பா? அப்படி ஏதாவது கெட்ட எண்ணம் இருந்தால் சொல்லி விடுங்கப்பா?’

ஓ, இதுதான் அவள் சந்தேகமா? ‘சேச்சே! உன்னைக் கேட்காமல் இனிமே எதுவும் இல்லேம்மா. நீயா பார்த்து ஒரு ஆளைச் சந்திச்சுப் பிடித்துப் போய், அப்படி ஏதாவது இருந்தால்தான் உன் கல்யாணத்தைப் பற்றிப் பேச்சு. ஒரு தடவை சூடு போட்டுக் கொண்டது போதும்மா.’

‘இது என்னப்பா பாக்கெட்?’என்று அவர் கையில் இருந்த பழுப்புக் கவரைப் பற்றிக் கேட்டாள். அதில் அவர் துப்பாக்கியை

மறைத்து வைத்திருந்தார். 'ஒண்ணுமில்லேம்மா. இதை வந்து புக் ஷாப்பிலே கொடுக்கணும். ஒரு நிமிஷம்' என்று சொல்லி விட்டு விமான நிலையத்தில் இருந்த புத்தகக் கடையில் போய், 'ஷங்கர், இந்தப் பாக்கெட்டைக் கொஞ்சம் தனியா வெச்சிருங்க. நான் காலையிலே வந்து வாங்கிக்கறேன்' என்று கொடுத்தார். புத்தகக் கடைச் சொந்தக்காரர் அவருக்குத் தெரிந்தவர். புன்னகை செய்து, 'என்ன சார் இப்பவெல்லாம் நம்ம கடைப் பக்கம் வரதே இல்லே?' என்று கேட்டு விட்டு, பதிலுக்கு விசனப்படாமல் அவர் கொடுத்த பாக்கெட்டை வாங்கித் தன் மேசையின் இழுப் பறையில் வைத்துக்கொண்டார். 'நான் இல்லேன்னா மணி இருப் பார். அவர் கிட்டேயும் சொல்லி வைக்கிறேன். எப்ப வேணும் னாலும் வந்து வாங்கிக்கலாம்.'

'தாங்க்ஸ் ஷங்கர்!' அவர் அந்தப் புத்தகக் கடையில் நிறையப் புத்தகங்களை வாங்கியிருக்கிறார்.

திரும்ப மகளிடம் செல்லும்போது சோமசுந்தரம் தன் திட்டத்தின் முழுமையை எண்ணித் தானே வியந்தார். செக்யூரிட்டியில் துப் பாக்கியைப் பிடிக்க முடியாது. திரும்ப வரும்போது கை வீசிக் கொண்டு வரலாம். காலை இங்கு வந்ததும் அதைச் சேகரித்துக் கொண்டு உட்லண்ட்ஸ் ஓட்டலுக்குப் போகலாம்.

தன் தந்தை செக்யூரிட்டியில் நுழையும் வரை காத்திருந்து விட்டு, அவருக்கு டாட்டா காட்டி விட்டுப் புறப்பட்ட அனுபமாவுக்குத் தந்தையின் நடத்தை மிக விநோதமாகப் பட்டது.

சோமசுந்தரம் மீனம்பாக்கம் விமான நிலையத்தில் இறங்கிய உடன் விசாரணைக்குச் சென்று, மறுதினம் அதிகாலை ஃப்ளைட் டில் சேகர் என்ற பெயரில் ரிசர்வேஷன் இருக்கிறதா என்று பார்த்தார். இருந்தது. நேராக ஏர்போர்ட் அருகில் இருந்த ஓட்ட லில் ரூம் எடுத்துக்கொண்டார். ஒரு தினத்துக்குத் தொள்ளாயிரம் ரூபாய் அநியாயம் என்று தோன்றியது. ஆனால், அதைப் பற்றிக் கவலைப்படவில்லை. பதிவு செய்யும்போது சோமசுந்தரம் என்ற பெயரிலேயே பதிவு செய்துகொண்டார்.

சௌகரியமான அறைக்கு வந்து டெலிவிஷனின் திரையில் ஓடிய ஆங்கிலப் படத்தில் அவ்வப்போது நிர்வாணம் தென்பட் டாலும், அவர் மனத்தில் சஞ்சரித்த எண்ணங்களின் ஆக்கிரமிப் பினால் கவனிக்கவில்லை. களைப்பு அவரைச் சூழ்ந்துகொள்ள,

ஒரு மணி நேரம் தூங்கியிருப்பார். சட்டென்று வியர்த்து எழுந்து விட்டார். டிவி திரையில் கீற்றல்கள் பாக்கியிருக்க, அதை அணைத்து விட்டு, விளக்கின் ஒளியில் கண்ணாடியில் ஒரு முறை விரலால் தன்னையே குறி பார்த்துக்கொண்டார். கை நடுங்கியது. ஜாக்கிரதை... ஜாக்கிரதை. எங்கேயாவது தப்பாகச் சுட்டு விடப் போகிறாய். ஒரு கண்ணை மூடிக்கொண்டு 'துப்பாக்கியை' நேர்ப்படுத்தி... டிய்யாங் அருகே மிக அருகே சுட வேண்டும். தோட்டாவிலிருந்து எவ்வகை துப்பாக்கி என்று கண்டுபிடிப் பார்களோ? கண்டுபிடிக்கட்டுமே. அதனால் என்ன? நான்தான் சென்னையில் இருக்கிறேன், பெங்களூரில் எப்படிச் சுட முடியும்?

கண்டுபிடித்தாலும் என்ன, என் கண்மணியை ஏமாற்றிய கயவனைப் பழி தீர்த்துக்கொண்ட திருப்தியுடன் சிறைக்குப் போகிறேன். பின் ஏன் இப்படி என் தடயங்களை மறைக்கப் பிரயத்தனப்படுகிறேன்? தப்பிக்க முடிந்தால் நல்லது. இல்லை யெனில் பரவாயில்லை. 'ஃபர்ப்பெக்ட் க்ரைம்' என்று எதுவுமே கிடையாது. எல்லாக் குற்றங்களும் கண்டுபிடிக்கப்படும். ஒரு தினமோ, ஒரு வருடமோ, பதினாறு வருடமோ உள்ளுக்குள் சோமசுந்தரத்துக்குச் செய்யப் போகும் காரியத்தின் நியாயத்தைப் பற்றி எள்ளளவும் சந்தேகம் இல்லை. கடவுள்தான் இந்தத் தண்ட னையை ஏற்படுத்தியிருக்கிறார். நான் அதை நிறைவேற்றும் கரு. இந்தத் துப்பாக்கியைப் போல! இது பாவம் செய்கிறதா?

மறுதினம் அதிகாலை எழுந்தார். ரிசப்ஷனில் சாவியைக் கொடுத்து விட்டு, மஃப்ளரை மட்டும் சுற்றிக்கொண்டு வாக் போவது மாதிரி கிளம்பினார். பெட்ரோல் பங்கு அருகில் ஓர் ஆட்டோ பிடித்துக்கொண்டு உள் நாட்டு விமான நிலையம் வந்து அடைந்தார்.

காலை ஆறு மணிக்கு ஐந்து நிமிடம் இருக்கும்போது போயிங் விமானத்தில் ஏறிக்கொண்டு, முதல் வரிசையில் ஒரு சீட்டில் உட்கார்ந்துகொண்டு, 'தினத்தந்தி'யால் தன் முகத்தை மறைத்துக் கொண்டபோது சுற்றிலும் சக பிரயாணிகளில் யாரும் தெரிந்த முகம் இல்லாதது அவருக்குத் திருப்தி அளித்தது. ஓட்டல் ரூமைக் காலி செய்யவில்லை. காரியத்தை முடித்து விட்டு, நேராக பெங்களூரிலிருந்து பத்தரை மணி ஃப்ளைட்டில் சென்னை வந்து ஓட்டல் அறைக்குத் திரும்பி விட வேண்டும். ஓரிரண்டு நாள் இருந்து விட்டுத்தான் திரும்ப பெங்களூர். சோமசுந்தரத்துக்குத் திருப்தியாகவே இருந்தது. பைக்குள்

துப்பாக்கிப் புத்தகம் இருக்கிறதா என்று தொட்டுப் பார்த்துக் கொண்டார். அதன் விவரண வாசகங்கள் இப்போது அவருக்கு மனப்பாடமாகி இருந்தது. நேராகப் பிடித்து, ஆடாமல் அசை யாமல் பிடித்து ட்ரிக்கரைக் கசக்கவும், 'ஸ்க்வீஸ் திஸ் ரிக்கர்' என்பதை எப்படி மொழிபெயர்ப்பதாம்?

பெங்களூருக்கு வந்தபோது ஆறு நாற்பது. நேராகப் புத்தகக் கடைக்குப் போனார். திறந்திருந்தது. சங்கரே இருந்தார். 'குட் மார்னிங்' என்று புன்னகை செய்து, மேசையின் இழுப்பறை யிலிருந்து அந்த பேப்பர் பார்ஸலை எடுத்துக் கொடுக்க, அதைப் பதில் புன்னகையோடு வாங்கிக்கொண்டார். யாருக்குப் புத்தகக் கடைக்காரரைச் சாட்சிக்குக் கூப்பிடத் தோன்றும்? ஆட்டோ ஸ்டாண்டுக்கு நேராகப் போய், ஓர் ஆட்டோ பிடித்துக் கொண்டு 'உட்லண்ட்ஸ் போங்க' என்றார்.

ஆட்டோக்காரர் தன்னைத் திரும்பிப் பார்க்கவில்லை என்பது அவருக்குத் திருப்தியாக இருந்தது.

மஃப்ளரால் முகத்தைப் பாதி மறைத்துக்கொண்டு - குளிரைத் தவிர்ப்பதைவிட முகத்தை மறைப்பதில் குறிக்கோள். உட் லண்ட்ஸ் வந்து இறங்கியபோது அதன் ரிசப்ஷனுக்குச் சென்று அங்கிருந்த இளைஞரைக் கேட்டார்.

'யெஸ் ஸார்! மிஸ்டர் நாகேந்திரன் வந்திருக்கிறார். ரூம் நம்பர் 417. எதிரே லிஃப்ட் இருக்கிறது. யு ஆர் வெல்கம்!'அந்த இளைஞன்கூட அவரை ஏறிட்டுப் பார்க்கவில்லை. இத்தனை முகங்களில் அவரை அடையாளம் வைத்துக்கொள்வதில் நிச்சயம் சிரமப்படுவான்.

லிஃப்ட் வந்தபோது காலியாக இருந்தது. உள்ளே நுழைந்து கதவு மூடக் காத்திருக்கும்போது கொஞ்சம் மனத்தில் படபடப்பு. மற்றொரு பிரயாணி ஓடி வருவதற்குள் அதன் கதவு மூடிக்கொண்டு விட்டது. சாதாரண நாள்களில் அதன் கதவு திறக்கும் பொத்தானை இயக்கி நிறுத்த வைத்திருப்பார். இன்று தனியாகவே லிஃப்டில் பிரயாணம் செய்ய விரும்பினார். திரும்ப வரும்போது படிகளில்... மெள்ள நிதானமாக அவசரப்படாமல்...

இது கடவுள் செயல்தான். இல்லையென்றால், சென்னையி லிருந்து இந்த பெங்களூர் லிஃப்ட் வரை ஒருவரும் என்னைக் கவனிக்கவில்லையே! எல்லாமே முன்கூட்டியே ஒரு மாயக் காரன் ஏற்படுத்தியதைப் போலல்லவா நடக்கிறது? நானும்

சேர்ந்து இந்தத் தெய்வீகத் திட்டத்தில் இயங்கப் போகிறேன். நானூற்றுப் பதினேழில் இருந்த ஒரு சீருடை சிப்பந்தி காப்பிக் கோப்பையுடன் வெளிப்பட, சட்டென்று முகத்தை அந்தப் பக்கம் திருப்பிக்கொண்டு வெளியே பார்த்தார். அவன் கடந்ததும் காரிடாரில் யாரும் இல்லை என்று தெரிந்து கொண்டு மெள்ள நானூற்றுப் பதினேழாம் எண் கொண்ட அறையின் கதவை அடைந்து மணிப் பொத்தானை அழுத்தினார்.

'ஹூ இஸ் இட்?' என்று குரல் கேட்டது.

'நான்தான் சோமசுந்தரம்.'

'ஒன் மினிட் சார்.'

காத்திருந்தார். ஒரு செகண்ட், இரண்டு செகண்ட். தன் சட்டைக் குள் பொதிந்திருந்த அந்தப் பழுப்புப் பொட்டலத்தைத் தொட்டுப் பார்க்க, உள்ளங்கை இத்தனை காலையில் ஏன் இப்படி வியர்த்திருக்கிறது? நிதானம்... நிதானம் இதுவரை அப்பழுக்கில்லாமல் வந்து விட்டாய். இன்னும் ஒரே ஒரு செயல், ஒரே அழுத்தம், ஒரு விரல் போதும். விரலழுத்தம்... சத்தம் கேட்டால் என்ன... ஏதாவது ஆட்டோ குளிரில் 'பாக் ஃபயர்'ஆகிறது என்றுதான் எண்ணிக்கொள்வார்கள்.

சட்டென்று கதவு திறந்தது. நாகேந்திரன் லேசான மல் ஜிப்பாவும் பட்டு லுங்கியுமாகத் தோன்றினான்.

'ஹலோ சார், எப்ப வந்தீங்க?'

சோமசுந்தரம் மெஷின் போல, 'இப்பத்தான்' என்றார்.

'கமான், லெட் மி டேக் யுவர் பார்சல்.'

'இல்லை... இல்லை.. நான் வெச்சுக்கறேன்.'

'வாங்க சார். உட்காருங்க. உங்களுக்கு ஒரு ஆச்சரியம் காத்திருக் கிறது.'

'அதுக்கு முன்னாடி உங்களுக்கு ஒரு ஆச்சரியம்.'

சோமசுந்தரம் தன் மார்போடு பத்திரப்படுத்தியிருந்த பொட்ட லத்தில் கை வைத்து, துப்பாக்கியை எடுத்து நேராக மூன்றடி தூரத்தில் அவன் மார்பின் மேல் வைத்து அசங்காமல் ஆடாமல்...

'ஏண்டா, பொய் சொல்லி என் பெண்ணைக் கல்யாணம் பண்ணிக் கிட்டியா? ரெண்டு பெண்டாட்டியெல்லாம் சாதாரணமா? உனக்கு? ஏண்டா? ஏண்டா?'

அவன் கண்களில் மிரட்சி தோன்ற அந்தக் காட்சியில் தீவிரம் அனைத்தும் அவனுக்கு உரைக்க, 'வெயிட் எ மினிட் மாமா! மாமா! வெயிட் எ மினிட்! ஸம் மிஸ்டேக்! தப்பாயிருச்சு மாமா. மைகாட்! அனுபமா...!'

அனுபமாவா! தன் பெண்ணின் பெயரைக் கேட்டதும் தயங்கினார்.

அந்த அறையின் பாத்ரூமிலிருந்து கதவு சட்டென்று திறக்க, அனுபமா வெளிப்பட்டாள். உடனே அந்தப் பரபரப்பான நிலைமையை உணர்ந்துகொண்டு, 'அப்பா போடுங்க, கீழே துப்பாக்கியைப் போடுங்க. என்ன இது?'என்று கிறீச்சிட்டாள்.

அந்த அலறலில் சோமசுந்தரத்தின் கவனம் சற்றே கலைய, நாகேந்திரன் சுதாரித்துக்கொண்டு, அவர் கை மேல் பாய்ந்து துப்பாக்கியைப் பிடுங்கி விட்டான்.

'விடு என்னை. கொடு அதை! நான் சுடணும்...! சுடணும்...! இந்தச் சண்டாளனை... இந்தக் கிராதகனை...'

'இந்தச் சண்டாளன், இந்தக் கிராதகன் இப்போ நிசமாகவே உங்க மருமகனாக மாறியாச்சு, மாமா.'

'என்ன?'

'அனு, சொல்லு.'

அனுபமா, 'அப்பா, அவரைக் கணவரா மறுபடி ஏத்துக்கிட்டேன் நான். அவரைக் கொன்னுடாதீங்க. கொன்னு உங்க மகளை விதவையாக்கிடாதீங்க. நான் இவரை ஏத்துக்கிட்டேன்.'

சோமசுந்தரம் பிரமித்துப் போய், 'ஏம்மா? ஏன்?' என்றார்.

'இல்லேன்னா, நீங்க அவரைக் கொன்னுட்டு மாட்டிப்பீங்கன்னு தெரியும் எனக்கு!'

நான்கு விரல்கள்

2

சேகர் என்ற பெயரிலோ அவன் தோற்றத்திலோ எந்த விதமான குறிப்பும் இல்லை. இரண்டு கொலை... ஒரு கொலை முயற்சி செய்தவன் என்று.

அவனைப் பார்த்தால் காப்பாற்ற வேண்டும் போலி ருக்கும். லேசான பரிதாப உணர்ச்சியைப் பார்த்தவர் உள்ளத்தில் எழுப்புவான். நடுத்தர உயரம். வலுவில் லாத புஜங்கள். கண்களில் அடிபட்ட தயக்கம். சிகரெட் குடித்துக் கறுப்பான உதடுகள். பஸ் ஸிலோ, ரயிலிலோ பார்த்தால் அவன் இருப்பதைக் கண்டுகொள்வார்களா என்பது சந்தேகம். அவனின் இந்த அலட்சியமே அவனுக்குக் கவசமாக இருந்தி ருக்கிறது. இரண்டு பெண்களைக் கொலை செய்து இதுவரை தப்பி வந்திருக்கிறான். போலீஸ் அவனை இதுவரை சந்தேகிக்கவில்லை.

முதல் பெண் பெயர் நந்தினி குமார். குமார் என்பது அப்பா பெயர். நாட்டியமெல்லாம் ஆடுவாளாம். மலை மேல் ஏறி என்.ஸி.ஸி. பரிசு வாங்கியிருக்கிறா ளாம். பாவம், கொன்றிருக்கக்கூடாதுதான். அநாவசி யத்துக்குத் திகில் பட்டுக் குழப்பி விட்டாள். இல்லா விட்டால் அவளுடன் இன்னும் மணிக்கணக்காகப் பேசித் தன் மனத்தில் உலவும் எண்ணங்களைக்கூடச் சொல்லியிருக்கலாம். அவளை சேகர் திருக்குறள் போட்டியில் பார்த்தவுடன் தீர்மானித்து விட்டான்! இவள்தான்.

சேகர் எல்.ஐ.ஸி.யில் க்ளார்க்காக இருக்கிறான். பாலிஸிதாரர்களிடமிருந்து புகார் வரும் போதெல்லாம் கம்ப்யூட்டர் ஸ்டேட்மெண்ட் எடுத்து ஏ.ஓ.வின் மேசை மேல் வைக்கும் மந்தமான வேலை. ராயப்பேட்டை சிக்னல் அருகில் ரூம் எடுத்துக் கொண்டு, ஒய்.எம்.ஐ.ஏ.யில் சாப்பிடுவான். எப்போதாவது லஸ் போவான். வீட்டுக்காரருக்குப் பால் பாக்கெட் எல்லாம் வாங்கித் தருவான். சர்க்குலேஷன் லைப்ரரியில் சாவி, குங்குமம், ஸ்டார் அண்ட் ஸ்டைல் எல்லாம் எடுத்துப் போய் பொம்மை பார்ப்பான். விளம்பரங்களை வரிவிடாமல் படிப்பான். 'ஒவ்வொரு கோப்பையும் உரமூட்டும்' என்று அவனிடம் சொன்னால், உடனே நியூட்ரமுல் என்பான். தினம் திருக்குறளில் ஓர் அதிகாரம் தவறாமல் படிப்பான்.

இந்த விநோதமான தகுதிதான் அவனுக்கும் நந்தினிக்கும் அறிமுகத்துக்குக் காரணமாக இருந்தது. அவன் அவளைத் தற்செயலாக ஒரு திருக்குறள் போட்டியில் சந்தித்ததும், அவள் ஆட்டோவுக்குச் சில்லறை கேட்டதும் நமக்கு அதிகம் முக்கியமில்லாத தகவல்கள். இருவருக்கும் ஒருவிதமான சிநேக நெருக்கம் ஏற்பட்டு, கடைசியில் அந்தத் தினம் பின் மாலை கடற்கரையில்... என்ன கேட்டான் அப்படி? ஒரே ஒரு விரல்தானே? அதற்காக ஒ! வேண்டுமா?

'விளையாட்டுக்குத்தானே சொல்றீங்க சேகர்?'

'இல்லை நந்தினி. நிசமாவே உங்க விரல் வேணும்!'

'விரல்னா முழுசா விரல்!'

'ஆமா, முழுசா விரல். உங்கள் ஞாபகார்த்தத்துக்கு.'

'யு ஆர் க்ரேஸி!'

'இத்தனை நாளாச்சா உங்களுக்கு அதைக் கண்டுபிடிக்க!'

'இது ஏதாவது ஜோக்கா சேகர்?'

'இல்லை. ஐ வாஸ் நெவர் மோர் சீரியஸ்.'

அவள் இவனைத் தீர்மானிக்க முடியாமல் மௌனமாகப் பார்க்க, கண்களில் முதல் முதலாகப் பயத்தின் அறிவிப்பு.

'நான் வரட்டுமா சேகர்?'

‘எங்கே போறீங்க. கேட்டதைக் கொடுக்காம?’

‘யு மஸ்ட் பி ஜோகிங்’ கடைசி முயற்சியாக அவனை நோக்கிப் பதற்றத்துடன் புன்னகை செய்து பார்த்தாள்.

‘இல்லை நந்தினி. எனக்கு உங்க விரல் வேணும். அதை எடுத் துக்கத் தயாரா வந்திருக்கேன். பாருங்க சர்ஜிக்கல் கத்தி. அப்புறம் இதப் பாருங்க டிங்க்ச்சர். வாங்க, டயம் வேஸ்ட் பண்ணாதீங்க. ‘அரங்கின்றி வட்டாடியற்றே’ என வள்ளுவர் சொன்னாப்பல...’

‘வரேன்’ என்று எழுந்தவளை, அதைவிட விருட்டென்று கையைப் பிடித்தான்.

‘எங்கடி போறே? என்னை இப்படி ஏமாத்தலாமா?’

‘அய்யோ! பைத்தியம் நீ!’

‘இல்லை. பைத்தியம் இல்லை. இல்லை பைத்தியம்தான். நீங்கள் ளாம் ஒண்ணுதானே ஒண்ணுதானே!’

விடுவித்துக்கொண்டு ஓடினாள்.

‘ஓடறியா ஓடு. மணல்ல ஓடறது ரொம்பக் கஷ்டம். இருந்தாலும் ஓடிப் பாரு! விட்டுப் பிடிக்கட்டுமா ஆனா ஆனா...’

அடிபட்ட கரப்பான் பூச்சி போல ஓடத் தொடங்கினாள். ராத்திரியாக இருந்தாலும் நிலா அப்போதுதான் மஞ்சளாகக் கடல் விளிம்பில் எழுந்திருந்தது. தூரத்தில் கப்பல் விளக்குகள் கும்பல்களாகத் தெரிய, அலை நோக்கிய கரை ஈரத்தை நாடி ஓடினாள். அவளைத் துரத்துவது சேகருக்கு ரொம்ப சுவாரஸ்ய மாக இருந்தது. அவளைத் தொட்டதில்லை. பட்டதில்லை. முதன்முதல் அவள் கையைப் பற்றியதும் மின்சாரம் ஏதும் உணரவில்லை. விரல் தாகம்தான்!

அவளுக்கு ஓடத் தெரியவில்லை. அலையடிக்கும் பக்கம் பொதக்கென்று விழுந்தாள். கடல் பறவை போல கீச்சு கீச்சு என்று கத்தினாள்.

முதல் வெட்டு கழுத்தின் குறுக்கே விழுந்து நிலவொளியில் ரத்தம் குபுக்கென்று கருநீலமாக வந்தது. உடனே மண் ரத்தத்தை உறிஞ்சிக்கொள்ள மிச்சத்தை அலைகள் நக்கின. ‘எத்தனை தடவை சொன்னேன்? பேசாம விரலைக் கொடுத்திருக்கலாமே!

ஒரு விரல் இல்லைன்னா இப்ப என்ன? அநாவசியத்துக்கு உசிரை விட்டியே, நியாயமா? இது என் தப்பா? அவள் அருகில் குனிந்து அவள் இடது கையில் சுண்டு விரலை வெட்டிக் கொண்டு, அதைக் கைக்குட்டையில் சீராக வைத்து மடித்துப் பையில் போட்டுக்கொண்டு, அவள் உதட்டில் முத்தமிட்டபோது கடல் காற்றில் உப்பு கரித்தது. அவள் அருகே ஒன்று என்று எழுதிச் சுழி போட்டான். மெள்ள விசிலடித்துக்கொண்டு நடந்தபோது, அவன் உள்ளத்தில் அந்தப் பிம்பம் குறுக்கிட்டது.

பள்ளிக்கூடத்திலிருந்து திரும்பி வந்தபோது, 'அம்மா என்ன டிபன்? பசிக்குதும்மா. என்ன டிபன்?' கதவைத் திறந்ததும் காலைப் பார்க்கிறான். போன வாரம் புதிதாகப் பொருத்திய மின் விசிறியிலிருந்து தொங்கிய கயிறு, அதன் முடிவில் அபத்தமாகத் தலை சாய்த்துக்கொண்டு அவன் தந்தை கையில் கடிதம் லேசாக ஆட, அம்மா... அம்மா... அம்மா எங்கே?

போகாதப்பா. அங்கே போகாத பையா. கதவிடுக்கில் ரத்தம் தப்பித்துக்கொண்டு சின்ன ஓடையாகச் சேர்ந்துகொள்ள, விரல்கள் மட்டும்... அம்மாவின் நான்கு விரல்கள் மட்டும்...

கடற்கரையில் நடந்து செல்லும்போது அவன் கன்னத்தில் கண்ணீர் உலர்ந்திருந்தது.

காலை செய்தித்தாளை வீட்டுக்காரர் காட்டினார். அலுவலகத்தில் சம்பவத்தைத் தீவிரமாக விவாதித்துக்கொண்டிருந்தார்கள். உமா மகேஸ்வரிதான் காரசாரமாகப் பேசினாள்.

'என்ன ஒரு சொஸைட்டி பாருங்க சேகர். ஒரு பெண்ணுக்கு ப்ரொட்டெக்ஷன்ங்கறதே இல்லை பார்த்தீங்களா?'

'அவள் ஏன் அந்த வேளையிலே சமுத்திரக்கரைக்குப் போகணும்? இப்படிப் பட்டப் பகல்லேயே அடிச்சுர்வாங்களாம்' என்றார் சர்மா.

'ரேப் பண்ணிட்டானா?'

'எப்படிப் பண்ணிட்டானான்னு கேக்கறிங்க? பெண்ணாவும் இருக்கலாமில்லையா?'

'சேச்சே! பொம்பளை இந்த மாதிரியெல்லாம் பாவங்கள் பண்ண மாட்டாப்பா.'

'உங்களுக்குத் தெரியாது சர்மா ஸார்.'

‘ரேப் இல்லை, திருட்டு இல்லை, சும்மா ஒரு கோடு, ஒரு சுழி, ஒரு விரல்.’

‘பாடி எங்கே இருக்கும்?’ என்றாள் உமா.

‘மார்ச்சுவரியிலிருந்து எடுத்திருப்பா பாடியை?’

‘யாராம் அது?’

‘சேகர் அப்ஸெட் ஆயிட்டீங்க போல இருக்கே!’ என்றாள் உமா.

‘இல்லை உமா. பெண்கள் வேலைக்குப் போறதில எத்தனை ரிஸ்க்.’

‘இப்ப என்ன சொல்றீங்க? பெண்கள் வேலைக்குப் போகக் கூடாதுங்கறிங்களா?’

‘ஆமாம். வீட்டிலேயே இருந்திருந்தா சந்தேகம் வந்திருக்காது இல்லையா?’

‘இந்தப் பொண்ணுக்கு நிறைய பாய் ஃப்ரெண்டாம், அவங் களையெல்லாம் விசாரிக்கப் போறாங்களாம்.’

‘போலீஸ்ல கண்டுபிடிச்சிருவாங்களா?’

‘கண்டுபிடிக்கணும்.’

‘சேகர், எனக்கு ஆபீஸ் விட்டுத் தனியாய்ப் போறதுக்குப் பயமா இருக்கு. ஒரு வாரத்துக்கு எனக்குத் துணையா வருவீங்களா?’

‘தாராளமா, உமா எங்கே இருக்கு உங்க வீடு?’

‘பழைய மாம்பலத்துல அயோத்தியா கல்யாண மண்டபம் இருக்கு பாருங்க, அதுக்குப் பக்கத்தில் புதுசா ஒரு காலனி வந்திருக்கு.’

தினம் ஆபீஸ் விட்டதும் உமாவுடன் நடந்து பஸ் நிலையம் சென்று, ‘ஜே’ பஸ் பிடித்து மாம்பலத்தில் இறங்கிக்கொண்டு, பாலத்தைக் குறுக்கு வழியில் கடந்து...

‘இந்த ஒரு ஸ்ட்ரெட்ச்தான் பயமா இருக்கு சேகர்.’

‘பயப்படாதீங்க உமா. நான் இருக்கேன்.’

‘சேகர், நீங்க கல்யாணத்தைப் பத்தி யோசிக்கலையா?’

‘இல்லை.’

‘எங்கம்மா சொல்றா, இவ்வளவு ஒத்தாசையா அன்பா இருக்கார். அவருக்கு நாம் ஏதாவது திருப்பிக் கைம்மாறு மாதிரி பண்ண வேண்டாமாங்கறா?’

‘என்ன கைம்மாறு?’

‘எங்க அக்கா இருக்கா, அவகூட எல்.ஐ.ஸிலதான் மவுண்ட் ரோடு ஆபீஸ்ல வேலை பார்க்கறா. நீங்க அவளைப் பார்த்துப் பேசிப் பிடிச்சுப் போச்சுன்னா... கை வேலையெல்லாம் செய்வா, க்ரோஷா போடுவா, நாப்பது பேருக்குக் கூடச் சமைப்பா, அப்படியே...’

‘உமா, நான் கல்யாணத்தைப் பத்தி யோசிக்கவே இல்லை.’

‘ஏன்?’

‘நான் கல்யாணம் பண்ணிக்கிற டைப் இல்லை.’

‘அப்படி ஏதாவது இருக்கா... யாராவது தங்கை, அக்கா கல்யாணத்துக்கு இருக்காளா? ஏதாவது கமிட்மெண்ட்டா?’

‘இல்லை, நான் தனி ஆசாமி. ரொம்பத் தனி. கமிட்மெண்ட்டுன்னு பார்த்தா இன்னும் ஒண்ணு ரெண்டு காரியம் பாக்கி இருக்கு.’

‘உங்க அப்பா, அம்மாவெல்லாம்...’

‘செத்துப் போயிட்டாங்க ஒரே நாள்ல...’

‘ஐம் ஸாரி... எப்படி ஆச்சு?’

‘அதைப் பத்திச் சொல்ல விருப்பமில்லை.’

‘ஸாரி.’

அடுத்த விரலுக்குத் தாகம் புதன் கிழமையிலிருந்தே அவன் மண்டைக்குள் துருதுருக்க ஆரம்பித்திருந்தது.

ஒரு வாரத்துக்குப் பின் உமா, ‘சேகர் ரொம்ப தாங்க்ஸ். நீங்க தினம் துணையா வந்தீங்க. இனிமே வேண்டாம்.’

‘எனக்கு ஒண்ணும் சிரமமில்லை உமா.’

‘இல்லை சேகர். எனக்கு வேறே ஆள் வந்தாச்சு.’

‘அப்படியா? உமா, ஒரே ஒரு ஹெல்ப் பண்ண முடியுமா?’

‘சொல்லுங்க சேகர்.’

‘எனக்கு ஒரு பொருள் வேணும்.’

‘அதுக்கென்ன, என்ன பொருள்?’

‘உங்ககிட்ட இருக்கிறது, உங்களால் கொடுக்கக் கூடியது.’

‘கொடுக்கிறேன், என்ன சொல்லுங்க சேகர்?’

‘பீச்சுக்குப் போகலாம் வர்றீங்களா? இப்பல்லாம் பீச்சு ஸேஃப் தான். பேட்ரோல் இருக்காம்.’

‘அதுக்கென்ன, நீங்க கூட இருக்கறப்ப எனக்கு என்ன பயம் சேகர்?’

அலைகளுக்கு அருகில் ஈரம் படாமல் உட்கார்ந்தார்கள்.

‘அக்காவைப் பத்திச் சொல்லட்டுமா சேகர்?’

‘வேண்டாம். எனக்குக் கொடுக்க வேண்டியதைக் கொடுத் துடுங்க.’

‘ஏதாவது லவ் கிவ்னு ஆரம்பிக்கப் போறீங்களா சேகர்? கொஞ்சம் லேட். எனக்கு பாய் ஃப்ரண்டு இருக்கான்.’

‘இல்லை உமா, எனக்கு ஒரே ஒரு பொருள்தான் வேணும்.’

‘என்ன?’

‘விரல்.’

‘அதுக்கென்ன... என்ன விரலா?’

‘ஆமாம் உமா. விரல் அவகிட்டேயும் கேட்டேன். கொடுக்க மாட்டேனுட்டா. கொடுத்திருந்தா உயிர் பிழைத்திருப்பா. அவளைக் கொன்னிருக்கவே வேண்டாம்!’

‘என...எவளை?’ என்றாள் நடுங்கும் குரலுடன்.

‘உமா, எனக்குத் தேவையெல்லாம் உங்ககிட்டருந்து ஒரே ஒரு விரல். கொடுத்திட்டா உபத்திரவமே கிடையாது.’

‘என்ன சொல்றீங்க சேகர்?’ என்றாள் உமா. குரல் விகாரப்பட ஆரம்பித்தது. எழுந்தாள்.

‘உக்காருங்க. விரல் இல்லாம நான் திரும்பிப் போறதில்லை.’

‘சேகர், உங்களுக்கு உடம்பு சரியில்லையா என்ன? சேகர், சொல்லுங்க.’

‘உமா கொடுத்திருங்க!’ அவன் கைப்பிடி வலுவாக இருந்தது. ‘ஸர்ஜிக்கல் கத்தி வெச்சிருக்கேன். டிங்க்ச்சர் வெச்சிருக்கேன்!’

‘அய்யோ! பயமா இருக்கு சேகர், என்னை ஒண்ணும் செய்துரா தீங்க. வீடு கட்டறதுக்கு ரொம்ப லோன் எடுத்திருக்கேன் நான். என் அக்கா சம்பாத்தியத்தில்தான் குடும்பமே நடக்கிறது. அஞ்சு ஸிஸ்டர்ஸ் நாங்க...’

‘விரலைத் தர்றீங்களா?’

சட்டென்று எழுந்தபோது அவளைப் பிடித்தான். ‘மணல்ல ஓடறதுன்னாலும் சரி, துரத்தறேன்!’ லேசாகப் பரவியிருந்த இருட்டில் சேகர் அவளை வீழ்த்தி முழங்காலை நெஞ்சில் வைத்து அழுத்தி, கழுத்தில் முதல் கோடு போட்டபோது ரத்தம் சற்று நேரம் பொறுத்து வந்தது.

சேகர் நிதானமான ஈர மண்ணில் ‘இரண்டு’ என்று எழுதி அதைச் சுழி போட்டு விட்டுத்தான், அவளுடைய ஆள் காட்டி விரலை எடுத்துக் கைக்குட்டைக்குள் வைத்து மடித்துக்கொண்டு புறப்பட்டான்.

மண்டைக்குள் இரைச்சல் அதிகமாயிருந்தது. ‘அப்பா! இன்னும் ரெண்டு விரல்ப்பா! ரெண்டு விரல்!’

‘அன்புள்ள சேகர், இந்தக் கடிதம் உனக்குப் புரியும் வயசு ஒருநாள் வரும். அப்போது நீ இதைப் பார்க்க வேண்டும். உன் அப்பன் கோழையில்லை. அவன் செய்த காரியத்தின் பின்னணி உனக்குத் தெரிய வேண்டும். சொந்தப் புருஷனின் கண் முன்னாலேயே மாற்றான் கன்னத்தைத் தடவிக் கொடுத்த விரல்களை என்ன செய்ய வேண்டும் சேகர்? கணவனுடன் படுத்திருந்த அதே கட்டிலில் மற்றவனுடன் கட்டிப் புரண்டவளை அங்கம் அங்கமாக வெட்டாமல் என்ன செய்ய சேகர்?’

‘ஏம்மா அப்படிச் செஞ்சே, இப்ப அப்பா தினம் தினம் வந்து கேக்கறாரில்லை. நாலு விரல் வேணும் வேணும்னு! நான்தான் எடுத்துக் கொடுக்க வேண்டியிருக்கு.’

உமாவின் கைப் பையில் இருந்த ரேஷன் கார்டிலிருந்து அடையாளம் கண்டுகொண்டு, போலீஸார் அலுவலகத்தில் எல்லாரையும் விசாரிக்க வந்தபோது, சேகர் சிறிதும் நிதானம் இழக்கவில்லை.

‘மிஸ்டர் சேகர், ஒரு வாரமா அவங்களை நீங்க வீட்டுக்குக் கூட்டிப் போனீங்களாமே?’

‘ஆமாம்.’

‘அவங்க ஃபாமிலியைத் தெரியுமா?’

‘இல்லை. போன வாரம் சமுத்திரக்கரையில் இதே மாதிரிக் கொலை நடந்திச்சில்லை, அதைப் பத்திப் படிச்சதும் பயந்துகிட்டு என்னைத் துணைக்குக் கூப்பிட்டா.’

‘அப்படியா, குறிப்பா ஏதாவது சொன்னாங்களா? யாராவது துரத்தறதாவோ, பயப்படுறதாகவோ?’

‘இல்லை. ஆனால், பாய் ஃப்ரண்டு யாரோ பெங்களூர்லருந்து வரப் போறதாகவும், அவள் அந்தாளு கூடப் போறதாகவும் சொன்னா.’

போலீஸ் அதிகாரி குறித்துக்கொண்டார். ‘பேர் ஏதாவது சொன்னாங்களா?’

‘ஆமா, அமிர்தசாகர்னு சொன்னாங்க. இன்ஸ்டிட்யுட் ஆப் சைன்ஸ்ல இருக்காராம்!’

எல்லாக் கேள்விகளுக்கும் உண்மையாகப் பதில் அளித்தான்.

போலீஸ் அவனை, ‘நீதான் கொன்றாயா?’ என்று கேட்டிருந்தால், ‘ஆம்’ என்று சொல்லியிருப்பான். கேட்கவில்லை. பதிலாக பெங்களூருக்கு அமிர்தசாகரைத் தேடி ஆள் அனுப்பினார்கள். அவன் மாண்டியா போயிருப்பதாகத் தெரிந்து அங்கே மற்றோர் ஆள் போயிருந்தார். போலீஸ்... சேகரின் உயர் அதிகாரி கோபாலசுவாமியை விசாரித்தது. ‘மிஸ்டர் சேகர் எப்படி? அவருக்கும் கொலைக்கும் ஏதாவது சம்பந்தம் இருக்குமா?’

கோபாலசுவாமி சிரித்து, 'இம்பாஸிபிள் தி மேன் இஸ் எ ஜெம் ஆஃப் எ பர்ஸன். ரொம்பச் சாது...'

'அடுத்த விரல் யாருடையது?' என்று ஜூனியர் விகடன் கேட்டிருந்தது. 'தராசு' நந்தினி, உமா இருவரின் படத்தையும் பக்கத்தில் பக்கத்தில் போட்டு முக ஒற்றுமை இருப்பதைக் குறிப்பிட்டிருந்தது. போலீஸ் கமிஷனர் இன்னும் ஒரு வாரத் துக்குள் குற்றவாளியைக் கண்டுபிடிக்கக் கூடிய சாத்தியக் கூறுகள் இருப்பதாகவும், மெரினா கடற்கரையில் பீட் அதிகரித்திருப்ப தாகவும், பெண்கள் தனியாகப் போக வேண்டாம் என்றும் கேட்டுக் கொண்டிருந்தார். ஏழு மணிக்கு மேல் மெரினாவில் கூட்டமே குறைந்து விடும் அளவுக்குப் பீதி பரவியிருந்தது.

மறுபடி மண்டைக்குள் குரல்கள் கேட்க, திடீர் என்று தீர்மானித்த ஒரு தினம் நேராக சைனா பஜார் பக்கம் போய்க் கொஞ்சம் பிசின் வாங்கிக்கொண்டான். பிளாட்பாரத்தில் நின்று கொண்டு எதிரே நியான் விளக்கை வேடிக்கை பார்த்துக்கொண்டிருந்தபோது, பக்கத்தில் சைக்கிள் ரிக்‌ஷாக்காரர் சுற்றிச் சுற்றி வந்தார். 'சவாரி போகலாங்களா?'

'எங்கே?'

'எங்கே வேணா, காலேஜ் கேர்ல்ஸ் வேணுங்களா?'

'எந்த காலேஜ்?'

'உயிர் காலேஜ், செத்த காலேஜ். அதை அப்புறம் விசாரி வாத்தி யாரே! இப்ப புல்புல் கைமாறுதுல்ல. குடும்பத்தைக் காப்பாத்த வேண்டிய பொண்ணுப்பா. அவங்களுக்கு உதவறதே சமூக சேவை.'

'எத்தனை?'

'அதெல்லாம் அப்புறம் பேசிக்கலாம். உக்காருங்க' என்று இருக் கையைத் தட்டி, 'பழனியாண்டவா போணி' என்றான். மினர்வா தியேட்டரைத் தாண்டிச் செல்லும்போது, 'உள்ளே போனதும் முத்து... என்ன பேரு?... முத்து அனுப்பிச்சார்ன்னு ஒரு வார்த்தை சொல்லிரு. எனக்குக் கிடைக்க வேண்டிய ஊதியம் கெடைச்சுரும்.'

மிளகாய் பஜ்ஜி போட்டுக்கொண்டிருந்த இடத்தில் பெட்ரமாக்ஸ் வெளிச்சம் சுவரில் பூத நிழல்களை உண்டு பண்ண, அதைப்

பார்த்ததும் அவனுள் விரல் வேட்கை அதிகமாகியது. மரப் படிகளைக் கடந்து சாக்குத் திரையைத் திறந்ததும், மூன்றே பேர் அடைந்திருந்தார்கள். இவனை அலட்சியமாகப் பார்த்தார்கள்.

'நீ வா' என்றான்.

அறையில் பல்பு போட்டு விட்டுப் பையன் சென்றதும், சுவரில் இருந்த ரத்தக் கறைகளைப் பார்த்தான்.

'மோட்டுப் பூச்சி! வேறே என்னவோன்னு பயந்துகினியா?'

சேகர் சும்மா இருக்க, அவள் மேலுடையைக் கழற்றி பெஞ்சுப் பலகையில் உட்கார்ந்தாள்.

'எப்படி வேணும் உனக்கு?'

'எப்படின்னா?'

'ச்! எத்தனை பேசியிருக்க வெளியே? யோவ் சின்னராசு, என்ன கிராக்கிப்பா?'

'உயர்தரம்!' வெளியே இருந்து குரல் கேட்டது.

'வாய்யா, வந்து உக்காரு. முத்து அனுப்பிச்சானா? என்னா செய்யறே! வூட்லே பொண்டாட்டி புள்ளைங்கள்ளாம் சுகமா? பீடா போடறியா, கொஞ்ச நேரம் பேசுவமா? இது இன்னாப்பா கத்தி! பென்சில் சீவப் போறியா?'

'இல்லை. எனக்கு உங்கிட்டருந்து ஒரு பொருள் வேணும். அதைக் கொடுத்துட்டா தொந்தரவில்லாம போயிர்றேன்.'

'கேளு. எது வேணாக் கேளு. உனக்குச் சேவை பண்ணத்தான் இருக்கறேன். போறப்ப போட்டுக் கொடு. சின்னராசுக்கிட்டச் சொல்லாம இருந்தா பம்பரமா ஆடுவேன்.'

'எனக்கு வேண்டியதெல்லாம் உன் விரல்தான்!'

'வெரலா? ஓ அந்த டைப்பா நீ, எடுத்துக்க? இன்னா வெரல் வேணும்?'

'நடுவிரல்.'

'அதை வெச்சுக்கினு இன்னா செய்யப் போறே சொல்லு?' என்று தன் தன் விரலைக் காட்டினாள்.

சேகர் கத்தி, டிங்க்ச்சர், பஞ்சை எடுத்தான்.

'ஓஓ... ஓல்டான். இன்னாப்பா நீ வைத்தியனா? கத்தி எடுக்கறே. எதுக்கு இப்ப?'

'உம் பேர் என்ன?'

'ராஜபாக்கியம், ஏன்?'

'ராஜபாக்கியம் உன் விரலை முரண்டு பண்ணாம கொடுத்துட்டா அப்புறம் உபத்திரவம் இல்லை.'

'இன்னாய்யா சொல்றே நீ? சின்ராசு சின்ராசு!' என்று பக்கத்துத் தட்டியிலிருந்து குரல் வந்தது.

'நீ இப்ப இன்னா சொல்றே, புரியறா மாதிரி சொல்லு.'

'எனக்கு ஒண்ணும் வேண்டாம் ராஜபாக்கியம், விரல் மட்டும் போதும். கொஞ்சம்தான் வலிக்கும். கத்தி நல்ல கூர்மை வா. இதுக்காகப் போய் உயிரை விடாதே!' அவள் கையைப் பிடித்த போது கண்ணாடி வளையல்கள் உடைய, 'அய்யோ வுடுய்யா, சின்னராசு! இன்னடா பைத்தியத்தைக் கொணாந்து உள்ளே விட்டீங்க' என்றாள். நெற்றியைச் சுருக்கிக்கொண்டு, 'ஏதாவது விளையாட்டுக்கா சொல்லு, சம்மதிக்கிறேன்.'

'இல்லை, நிசம்தான்.'

'ஏய் சரசு... எங்கடி படுத்திருக்கே?'

'ஏங்க்கா?'

'இங்க ஒரு கஷ்டமர் கலாட்டா பண்றார்னு சின்னராசு கிட்டச் சொல்லு அவசரமா!'

'ஆவ்!' என்று அலறினாள். நம்பிக்கையில்லாமல் தன் கையில் கீறிக் கொட்டும் ரத்தத்தைப் பார்த்தாள். ஒழுகும் குழாய் போல நூலாக, கயிறாக...

'அம்மாடீ அம்மாடீ!'

'பாரு பாக்கியம்! கத்தாத, கத்தக் கூடாது.'

'என்னை விடு, என்னைவிடு.'

'இன்னும் கொஞ்சம்தான், இன்னும் கொஞ்சம்.'

மீறிக்கொண்டு சென்றவளின் கழுத்தில் ஓர் இழு இழுத்தான். இப்போது சுவரில் ரத்தம் சந்தனம் போலத் தெளித்தது. சேகருக்குத் தன் செயல் எதற்கும் அர்த்தம் புரியவில்லை. ஏதோ வேடிக்கை பார்ப்பவன் போலத்தான் அவள் கழுத்தில் கோடிட்டான். பீதியில், பயத்தில் அரை மயக்கத்தில் அவள் வாயடைத்து இருக்க, மிச்ச விரலை வெட்டிக்கொண்டு பையில் பத்திரப்படுத்திக்கொண்டான். அவள் ஆ, ஆவென்று காற்றுக்கு அல்லாட, தடதடவென்று ஓடி வரும் சத்தம் கேட்க, சின்னராசு ஒவ்வோர் அறையாகப் பார்த்துக்கொண்டே வருகையில், இவன் வராந்தா இருட்டில் நடந்து, இருந்த படிகளில் இறங்கி, சந்து கடந்து கூட்டத்தில் கரைந்தான்.

யாரோ ஆம்புலன்ஸுக்கு ஓடினார்கள்.

அடுத்த வாரம்...

முடி திருத்தகத்தை விட்டு வெளியே வந்தபோது வெயில் முகத்தில் அறைந்தது. அலுவலகத்துக்கு லீவு போட்டு விட்டு ஒரு வாரம் எங்கேயாவது கிராமத்தில் போய் இருக்கலாமா? மண்டையில் இரைச்சல் தாங்க முடியவில்லையே? நிறுத்தி விட வேண்டும். நிறுத்தியே ஆக வேண்டும். இம்முறை தப்பித்தது ரொம்பப் பெரிய ஆச்சரியம், நிறுத்தி விடு.

இன்னும் ஒரே ஒரு விரல்.

இல்லை. போதும் நிறுத்து.

மகனே இன்னும் ஒரே ஒரு விரலுடா.

ஒரு மாதத்துக்காவது சும்மா இருக்கலாம். சர்க்குலேஷன் லைப்ரரி பெண்ணை மறுபடி பார்க்க வேண்டும் போல இருக்கிறது.

அதற்காவது-

அறைக்குத் திரும்பு முன் சர்குலேஷன் லைப்ரரியில் நுழைந்து ரீடர்ஸ்டைஜெஸ்ட் பெற்றுக்கொண்டான். புதிதாக லைப்ரரிக்கு வேலைக்குச் சேர்ந்திருக்கும் பெண் அவன் கவனத்தைக் கவர்ந்தாள். அப்படி மென்மையாக, அன்பாக அவனைப் பார்த்தாள். கண்களில் இருந்த அறியாமை, லைப்ரரியின் கார்டுகளை

நாசூக்காக நிரடிய விரல்கள்! நான்கு நாள்களாகத்தான் அவளைக் கவனிக்கிறான். அவளைப் பார்த்தவுடன் மனத்தில் 'இவள்தான், இவள்தான்' என்று சின்னக் குரல் ஒலித்தது.

இவள்தான் என்றால் இவள்தான். உன் நான்காவது விரல்காரி! சேச்சே இவள்தான் என் எதிர்கால மனைவி.

ஒரு விரல்தானே!

சேச்சே! இவளிடம் அல்ல!

'என்ன மிஸ்டர் சேகர், அங்கேருந்து கண் கொட்டாம பார்த்துக் கிட்டு இருக்கீங்க?'

லைப்ரரியில் அதிகம் கூட்டமில்லை. அவள் ஓரத்தில் உட்கார்ந்து கொண்டு செய்தித்தாள் படித்துக்கொண்டிருந்தாள். இவனைப் பார்த்ததும் புன்னகை செய்தாள். இந்தப் புன்னகைதான் அவனை முதலில் ஈர்த்தது.

'நீங்க புதுசா வந்திருக்கீங்களா?'

'ஆமா!'

'புவனான்னு இதுக்கு முன்னாடி இருந்தாங்க, சிரிக்கவே மாட்டாங்க.'

'நான் எதுக்கெடுத்தாலும் சிரிப்பேன்!'

'சிரிங்க, பரவாயில்லை. என்னை மாதிரி முசுடு ஆசாமிங்களுக்கு நஷ்ட ஈடு.'

'ஏன் அப்படிச் சொல்றீங்க, உங்களைப் பார்த்தா அப்படித் தோணலியே?'

'எப்படித் தோணுது?'

'அதிகம் பழக மாட்டீங்க போலத் தோணுது. ரொம்பச் சாது மாதிரித் தோணுது.'

'என்னைப் பத்தித் தெரிஞ்சுக்க வேண்டியது நிறையவே இருக்கு...'

'எக்ஸ்க்யூஸ் மீ?' என்று அவனை விட்டுப் புதிதாக வந்தவரின் புத்தகத்தை வாங்கிக்கொள்ளச் சென்றாள். சேகர் அவளை இங்கிருந்து முழுதாகப் பார்த்தான். இவள்தான்!

பிற்பகல் உணவுக்காகக் கடையைப் பூட்டி, அவள் குடையைப் பிரித்துக்கொண்டு எதிர் பஸ் ஸ்டாண்டில் போய் நிற்பதைப் பார்த்தான். சாலையைக் குறுக்கே கடந்து அவள் அருகில் போய் நின்று, 'ஹலோ' என்றான்.

திரும்பிப் பார்த்துக் கண்களில் உடனே சந்தோஷம் காட்டி, 'ஹலோ எங்கே போறீங்க?' என்றாள்.

'நீங்க எங்கே போறீங்களோ அங்கே?'

'நான் வீட்டுக்குச் சாப்பிடப் போறேன்.'

'ஒரு நாளைக்கு ஒரு மாறுதலுக்கு எங்கூடச் சாப்பிடலாமே!'

அவள் சற்றேதான் யோசித்தாள். 'சரி, ஒரே ஒரு கண்டிஷன்.'

'என்ன?'

'எங்க வீட்டில ஒரு முறை நீங்க வந்து சாப்பிடணும்.'

'சம்மதம். இப்ப நாம எங்கே போகலாம் சொல்லுங்க?'

'நீங்க சொல்லுங்க, பஸ் வந்துகிட்டு இருக்கு.'

'ஆட்டோவில் போகலாம்.'

ஆட்டோ ரிக்ஷாவில் செல்லும்போது அவள் சாலைக் காட்சிகள் அனைத்தையும் ஒரு குழந்தையின் ஆர்வத்துடன் பார்ப்பதைக் கவனித்தான்.

இவள்தான். என் கெட்ட பழக்கங்களை ஒழித்து இவளைத்தான் வரிக்கப் போகிறேன். இவள்தான்.

'மகனே, ஒரே ஒரு விரல்டா! அதை முடித்து விட்டுக் காதல் எல்லாம் பண்ணுடா!'

'போப்பா, ரொம்பத் தொந்தரவு பண்றீங்க. உங்களுக்காக எத்தனை ரிஸ்க் எடுத்துக்கிட்டு, என்னை விடுங்கப்பா.'

'மகனே பொம்பளைங்க விஷம்டா. அவங்களை நம்பாதடா?'

'என்ன யோசிக்கிறீங்க?'

‘ஒண்ணுமில்லை. உங்களைப் பார்த்ததுமே எனக்கு ஒரு மாதிரி, அதை என்ன சொல்றதுன்னே தெரியலை. உங்க பேரு கூடக் கேட்டு வெச்சுக்கலை.’

‘மாலா. உங்க பேரு சேகர். எனக்கு கார்டு லிஸ்ட்டிலிருந்து தெரியும். சேகர்-மாலா! தொடர்கதையில் வர்ற மாதிரி இல்லை? தொடர்கதையில் வர்ற மாதிரித்தான் தயங்கித் தயங்கி பேசறீங்க!’

‘எப்படிப் பேசணும்?’

‘மனசுக்குள்ள ஏதாவது இருந்தா படக்குன்னு சொல்லி ருங்களேன்.’

‘ஏதும் இல்லையே!’

‘அப்ப தொந்தரவில்லை.’

‘உங்ககிட்டே முதல் பொய் சொல்லியாச்சு!’

‘என்ன?’

‘மனசுக்குள்ள ஏதும் இல்லைன்னு சொன்னேன் பாருங்க. அது பொய். என் மனசுக்குள் ஏராளம் இருக்கு. அதை உங்ககிட்டே சொன்னாப் பத்திரமா வெச்சுப்பீங்களான்னு...’ வாக்கியத்தை முடிக்காமல் அவளை ஒரு மாதிரி பார்த்தான்.

‘பத்திரமா வெச்சுப்பனான்னு என் மேல நம்பிக்கை வர்றதுக்கு அறிமுகம், பழக்கம் போதாது இல்லையா?’

‘என்னை சேகர்னு கூப்பிடலாம்.’

‘நீங்க என்னை மாலுன்னு கூப்பிடறதா இருந்தா.’

‘நீங்க சொல்ற மாதிரி தொடர்கதையில வர்ற மாதிரிதான் பேசிக்கிறோம்.’

‘வேற மாதிரி நீங்கதான் பேசணும்.’

‘பேசிறவா?’

‘ம்.’

‘மாலா, உங்களைப் பார்த்த மாத்திரத்திலேயே...’ என்றான் சேகர்.

'காதலா? இதுவும் பக்கா தொடர்கதை டயலாக்.'

'காதல் இல்லை மாலா. ஒரு விஷயம் காட்டணும்னு ஆவல் பொறந்துடுத்து.'

'என்ன விஷயம்!'

'ஒரு கடிதம்.'

'காட்டுங்க.'

'சமயம் வரட்டும். அதுக்கு முன்னாடி ஒரு கேள்வி எப்படி என் கூடக் கூப்பிட்ட உடனே வரச் சம்மதிச்சீங்க?'

'அது, எப்படிச் சொல்றது? சில பேருக்கு, சில வேளையில் இப்படி ஒரு இன்ஸ்டண்ட் நம்பிக்கை வந்துருது. உங்களை லைப்ரரி வாசல்ல ப்ரேம் போட்டாப்ல பார்த்த உடனே இந்தாளு பாவம், இவருக்கு ஏதோ ஒரு விதத்திலே ஒரு உதவி, ஒரு அன்பு, ஒரு வகை பாசம் தேவையா இருக்கு. ஹி நீட்ஸ் ஹெல்ப்னு தோணிச்சு. தப்பா?'

'இல்லை. ஐ நீட் ஹெல்ப் மாலா!'

அடுத்த முறை அவளை வள்ளுவர் சிலையருகில் இருந்த பெருமாள் கோயில் வாசலில் தற்செயலாகச் சந்தித்தான். 'எங்க இந்தப் பக்கம்?'

'ப்ரண்டுக்காக வெய்ட் பண்றேன். நீங்க கோயிலுக்கெல்லாம் போவீங்களா?'

'இல்லை. போர் அடிச்சது, நடந்துட்டு வரலாம்னுட்டு.'

'நீங்க எங்கே இருக்கீங்க?'

'இங்கதான் நடை தூரம், வரீங்களா என் ரூமுக்கு...?'

'தனி ரூம்?'

'ஆமா, பயப்படாதீங்க. தொட மாட்டேன்.'

'சேச்சே? அப்படியெல்லாம் பயம் இல்லை.'

ஒய்.எம்.ஐ.ஏ.யைக் கடந்து உள்ளே போக, பல பிரம்மச்சாரிகள் அவளைக் கண்கொட்டாமல் பார்த்தார்கள். 'பாச்சிலர்ஸ் டென் போல் இருக்கே?'

‘ஆமா. எல்லாரும் என்னைப் போல சாதுங்க. உபத்திரவ மில்லை. உள்ளே வாங்க. ஸாரி நீங்க வரப் போறீங்கன்னு தெரிஞ்சிருந்தா கொஞ்சம் அலங்காரம் பண்ணி ‘வெல்கம் டு மாலா’ன்னு கம்ப்யூட்டர்ல ஒரு ப்ரிண்ட் அவுட் அடிக்க வச்சி, கொண்டு வந்திருப்பேன்.’

‘நீங்கள் கம்ப்யூட்டர்ல வேலை செய்யறீங்களா?’

‘இல்லீங்க, கம்ப்யூட்டர் ஸ்டேட்மெண்ட் தயார் பண்ணி ஏ.ஓ. கிட்ட வைப்பேன், எல்.ஐ.ஸி.யில். உங்க லைப்ரரி வேலை நிரந்தரமானதா? எத்தனை சம்பளம் கொடுப்பாங்க?’

‘இது பார்ட் டைம் வேலை மாதிரிங்க, எங்க அக்காதான் குடும் பத்தில சம்பாதிக்கிறாங்க.’

‘உங்களுக்கும் அக்காவா?’

‘உங்களுக்கும்னா?’

‘எனக்குத் தெரிஞ்ச பொண்ணு ஒருத்தி உமான்னு. அவங்க கூடப் பழகப் போக, அவங்க அக்காவைக் கல்யாணம் கட்டி வெக்கப் பார்த்தாங்க.’

‘பேப்பர் எல்லாம் இரைஞ்சு கிடக்குது?’

‘நீங்க பெருக்காதீங்க. பொண்ணு வரும். உக்காருங்க. மோர் கொண்டு வரச் சொல்லட்டுமா?’

‘வேண்டாங்க, போறேன்.’

‘என்ன அவசரம்?’

‘வீட்டிலே லேட்டா போனா கவலைப்படுவாங்க.’

‘மாலா, எனக்கு முதல்முதலாகச் சொல்ல வேண்டியதைச் சந் தர்ப்பம் கிடைக்கிறதாலே சொல்லிர்றேன். உங்களை எனக்குப் பிடிச்சிருக்கு.’

‘சொல்லிட்டிங்க.’

‘மாலா, நான் ஒரு கடிதத்தை உங்ககிட்டே காமிக்கப் போறேன். யார் கிட்டேயும் சொல்லக் கூடாது. பேரண்ட்ஸ்கிட்ட கூட.’

'காட்டுங்க.'

'நம்பலாமா, உங்களை?'

'நம்புங்க.'

'எனக்குக் கொஞ்சம் முரட்டு சுபாவம். யாராவது நம்பிக்கைத் துரோகம் செஞ்சாக்க கோபம் வந்து கைல கண்டதை...'

அலமாரியில் பேப்பருக்கு இடையில் ஒளித்து வைத்திருந்த அந்தக் கடிதத்தை எடுத்துக் காட்டி, 'இதைப் படிங்க' என்றான்.

மாலா அதைச் சன்னல் வெளிச்சத்தில் படிக்க, அவளை உற்றுப் பார்த்துக்கொண்டிருந்தான்.

'அன்புள்ள சேகர். இந்தக் கடிதம், உனக்குப் புரியும் வயசு ஒரு நாள் வரும். அப்போது நீ இதைப் பார்க்க வேண்டும்...'

கடிதத்தைப் படித்து முடித்தவள் அவனைப் பரிதாபத்துடன் நிமிர்ந்து பார்த்து, 'உங்க அப்பாவா?'

'ஆமா.'

'இறந்துட்டாரா?'

'தற்கொலை பண்ணிக்கிட்டாரு. நான் பார்த்தேன். ஒம்பது வயசு அப்ப எனக்கு மாலா. பள்ளிக்கூடத்திலிருந்து திரும்ப வர்றேன். கைல டிபன் பாக்ஸ். அம்மா அம்மான்னு கூப்பிட்டுக்கிட்டு உள்ளே வரேன். பேன்ல தொங்குது பாடி. அதைவிட ஷாக் இருக்க முடியுமான்னா, அடுத்த அறையில் நான் பார்த்தது! எங்கம்மா கெடக்கா, அவளை இவரு முதல்ல நாலு...' நிறுத்தி அவளைப் பார்த்தான்.

'சொல்லாதீங்க.'

'நாலு வெரலை வெட்டிப் போட்டிருக்கார். கழுத்தில் அப்புறம் வெட்டியிருக்காரு!'

'ஓ மை காட்! சொல்லாதீங்க. பயமா இருக்கு.'

'இப்படிப்பட்ட அனுபவம் ஒரு சின்னப் பையன் மனசை எப்படிப் பாதிச்சிருக்கும் சொல்லுங்க?'

‘கேக்கவே நடுக்கமா இருக்குது சேகர். ஐம் வெரி ஸாரி. நான் என்ன சொல்ல முடியும்? நடந்தை மறந்துருங்க. அவ்வளவு தான்.’

‘மறக்க முடியுமா? மறக்க முடியுமா?’

‘என்ன பண்ண முடியும் சொல்லுங்க, மறக்கறதைத் தவிர?’

‘ஞாபகம் வெச்சுக்கலாம் இல்லை? பழி வாங்கலாம் இல்லை?’

‘என்ன சொல்றீங்க? புரியலை, யாரைப் பழி வாங்கறது?’

‘சமயம் வர்றப்ப சொல்றேன் மாலா.’

‘சரிங்க. என்னைப் பொறுத்தவரையில்... எஸ் எ ஃப்ரண்ட், என்ன உதவி தேவைன்னாலும் தயங்காமல் கேளுங்க.’

‘ஃப்ரண்ட் மட்டும்தானா மாலா?’

‘இப்போதைக்கு அப்படி வச்சுக்கலாமே’ என்று சிரித்து விட்டு, கடிதத்தை அவனிடம் கொடுத்து விட்டுச் சென்றாள்.

மாலாவுக்காக அவன் அடுத்த வாரம் புதிய சட்டை வாங்கிக்கொண்டான். வீட்டிலேயே தினம் ஷேவ் செய்துகொள்ள ஆரம்பித்தான். அன்புள்ள மாலாவுக்கு என்று தினம் கடிதம் எழுதத் தொடங்கி, கொஞ்ச நேரத்தில் அப்பாவின் தற்கொலைக் கடிதத்தின் வாசகங்கள் என்று குழம்பியதால் கடிதம் எழுதும் யோசனையைத் துறந்து விட்டான். அடிக்கடி அப்பாதான் போட்டு உருட்டிக்கொண்டிருந்தார். ‘மகனே பொம்பளைங்களை நம்பாதடா. காலை வாரி வுட்டுடுவாங்க. ஒரு பொம்பளையை நம்பித் தான் நான் இப்ப பேயா உலாத்தறேன். உன் கடமையைச் செய்டா மகனே. இன்னும் ஒரு விரல் பாக்கியிருக்குதில்லை? அதை முடிச்சுட்டு என்ன வேணா காதல் பண்ணிக்க.’

‘இல்லைப்பா. இந்தப் பொண்ணு தங்கம்பா.’

‘எல்லாப் பொண்ணுங்களும் முதல் மூணு நாளைக்குத் தங்கம்டா மகனே. அப்புறம் பித்தளை, அலுமினியம், அப்புறம் மண்ணு. அப்புறம் மலம்.’

‘நீங்கள் போங்க இப்ப, அப்புறம் வாங்க’ என்று காதைப் பொத்திக்கொண்டு தலையைச் சிலிர்த்துக்கொண்டான்.

லஸ் முனையில் மறுபடி மாலாவைப் பார்த்தபோது தான் அவனுக்குச் சமாதானம் ஆனது. மூன்று நாள்களாக அவளைப் பார்க்காமல் இருந்தது சங்கடமாக இருந்தது.

சாலையைக் கடந்து அவள் பின்னால் போய் ஹலோ என்று அழைக்குமுன் பிரேக் போட்டாற்போல் நின்றான்.

மாலாவை மற்றொருவன் தொட்டு அணைத்து, ஒரு காரில் கொண்டு தாங்கலாகச் சென்று உட்கார வைப்பதைப் பார்த்தான். காரைக் கிளப்புவதற்கு முன் மாலாவும் அவனும் ஒருவரை ஒருவர் கண்கொட்டாமல் பார்த்துக்கொண்டு, பேசிக்கொண்டி ருக்க, அவள் அவன் தலையைக் கலைக்க, அவன் சட்டெனக் கன்னத்தில் முத்தமிட முயற்சிக்க, அவள் பின்னால் சாய்ந்து கார் சாவியை எடுத்து முகத்தின் இடையில் காட்டினாள்.

அத்தனையையும் பார்த்துக்கொண்டிருந்தான். 'சொன்னேனே இல்லையா? அவங்க எல்லோருமே அப்படித்தாண்டா, இவளை என்ன பண்ணுவே?'

'இல்லைப்பா, யாராவது அண்ணன், சித்தப்பா பிள்ளை இப்படி இருக்கணும்.'

'சரியாப் பாத்தியா? அண்ணன்னா அப்படிக் காதல் விளையாட் டுங்கள்ளாம் பண்ணுவாங்களா? விரலைக் கவனிச்சியா? எப்படித் தடவிக் கொடுத்தா பாரு. இதேதாண்டா உங்கம்மாளும்...'

'கேட்டுடறேன்.'

'அவ இனிமே வர மாட்டா. அவ்வளவுதான். உன்னைத் தண்ணி தெளிச்சுட்டா! எத்தனை பேர் தொட்ட உடம்பு? எத்தனை பேர்...'

'ஆரம்பிக்காதீங்க.'

'நீயே யோசிச்சுப் பாரு. அடுத்த விரல் எப்ப?'

'அடுத்த விரல், அடுத்த விரல் இந்த மாலாகிட்டயே எடுத்துர் றன்பா' என்றான். அவனுக்கு மூச்சு வாங்கியது. பின்னால் பஸ் பாம் பாம் அலறி 'டேய் சாவு கிராக்கி' என்று அதட்ட ஒதுங்கிக் கொண்டான்.

மாலாவை மறுதினத்துக்கு மறுதினம் லைப்ரரியில்தான் பார்த்தான். வெளியே வந்து குறுக்கே கடந்து பஸ் நிலையத்துக்குப் போனவளை மெள்ள அணுகினான்.

'ஹலோ, என்ன ரெண்டு நாளா ஆளைக் காணோம்' என்றாள்.

சிரித்தான்.

'எங்க வீட்டுக்கு எப்ப சாப்பிட வருவீங்க?'

'பார்க்கலாம்.'

'சேகர், ஏன் ஒரு மாதிரி இருக்கீங்க?'

'ஒண்ணுமில்லை.'

'ஏதாவது மனசுக்குள்ள இருக்குதா சொல்லிடுங்க.'

'மாலா, நான் உங்ககூடப் பேசணுமே?'

'அதுக்கென்ன, இப்பவே உங்க ரூமுக்கு வரவா?'

'இப்பவா?' அவன் கைகள் துருதுருக்க ஆரம்பித்தன. கத்தியை எங்கே வைத்திருக்கிறேன். அலமாரியில்தான் இருக்க வேண்டும். கழுவினேனோ.. அந்த விரல்கள்...

மாலா தன் விரல்களால் தலை மயிரைக் கோதிக்கொண்டாள்.

'வாங்க, உங்க விரல் ரொம்ப அழகா இருக்குது.'

'அரை மணிதான் என்னால இருக்க முடியும். ஒருத்தரைச் சந்திக்கணும்.'

'அரை மணி போதும்.'

மாடி ஏறி அறைக்குள் நுழைந்ததும், 'ரூம் இப்படி அதிகக் குப்பையா இருக்குது. நியூஸ் பேப்பர் படிக்கிறதே இல்லையா நீங்க?'

'நாளைக்குப் படிப்பேன்!' அவள் மெலிதான கழுத்தில் பச்சை நரம்பு தெரிந்தது. இந்த முறை மாறுதலுக்கு இதயத்தைக் கீறிப் பார்க்கலாம். விட்டத்தில் அடிக்கும் ரத்தம்.

‘என்ன மேலே பார்க்கறீங்க?’ கைக்கு அகப்பட்ட காகிதங்களை அடுக்கி வைத்தாள். ‘இது என்ன?’ அந்த மஞ்சள் நிறப் பையை எடுக்கும்போது அதில் ரத்தம் தீற்றியிருந்தது. ‘என்னது இது?’ என்பதற்குள், அதைப் பிடுங்கிக்கொள்ள அவன் முயற்சி செய்தபோது, அது நழுவிக் கீழே மூன்று விரல்கள் சிதறின. அவள் அதில் ஒன்றைக் கையால் எடுத்தவள், பதறிப் போய்க் கீழே போட்டாள். ஏறக்குறைய கறுப்பாக அல்லது கருநீலமாகச் சற்றே பெருத்துப் போய் விரல் போலவே இல்லாமல், ஏதோ மாமிசத் துண்டு போலக் கூட இல்லாமல் ரத்தம் உறைந்து ஒன்றிலிருந்து எலும்பு பிதுங்கிக்கொண்டிருக்க...

மாலாவின் கண்களில் பயம் பரவ, ‘மை காட்! சேகர்! என்ன இது, என்ன இது சொல்லுங்க! என்னவோ வெட்டினாப்பல இருக்குது!’

‘விரல், அது விரல் மாலா. மூணு விரல். நாலாவது விரல் பாக்கி. அதைத்தான் தரப் போறே! சுத்தமா எடுத்துரலாம். சம்மதிச்சா சரி, சம்மதிக்காட்டாதான் உயிரை இழக்க வேண்டி வரும்’ அவன் குரல் கரகரத்தது.

‘என்னை விட்டுருங்க. நான் போறேன். என்னவோ பைத்தியம் மாதிரிப் பேசறீங்க!’

கட்டிலுக்கும் மூலைக்கும் இடையில் மாட்டிக்கொண்டிருந்தாள். இந்தப் பக்கம் அந்தப் பக்கம் நகர முடியாதபடி அவளை மடக்கியிருந்தான்.

‘சேகர், நான் போறேன்.’

‘போக முடியாது. விரல் தியாகம் பண்ணிட்டுத்தான் போகணும்.’

‘ப்ளீஸ், விளையாடாதீங்க.’

‘விளையாட்டே இல்லை மாலா இது. விளையாட்டே இல்லை. தீவிரமான ஒரு இச்சை. மாலா சொல்லுங்க. அப்பா ஆவியா உலாத்தறார். அவரு ஆத்மா சாந்தி அடைய நாலு விரல் கேக்கறாரு. கொடுத்தாத்தான் போவாரு. இல்லேன்னா என் தலை மேலே தொங்கிக்கிட்டு மண்டைக்குள்ள கூவறார். இரைச்சல் தாங்கலை! மாலா! மை டியர் மாலா!’

மாலா இப்போது அவசரமாகக் கட்டிலைக் குறுக்கே கடந்து தன் கைப் பையைச் சேகரித்துக்கொண்டாள்.

சேகர் அவள் கையைப் பிடித்தான்.

'விடுங்க, நீங்க சுத்தப் பைத்தியம். பேப்பர்ல வந்ததே, அந்தப் பொண்ணுங்களையெல்லாம் கொன்னது நீங்கதானா?'

'ஆமாம் மாலா. கொல்லவே விருப்பமில்லை. அவங்க விரலைத் தராம முரண்டு பண்ணாங்க. அதனாலதான் கொல்ல வேண்டி வந்தது. மாலா, உன்னை மன்னிக்கறேன். கார்ல ஒரு ஆண் பிள்ளையோடு பார்த்ததை மன்னிக்கறேன் மாலா. எனக்கு ஒரு விரல் மட்டும் வெட்டிக் கொடுத்துரு!'

'கார்ல பார்த்தது என் கணவன் சேகர்.'

சேகர் அலமாரியிலிருந்து அந்தப் பளபளக்கும் கத்தியை எடுத்து, அதை அசைத்துக் கொண்டே, 'கணவன்னா, முன்னாலேயே சொல்லணுமில்லே!' என்றான்.

'நீங்க கேக்கலையே, கேக்கலையே.'

'கேக்கணுமா? ஏண்டி கட்டின புருஷனை விட்டுட்டு எங்கூடச் சரசமாட வந்தியா? உம் மாதிரி ஆளுங்களைத்தான் தீர்க்கணும்னு எங்கப்பா அடிக்கடி சொல்லிக்கிட்டு இருக்கார்!'

'சேகர் யூ ஆர் மேட். யூ நீட் ட்ரீட்மெண்ட்! பைத்தியம் உனக்கு.'

'இல்லை. இப்பத்தான் தெளிவு. எங்கப்பா சொன்னது அத்தனையும் நிசம். கொடுத்துரு.'

மாலாவின் கையைப் பற்றி அவள் விரலின் குறுக்கே வெட்டு முன், மாலா தன் கைப்பையிலிருந்து துப்பாக்கியை எடுத்து, அவனை விலாவின் அருகில் சுட்டு விட்டாள்.

பிரமிப்பு தாங்காமல், வாயைத் திறந்து அப்படியே தள்ளாடி விழுமுன் சேகர், 'சுட்டியா? சுட்டியா என்னை?' என்றான்.

அவள் எதிரே லைப்ரரிக்குச் சென்று அங்கிருந்து போன் செய்தாள். 'ஸார், நான் இன்ஸ்பெக்டர் மணிமாலா பேசறேன். ஸார்... இவன்தான்... ஊர்ஜிதமாயிடுச்சு. விரல்லாம் இருக்குது... ஆமாம். நம்பவே முடியலைதான். என்னைத் தாக்க

வரச்சே, தற்காப்புக்காகச் சுட வேண்டி வந்தது... இல்லை விலாவில் 'க்ராஸ்' பண்ணியிருக்குது குண்டு, உடனே ஆம்புலன்ஸுக்குச் சொல்லிருங்க. வெய்ட் பண்றேன் ஸார். லைப்ரரியிலே வேலைக்குச் சேர்ந்த மாதிரி நடிச்சு நம்பிக்கை ஏற்படுத்திக்கிட்டேன் ஸார், தாங்க்யூ ஸார்! எல்லாம் நீங்க கொடுத்த பயிற்சி...!'

ஒருநாள் மட்டும்...

இத்தனை வருடங்களுக்குப் பின் பவானியின் அடையாளம் கண்டுகொள்வதில் விஜயசாரதிக்குச் சிரமம் இருக்கவில்லை, அவளுடைய ஆதார அடையாளங்கள் ஏதும் கரையவில்லை. அதே உதடுகள் - கொஞ்சம் அழுத்தமாகத் தூக்கலாக, ஆணவமாக, கண்களில் அதே தூரம். உடம்புதான் சற்றே சதை போட்டுப் பூசலாக இருந்தாள். தலையில் ஓரிரு நரை மயிர் தோன்றத் தொடங்கினாலும் இன்னமும் அழகாகவே இருந்தாள்.

'பவானி, வாட் எ சர்ப்ரைஸ்! உங்களை - உன்னை இங்க போய்ச் சந்திப்பேன்னு கனவில கூட எதிர்பார்க்கலை.'

'எனக்கும்தான்... சாரதின்னு கூப்பிடலாமில்லையா?'

இடம்: டெல்லியின் ஷெராட்டன் ஓட்டலில் ஒரு கருத்தரங்க அறையில், இரண்டாயிரம் கி.பி.க்குப் பிறகு நம் நகரங்களின் போக்குவரத்து எப்படி இருக்கப் போகிறது, எப்படிப் பரிபாலிப்பது என்பது பற்றிக் கருத்தரங்கு. கலந்துகொண்டவர்களில் பாதிப் பேர் கி.பி. இரண்டாயிரத்தில் உயிருடன் இருப்பார்களா என்பதே சந்தேகம்.

③ 'பவானி, உனக்கும் இந்த செமினார்க்கும் என்ன சம்பந்தம்?'

'என் கணவர்தான் டாக்டர் ராஜேஸ்வர்.'

'டாக்டர் ராஜேஸ்வர், தி யூ என் எக்ஸ்பாட்?'

'ஆம். ராஜுவுடன் தொத்திக்கொண்டு வந்து விட்டேன். பம்பாயில் போர் அடித்தது.'

'ரொம்பச் சந்தோஷம். உன்னைப் பார்த்தது இந்த டெல்லி நகரத்தையே பளிச்சென்று ஆக்கி விட்டது. இந்த ஓட்டலில் தான் தங்கியிருக்கீங்களா?'

'ஆமாம், வாருங்கள். என் கணவரை அறிமுகப்படுத்தி வைக்கிறேன்.'

'அதெல்லாம் அப்புறம். முதலில் சிதம்பரத்தில் நாம் பிரிந்ததிலிருந்து 'முன் கதைச் சுருக்கம்' வேண்டும்.'

'அதிகம் சுவாரஸ்யமில்லை.'

இருவரும் 'லாபி'யின் மெத்துமெத்தென்ற இருக்கைகளில் உட்கார்ந்தார்கள். வெள்ளைக்காரர்கள் கேமராவுடன் கண்களில் தாஜ் மகால் ஆர்வத்துடன் அரை டிராயரில் உலவிக்கொண்டிருக்க, அவர்களின் பெண்டாட்டிகள் டெல்லி வெயில் தந்த பொன் வறுவல் சருமத்துடன் பின்தொடர்ந்து கொண்டிருந்தார்கள்.

சாரதி அவளைக் கண் இமைக்காமல் பார்த்தார்.

'நீ அதிகம் மாறலை பவானி... சொல்லு, வாழ்க்கையில என்னவெல்லாம் புதுசு?'

'புதுசு ஏதும் இல்லை, சாரதி.'

'கடைசியா உன்னை எப்பப் பார்த்தேன்? உங்கப்பா என்னைக் கழுத்தைப் பிடிச்சுத் தள்ளாத குறையா வெளியே அனுப் பிச்சாரே...'

அவள் கண்களில் லேசாக வருத்தம் தோன்ற, நேர்ப் பார்வையைத் தவிர்த்தாள்.

'அந்த கலாட்டாவெல்லாம் ஆகி நீங்க புறப்பட்டுப் போன போது எனக்கு ரொம்ப வேதனையா இருந்தது. பூனாவுக்கு அத்தை வீட்டுக்குப் போய் ரெஸ்ட் எடுத்துக்கிட்டேன். அந்த

வருஷமே எனக்குக் கல்யாணம் தீர்மானம் ஆனது. பக்கத்து வீட்டில் ராஜு வந்திருந்தார் ஏதோ லெக்சருக்காக. என்னைப் பார்த்த உடனே தீர்மானிச்சுட்டார். நானும் அப்ப ரொம்பக் குழப்பத்தில் இருந்தேனா, சம்மதிச்சுட்டேன். அவ்வளவு தான். அறுபத்தைந்தில் கல்யாணம் பண்ணி, அறுபத்தாறு அறுபத்தெட்டில் குழந்தைகள்...'

'பேரு?'

'நரேன், விஜி. அதுக்கப்புறம் எம்ஃபில் பண்ணினேன். அவரோடு அமெரிக்காவில் சபாட்டிக்கல் போயிருந்தோம். அப்புறம் அப்பா, அம்மா ரெண்டு பேரும் அடுத்தடுத்து தவறிப் போயிட்டாங்க. சிஸ்டர் ஒருத்தி கான்ஸர்லே போயிட்டா. நான் ஹிஸ்ட்ரக்டமி பண்ணிக்கிட்டேன். என் பொண்ணு ஜனாதிபதிகிட்ட ஸ்கவுட் பரிசு வாங்கினா. இவருக்குப் பட்னாகர் அவார்டு கிடைத்தது. எல்லாம் மந்தமான விவரங்கள். சாரதி, நீங்க சொல்லுங்க. எப்படி யிருக்கீங்க? கல்யாணம் பண்ணிக்கிட்டிங்களா?'

'எனக்கு எழுபதில் கல்யாணம் ஆச்சு.'

'உறவு?'

'ஆமாம். எப்படித் தெரியும்?'

'இல்லை. அப்பவே சொல்லிட்டு இருப்பீங்க, உறவில நிறையப் பொண்ணுங்க இருக்கிறதா!'

'ஞாபகம் வெச்சிருக்கியா?'

'மறக்கலை' என்றாள். பார்வை சரிந்து ஒரு கணம் கண்களில் வருத்தம் தெரிந்தது.

விஜயசாரதிக்கு அந்தக் காட்சி நினைவில் வெளிச்சமிட்டது.

'ஏம்பா, என் பொண்ணைக் கல்யாணம் பண்ணிக்கிறதுக்கு உனக்கு என்ன தகுதி? படிப்பு முடிக்கலை. இன்னும் ஒரு பார்ட் பாக்கியிருக்குங்கறே. வேலை இல்லை. எங்க ஜாதியும் இல்லை. எப்படி உனக்கு நான் என் பெண்ணைக் கொடுக்க முடியும்? சொல்லு?'

'படிப்பு முடிச்சுருவேன் ஸார். வேலைக்கு நிச்சயம் போவேன்சார்.'

'அதுவரைக்கும் நாங்க பொண்ணுக்குக் கல்யாணம் செய்யாம காத்திருக்கணுங்கறியா?'

'ஒரு ஆறு மாசம் ஸார். நீங்க பவானியையே கேளுங்க ஸார். எப்பவாவது அவகிட்ட தவறான முறையிலே நடந்துக்கிட் டிருக்கனான்னு கேளுங்க ஸார்.'

'அவள் இப்பக் குழப்பத்தில இருக்கா.'

'அவங்கூட என்னங்க பேச்சு? பாருப்பா, உனக்கு எங்க பொண்ணைக் கொடுக்க முடியாது. கொடுக்க முடியாது. எதுக்காக எங்க பின்னாடி சுத்தறே!'

'நீ என்ன பண்றே? பரீட்சை பாஸ் பண்ணி, வேலைக்குப் போய்க் கடிதம் எழுது.'

'அதுவரை காத்திருப்பீங்களா ஸார்?'

'பார்க்கலாம்.'

'ஒரு நிமிஷம் பவானி கூடப் பேசலாமா?'

'நோ.'

'என்ன பார்க்கறீங்க?'

'உங்கப்பா அன்னைக்கு உங்கூட ஒரு வார்த்தை பேச விடலை.'

'இறந்து போறதுக்கு முன்னால வருத்தப்பட்டார். சாரதிக் காகக் காத்திருந்திருக்கலாம் பவானி. அவசரப்பட்டுட்டேன். மன்னிப்பியான்னு கேட்டார்.'

'அதுக்கு நீ என்ன சொன்னே?'

'மன்னிக்கிறதும் மன்னிக்காம இருக்கறதும் இப்ப அர்த்தம் இழந்து போச்சு, ரொம்ப லேட்டுன்னேன்.' இயல்பாகச் சிரித்தாள். 'இதோ என் கணவர் வரார் பாருங்க. சிஷ்ய கோடிகள் புடைசூழ... அவர்கிட்ட முன்னமேயே என்னைத் தெரியும்னு சொல்லாதீங்க.'

‘ஏன்?’

‘அவர் ஒரு மாதிரி, ஜெலஸ்.’

பவானியின் கணவர் ஏறக்குறைய பவானியின் அப்பா போல இருந்தார். தலை முழுக்க மயிர் இருந்தாலும் அத்தனையும் பொலவென்று நரைத்து, வெள்ளிக் குல்லா போல இருந்தது. கண்ணாடிக்குப் பின் கண்கள் சின்னதாகத் தெரிய, புன்னகையில்தான் வசீகரம் இருந்தது.

‘ஹாய் யங் லேடி.’

‘ராஜு, இவர் பேர் விஜயசாரதி, எங்க ஊர்க்காரர்.’

‘அப்படியா? நைஸ் மீட்டிங் யூ. பவானி, சாயங்காலம் டேராடூன் போறோம்.’

‘எதுக்கு?’

‘ஓ.என்.ஜியில் கூப்பிட்டிருக்காங்க.’

‘நானும் வரணுமா?’

‘ஆமாம்.’

‘கமிங் ஃபர் லஞ்ச்?’ என்று அவளை இழுத்து அனாவசியமாக அணைத்துக்கொண்டு, ‘எக்ஸ்க்யூஸ் மி’ என்று ஏறக்குறைய அவளைத் தாங்கிக்கொண்டு சென்றார்.

பவானி லாபியில் படிகளில் ஏறும்போது ஒருமுறை திரும்பிப் பார்த்தாள். விஜயசாரதிக்கு வயிற்றில் ஒரு பொறாமை ஊசி தொட்டது. இனி அவளைத் தன் வாழ்க்கையில் மறுபடி எப்போது பார்க்கப் போகிறோமோ என்று மலைப்பாக இருந்தது. மெள்ள நடந்து அறைக்குச் சென்றார். சென்றதுமே ‘ரூம் சர்வீ’ஸை அழைத்து ஸ்காட்ச் ஆணையிட்டார். டெலிவிஷனில் அர்த்தமற்ற படம் ஓடிக்கொண்டிருக்க, சன்னல் திரையை விலக்கி மவுனமாக இயங்கும் தலை நகரத்தைப் பார்த்தார்.

பவானி உன்னை அடைய வேண்டுமென எத்தனை கடுமையாக உழைத்தேன்! நீதான் என் ஆதர்சமாக, குறிக்கோளாக இருந்தாய். பி.ஏ. முடித்து எம்.பி.ஏ. செய்து வேலை

கிடைத்த உடனேயே தந்தி அடித்து அடுத்த ரயிலிலேயே புறப்பட்டு...

'என்னது! கல்யாணம் ஆயிடுச்சா?'

'ஆமாப்பா. இன்விடேஷன் அனுப்பச் சொன்னேனே வரலை?'

'என்ன ஸார், கொடுத்த வாக்கைத் தவறிட்டீங்களே?'

'என்னப்பா வாக்குக் கொடுத்தேன்? நீ வேலை கிடைச்சு வர்ற வரைக்கும் காத்திருக்கோம்னு யாராலயும் சத்தியம் பண்ணிக் கொடுக்க முடியுமா சொல்லு?'

'பவானி ஒப்புத்துக்கிட்டாளா ஸார்?'

'சந்தோஷமா... யங் மேன், நான் சொல்றதைக் கேளு. இதையே உன் வாழ்க்கையில் ஒரு உந்து சக்தியா வெச்சுக்கிட்டு வேற பொண்ணைப் பார்த்துக் கல்யாணம் பண்ணிக்கிட்டு, சந்தோஷமா இருப்பா. அழாதே. எதுக்கு அழறே?'

ஸ்காட்ச் வந்ததும் சொற்பமே சோடா சேர்த்துக்கொண்டு ஐஸ் கட்டிகள் குலுங்க, முதல் உறிஞ்சலில் அந்தத் தங்கம் திரவம் உள்ளுக்குள் சரடு போல இறங்க... விரக்தியில் பிரேமாவை மணம் செய்யச் சம்மதித்து...

'எங் கூட ஏன் பேச மாட்டீங்கறீங்க?'

'ஓ...'

'ஏதாவது கோபமா?'

'இல்லை.'

'பின்னே ஏன் பேச மாட்டேங்கறீங்க?'

'என்ன பேசறது?'

'புதுசா கல்யாணம் பண்ணவங்க நெறையப் பேசுவாங்கன்னு படிச்சிருக்கேன்.'

'எல்லாம் தப்பு.'

என்ன ஒரு கோழை நான்! எனக்கும் பவானிக்கும் விருப்பம் இருந்தும், அன்பு இருந்தும் தைரியமின்றி, விதியை மாற்றத் தெரியாமல் விதியை ஒப்புக்கொண்டு...

பவானியை இனி நான் எப்படி, எப்போது சந்திக்க முடியும்? இரு வேறு உலகங்களில் வாழ்கிறோம்...

டெலிபோன் மணிஅடித்தது. எடுத்து 'எஸ்' என்றார்.

'சாரதி?'

'யாரு?'

'நான்தான் பவானி. என்ன பண்றீங்க?'

டெலிபோனில் பவானியின் குரல் கேட்டதும் விஜயசாரதிக்கு ஒரே ஆச்சரியம்.

'பவானி! டேராடூன் போகலை?'

'போகலை. போர்! ஒரு நாளைக்குப் போயிட்டுத் திரும் பறதிலே அர்த்தமில்லை. அவர் மட்டும் போயிருக்கார். கார்ல இடம் இல்லை. நல்ல வேளை.'

'அப்ப நீ இப்ப ஃப்ரீயா?'

'ஆமாம்.'

விஜயசாரதிக்கு உடல் முழுவதும் ஒரு சிலிர்ப்பலை உண்டானது.

'பவானி, இங்க வர்றியா?'

'எங்க?'

'எங்க ரூமுக்கு?'

'வேண்டாம். லாபிக்கு வாங்க. பேசிக்கிட்டு இருக்கலாம்.'

'பத்து நிமிஷத்தில் வர்றேன்.'

அவசரமாகத் தன் கிளாஸைக் காலி பண்ணி விட்டு, பாத்ரூமுக்குச் சென்று கண்ணாடியில் பார்த்துக்கொண்டார். காதருகில் நரைத்திருந்ததை வாக்ஸ் போட்டுக் கறுப்பாக்கிக்

கொண்டு, முகம் கழுவி சட்டை மாற்றிக்கொண்டார். லேசான அயல் நாட்டு பர்ஃப்யூமைக் காதருகில் தொட்டுக்கொண்டு கிளம்பினார். நடை துள்ளி, வாயில் சீட்டி பொருத்திக் கொண்டது. லிஃப்ட்டிலிருந்து வெளிப்பட்டதுமே பவானியும் உடை மாற்றியிருப்பதைக் கவனித்தார். மெலிதான நீல நிறத்தில் நேர்த்தியான உடை உடுத்தி, அந்தப் பொருத்தமே பாதி வயதைக் குறைத்திருந்தது.

'போகலையா?'

'என்ன போர், எப்பப் பார்த்தாலும் எனர்ஜி, எக்காலஜிதான் ராஜுவுக்கு. நான் டெல்லியிலேயே இருக்கேன். ஆர் யூ ஃப்ரீ சாரதி?'

'நிச்சயம்.'

'செமினார் பாக்கி இருக்கு இல்லை.'

'கோலி மாரோ. பவானி, உன்னைச் சந்திக்கறதை விட முக்கியமான காரியம் இல்லை எனக்கு இப்ப!'

'அப்படியா?' என்று சிரித்தாள். 'நீங்க கூட அதிகம் மாறலை சாரதி.'

'தொப்பை?'

'அப்படிப் பெரிசா தெரியலை.'

'மூச்சைப் பிடிச்சுக்கிட்டு இருக்கேன்.'

'ட்ரிங்க்ஸ் சாப்பிடுவிங்க போல...'

'எப்படிச் சொல்றே?'

'லேசானா ஸ்காட்ச் வாசனை.'

'நெர்வஸ் கொஞ்சம்.'

'எதுக்காக?'

'உன்னைத் தனியா பார்க்கறதில.'

'இப்படியே பேசிக்கிட்டு இருக்கறதா உத்தேசமா?'

‘லெட்ஸ் கோ அவுட்!’

‘எங்கே?’

‘எங்காவது.’

லாபி மானேஜரிடம் காருக்குச் செல்லும்போது அவர், ‘முழு தினம் ஏஸி கார் - தேர்ந்தெடுத்த ஸ்தலங்களுக்கு விஜயம் - அருமையான சாப்பாடு - என்று ஒரு டீலக்ஸ் யாத்திரைப் பொட்டணம் தருகிறோம், வேண்டுமா?’ என்றார்.

‘எத்தனை செலவு ஆகும்?’

‘அதைப் பற்றி உனக்கு என்ன... ஓகே’ சம்மதம் தெரிவித்து விட்டார் சாரதி.

காண்டெஸ்ஸா காரில் ஏறிக்கொண்டபோது, அதன் கதவுகள் கறுப்புக் கண்ணாடி அணிந்திருந்ததே சாரதிக்குக் குளிர்ச்சியாக இருந்தது.

‘நீங்க நிறைய சம்பாதிப்பீங்க போலச் சாரதி?’

‘ஆமாம். பரவாயில்லாம சம்பாதிக்கறேன்.’

‘மன்னிக்கவும். உங்களைப் பற்றி விவரமே கேட்கலை. எத்தனை குழந்தைகள் உங்களுக்கு?’

‘ரெண்டு பெண்கள்.’

‘என்ன பண்றாங்க ரெண்டு பேரும்?’

‘ஒருத்தி ப்ளஸ் டூ. மற்றொருத்தி டென்த்.’

‘நைஸ். உங்க மனைவி எது வரைக்கும் படிச்சிருக்காங்க?’

‘நம்மைப் பத்திப் பேசலாமே!’ என்று அவள் கையைப் பற்றினார். முதலில் தடுத்தாள். சாரதி பிடிவாதமாகப் பற்றிக் கொண்டு இருக்க, ‘இந்தத் தைரியம் அப்ப இருந்திருக்கணும் உங்களுக்கு.’

‘கடைசியா பவானி, உன்னை எப்பத் தொட்டேன்? ஞாபகம் இருக்கா?’

‘சிதம்பரம் கோயில்ல திருவிழாவின்போது.’

‘தீப்பந்த வெளிச்சத்தில் உன் முகத்தைப் பக்கவாட்டில் பார்த்ததை என் நெஞ்சிலே செதுக்கி வெச்சிருக்கேன் பவானி.’ ஏஸி மென்மையும் லேசான பாப் இசையுமாக கார் கனவு போலச் சென்றது. பவானி சீட்டின் ஓரத்தில் உட்கார்ந்திருந்தாள்.

‘கிட்ட வா பவானி.’

‘டிரைவர்...’

‘டிரைவர், வாட் யுவர் நேம்?’

‘ஜீ, மேரா நாம் ராம்பிரகாஷ் ஜனாப்.’

‘இந்திக்காரன்’ என்று அவள் கையை அழுத்தினார். ‘பவானி! ஆர் யு ஹாப்பி!’

‘நீங்க?’

‘இப்ப இந்தக் கணத்தில் ரொம்பச் சந்தோஷமா இருக்கேன். நாம கல்யாணம் பண்ணிக்கிட்டிருக்கணும் பவானி.’

‘இன்னும் பத்து வருஷம் போகட்டும்’ என்று சிரித்தாள்.

‘சே! தைரியம் இல்லாத கோழையா இருந்துட்டேன். படிப்பும் முடியலை. வேலையும் இல்லை. எப்படித் தைரியம் வரும் சொல்லு? பவானி நீயாவது எதிர்த்திருக்கலாம். ரெண்டு பேரும் ஓடிப் போயிருக்கலாம்.’

‘எனக்குத் தைரியம் வரலை, சாரதி.’

‘ஏமாற்றங்கள்!’

‘எம் பொண்ணு ரொம்பத் தைரியம்.’

‘என் பெண்கள் ரெண்டு பேரும் என் கண்கள் மாதிரி. ஐ அடோர் தம்.’

‘போட்டோ இருக்கா?’

‘இல்லை. அனுப்பறேன்.’

‘வேண்டாம்’ என்றாள் பயந்து போய்.

‘ஏன் பவானி?’

‘சாரதி, சரியாகக் கேட்டுக்கங்க. நாம இரண்டு பேரும் இனி மேல் சந்திக்கப் போறதில்லை. சந்திக்க முயற்சி பண்ணவும் போறதில்லை.’

‘யார் சொன்னா? உன்னை நான் விட மாட்டேன்.’

‘டோண்ட் பி ஸில்லி! காரை நிறுத்தச் சொல்லுங்க. நான் இறங்கிக்கறேன்’ அவள் குரலில் நடுக்கம் இருந்தது.

‘என்ன பவானி இப்படிப் பயப்படறே?’

‘சாரதி, நாம ரெண்டு பேரும் தற்செயலாகச் சந்திச்சோம். இப்ப டேராடூன்கூட அவர் மட்டும் தனியாப் போகும்படியா தற்செயலாத்தான் ஏற்பட்டது. அதனால...’

‘அதனால?’

‘இதை இந்தத் தற்செயல் அளவிலேயே வெச்சுக்கலாம். மேலும் சிக்கலாக்கக் கூடாது.’

‘ஏன்?’

‘உங்களுக்கு வயசுக்கு வந்த பெண்கள், மனைவி இருக்கா. எனக்கும் கல்யாணம் ஆகி மகன், மகள், கணவன்னு ஒழுங்கா ஒரு வாழ்க்கை இருக்கு. சமூகத்தில் ரெண்டு பேருக்குமே வேற பொறுப்புகள், வேற வேலை இருக்கு. ஒரு காலத்தில நாம ரெண்டு பேரும் ஒருத்தரை ஒருத்தர் விரும்பி நம்ம ஆசை நிறைவேற முடியாம போய்டுத்து. அதோட சரி. ஃபுல் ஸ்டாப்.’

‘அப்படின்னா இந்தத் தினம்?’

‘இந்தத் தினம் ஒரு... ஒரு சின்னக் கனவு தினம் போல ஒரே ஒரு நாளைக்கு விதி. ஒரு செமினார் வடிவத்தில் நம்மைச் சேர்த்து வெச்சது. அவ்வளவுதான்.’

கார் பழைய கோட்டையில் நிற்க, ஓர் இளம் பெண் அவர்களுக்கு ஓடி வந்து மாலை போட்டாள். பானம் பருகி விட்டுக் கோட்டையை அடுத்த புல்வெளியில் நடந்தார்கள். வண்ணக் குடையின் கீழ் ராஜஸ்தான் சிறுவன் பெரிய

முண்டாசு கட்டி, இசைக்கு ஏற்பத் துடிப்புடன் ஆடினான். அந்தப் பெண் அவள் அருகே வந்து சாரதிக்கும் முண்டாசு கட்டி விட்டாள்.

'காசு கொடுத்தால் என்னவெல்லாம் பணிவிடை பார்' என்றார்.

எதிரே உட்கார்ந்திருந்த பவானியின் கன்னத்தைத் தடவிக் கொடுத்தார். அவளருகில் நாற்காலியை நெருக்கமாக்கிக் கொண்டு தோளோடு அணைத்தார்.

'போகலாம். யாராவது பார்க்கப் போறாங்க.'

'பார், ஒரு ஃபர்லாங்குக்கு ஈ, காக்கா இல்லை. டிவைன், டிவைன்' என்றார்.

'நோ செக்ஸ் ப்ளீஸ். நம் சிநேகம் அதற்கு அப்பாற்பட்டதாக இருக்க வேண்டும்.'

அவள் தள்ளி நாற்காலியைப் போட்டுக்கொண்டு உட்கார்ந்தாள்.

'ஏன் பவானி?'

'மகள் ஞாபகம் வருகிறது.'

'கமான். இன்னைக்கு மட்டும் நமக்கு வேறே யாருமே உறவில்லை. கணவனில்லை, மனைவியில்லை, மகனில்லை, மகளில்லை. நான், நீ, இந்தப் பழைய கோட்டைப் புல்வெளி அத்தனைதான். பவானி இது நம் வாழ்க்கையில ஒரு தனித் தீவுபோல.'

'போகலாம்.'

'அதற்குள்ளா?'

'எனக்கென்னவோ குற்ற உணர்வாக இருக்கிறது.'

சாரதி சற்று ஏமாற்றத்துடன், 'அப்படியானால் சரி' என்றார்.

காரில் மோத்தி மஹால் செல்லும்போது இருவரும் பேசவே இல்லை. சாரதி கண்ணாடிக்கு வெளியே பார்த்துக் கொண்டிருந்தார். சற்று நேரத்தில் அவளே அவர் புஜத்தைப் பற்றி, 'கோபமா?' என்றாள்.

'வருத்தம்.'

'ஏன்?'

'கிடைத்திருப்பது ஒருநாள், அதை வீணாக்குகிறோமே என்று.'

'என்ன செய்ய வேண்டும்?'

'உன்னை முத்தமிட வேண்டும்.'

'ஆளைப் பாரு' என்றாள்.

'கன்னத்தில்.'

லேசாக முத்தமிட்டதும், 'போதும் எனக்கு' என்றார்.

வெண்ணெய் போல சிக்கன் சாப்பிட்டார்கள் மோத்தி மஹாலில். அங்கிருந்து ஜும்மா மஸ்ஜித் சென்றார்கள். புறாக்களை மற்ற டூரிஸ்டுகளிடம் விரட்டி விட்டு அரியானா எல்லையில் இருந்த ஹிஸ்ஸார் கிராமத்தில் நடந்த ஒரு வண்ணத் திருவிழாவில் கலந்துகொண்டார்கள். வெள்ளைக்காரன் ஒருவன் அவர்களை போலராய்டில் போட்டோ எடுத்து உடனே பிரதி போட்டுக் கொடுத்தான். பவானி அரியானா பெண்கள்போல் அங்கி அணிந்துகொண்டு ஆடினாள்.

திரும்பும்போது பவானி காரில் சாரதியின் கையை இறுகப் பற்றிக்கொண்டு, 'இன்னும் ஒரு மணி நேரம். அதற்குப் பின் பிரிந்து போகிறோம்' என்றாள்.

'மறந்து போகிறோம். ஒருவரை ஒருவர் மறந்து போகிறோம்.'

'சாரதி, என்னைப் போனிலோ மற்ற எந்த விதத்திலோ தொடர்புகொள்ள மாட்டேன் என்று சத்தியமாகச் சொல்.'

கையில் சத்தியமடித்துச் சொன்னார், 'ப்ராமிஸ், ஆனா ஒரு கண்டிஷன்.'

'வேண்டாம் ரொம்பக் குழப்பமாகி விடும். என் கணவரைப் பற்றி உனக்குத் தெரியாது.'

'தெரிந்துகொள்ள விருப்பமில்லை.'

‘சமூகத்தில் நமக்கு இருக்கும் அந்தஸ்தையும் கடமையையும் உத்தேசித்து... நாம் நம் குடும்பத்தினர் அவமானப்படும் விதத்தில் ஏதும் செய்ய வேண்டாம்.’

‘பவானி, கவலைப்படாதே. நான் பொறுப்பின்றி நடந்து கொள்ள மாட்டேன்.’

‘இந்தத் தினம் ஒரு கனவு போல, ஒரு புகை போல, மேகம் போல.’

கார் ஓட்டலை நெருங்கிக்கொண்டிருக்க, சாரதியின் உள்ளத்தில் வேதனைச் சுமை அதிகமானது. பிரிய வேண்டிய கணம் வந்து விட்டது. அவள் கையைப் பற்றி, அவள் எதிர்ப்புகளை மௌனமாகச் சமாளித்து, அவள் உடலைத் தன்னோடு ஒட்ட வைத்து...

‘ப்ளீஸ் வேண்டாம். ரொம்பப் பயமா இருக்கு. மை காட் என்ன பைத்தியக்காரத்தனமான காரியம் செய்துக்கிட்டி ருக்கோம்! இரண்டு பேரும் முழுசா கல்யாணமானவங்க!’

‘ஒரு நாள் மட்டும்... ஒரு நாள் மட்டும்... நமக்குக் கல்யாண மாகலை!’

‘போதும் முடிஞ்சுருச்சு!’

கார் ஓட்டலின் விதானத்தில் நிற்க, ‘ஒரே ஒரு நிமிஷம் ரூமுக்கு வந்துட்டுப் போ, பவானி. ப்ராமிஸ். ஒண்ணும் முறைகேடா ஏதும் செய்ய மாட்டேன்.’

‘வேண்டாம் சாரதி, இதை இந்தக் கணத்திலேயே வெட்டிர்றது தான் இயற்கை.’

‘பத்து நிமிஷம்.’

‘இல்லை. ராஜு டேராடூன் போய்ச் சேர்ந்த உடனே போன் பண்றேன்னிருக்கார். ரூம்ல இல்லைன்னா ரொம்பக் குழப்ப மாயிடும்.’

‘பவானி, இப்பச் சொல்லு ரெண்டு பேரும் ஓடிப் போயிரலாம்.’

‘சாரதி மன்னிச்சிருங்க. அப்பவும் நான் கோழைதான். இப்பவும் கோழைதான். என்னால் எதையுமே விட்டுட்டு வர

முடியாது. அப்ப அப்பா, அம்மா! இப்ப கணவன், குழந்தைகள்.'

கையை விடுவித்துக்கொண்டு, லாபியின் கண்ணாடிக் கதவை ஓர் ஆஜானுபாகு திறந்து விட, பவானி மறைந்து போனாள்.

அறைக்குத் திரும்ப வந்தபோது டெலக்ஸ் செய்திகளைப் பார்த்தார். இ.பி.ஸி. அவார்டுக்காக வாழ்த்துச் செய்திகள் வந்திருந்ததை அலட்சியமாகப் புரட்டினார்.

அந்த போலராய்டு போட்டோவைப் பார்த்தார். இருவரும் ஒருவரை ஒருவர் அணைத்துக்கொண்டு, சிரித்துக்கொண்டு அச்சாகப் பதிந்திருந்தது. கணவன் மனைவிபோல ஒரே ஒரு நாளைக்கு மட்டும்.

டெலிபோன் ஒலித்தது. 'நான்தான் பிரேமா பேசறேன். எங்க போயிருந்தீங்க?' குரலில் அதட்டல் இருந்தது.

'தெரியாதா! செமினார்லதான் இருந்தேன்.'

'அப்படியா பேஜிங் பண்ணிப் பார்த்தேன். இல்லைன்னாங்களே!'

'இப்ப என்ன விஷயம்?'

'குழந்தைங்களுக்கு டிரெஸ் மெட்டீரியல் சொன்னாங்களே. கரோல் பார்க்கில ஜே.பி. ஸ்டோர்ஸ்ல கெடைக்கும். மறக்காம வாங்கிட்டு வாங்க. அப்புறம் எனக்கு...'

'அதுக்கெல்லாம் டயம் இருந்தாத்தான்.'

'ஊர் சுத்தறீங்க, அதுக்கு டயம் இருக்கா?'

'பாரு. எஸ்டிடிலகூடச் சண்டை போடணுமா? காலைல ப்ளேன் ஏறி வர்றேன். அப்பத் தொடரலாம்.'

'சரி, வெச்சுரவா?'

அந்த போட்டோவைப் பார்த்தார். பவானிக்குப் போன் பண்ணிப் பார்த்தால் என்ன?

வேண்டாம், வேண்டாம். அவள் சொன்னதுபோல் சிக்கல் வேண்டாம். போதும். என் அதிர்ஷ்டத்தை இதுவரை

இழுத்தது போதும். இப்போது ஒழுங்கான தகப்பன் போல மாலினிக்கும் மதுவுக்கும் ஏதாவது வாங்கிக்கொண்டு, மனைவிக்குப் புடைவை என்று லிஸ்ட்படி தப்பாது வாங்கிச் செல்ல வேண்டும். அப்புறம் இந்தத் தினம்? இந்தத் தினம் இன்னமும் முற்றுப் பெறவில்லை.

டெலிபோனை எடுத்து 'கனெக்ட் மி ரிஸப்ஷன்', ரிஸப்ஷனில் டாக்டர் ராஜேஸ்வர் தங்கியிருக்கும் அறை எண் கேட்டு அதை டயல் செய்தார்.

'பவானி.'

'யாரு?'

'நான்தான் சாரதி பேசறேன்.'

'சாரதி, நான் உங்களுக்கு டெலிபோன் பண்ணத்தான் நெனைச்சிருந்தேன். என் கணவர் டேராடூன்லேருந்து போன் பண்ணியிருந்தார். ரூம்ல இருக்கேனான்னு விசாரிக்க.'

'என் மனைவி மெட்ராஸ்லேருந்து போன் பண்ணியிருந்தா. ரூம்ல இருக்கேனான்னு விசாரிக்க.'

மௌனத்துக்குப் பிறகு, 'கடமையெல்லாம் முடிஞ்சுருச்சிலே?'

'முடிஞ்சிருச்சு, அவர் காலையிலதான் வர்றார்.'

'நான் காலையில ப்ளேன் பிடிச்சுப் போயிர்றேன்.'

'இன்னமும் இந்தத் தினம் பாக்கியிருக்கு.'

'நான் உன் ரூமுக்கு வரட்டுமா?'

'இல்லை, நான் வரேன். நம்பர் சொல்லுங்க.'

ஒருவாரத்தில் இந்தச் சம்பவம் அவர் மனதோரத்தில் ஒரு சிறிய இனிப்பாக, ஒரு தப்பித்த குற்றமாக இருந்தது. டெல்லியிலிருந்து திரும்பியதும் பெண்கள் இருவரும் அவர் கொண்டு வந்திருந்த உடைகளைப் பார்த்து, 'கார்ஜியஸ்' என்று மகிழ்ந்து, 'பப்பா யுர் கிரேட்' என்று கழுத்தைக் கட்டிக்கொண்டார்கள். மூத்த பெண் கொஞ்சம் கெட்டிக்காரி.

‘அப்பா நீங்க லேசாக மாறிட்டீங்க, டெல்லியில என்னவோ ஆயிருக்கு.’

‘என்னம்மா சொல்றே?’

‘உங்க கண்ணில ஒரு பிரகாசம்!’

‘அப்பா கம்பெனிக்கு இபிஸி அவார்டு கெடைச்சிருக்கிறதா அறிவிப்பு வந்திருக்கில்லை. அந்தச் சந்தோஷம் தானேப்பா.’

‘ஆ... ஆமாம்மா, ‘வீக்லி’யில் இண்டர்வ்யூ கூட எடுத்திருக் காங்க.’

மூத்த பெண்ணை முறைத்துப் பார்த்து விட்டுச் சென்றார்.

அந்த போட்டோவை ஆபீசில் பத்திரப்படுத்தி வைத்திருந் தார். அவ்வப்போது மேசை டிராயரை இழுத்து ஒருமுறை பார்த்து லேசாக புன்முறுவலித்துக்கொள்வார். ஒவ்வொரு முறையும் ‘தப்பித்தோம்’ என்று குற்ற ஜரிகைப் படர்ந்த சந்தோஷம் மனத்தில் ததும்பும்.

மூன்று முறை பம்பாய்க்கு டெலிபோன் பண்ணத் தொடங்கி, பாதியில் புறக்கணித்தார்.

வேண்டாம், அவள் சொன்னதுபோல இரண்டு பேர் வாழ்க்கையும் பாதிக்கப்பட்டு விடும்.

லேபர் யூனியனுடன் ஒரு சிக்கலான பேச்சு வார்த்தையின் போது அவருக்குத் தலை வலித்தது. ஒருமுறை பவானி போட்டோவைப் பார்த்துக்கொள்ளலாமே என்று மேசை இழுப்பறையைத் திறந்தபோது -

அதைக் காணோம்!

கூட்டம் முடிந்து, அறையை விட்டு வந்தவர்கள் சென்ற கையோடு, புதிய செக்ரட்டரியைக் கூப்பிட்டார்.

‘ஹரிணி, இந்த டிராயர்க்குள்ளே ஒரு போட்டோ வெச்சிருந்தேனே, பார்த்தியா?’

அவள் புன்னகையோடு, ‘பார்த்தேன் ஸார், இட்ஸ் வித் மீ!’

‘அப்பாடா! கொண்டா அதை! அதை ஏன் எடுத்தே?’

'கொண்டு வரேன் சார்.'

'மை காட்! எதுக்கு அதைப் போய்க் குடைஞ்ச? எங்கே அது?'

'அது வந்து உங்களை இண்டர்வியூ எடுத்தாங்களே வீக்லியில, அவங்க கணவன் மனைவியுமா ஒரு போட்டோ கேட்டாங்க. அவசரமா...'

'என்னது?'

'உங்க டிராயர்ல இந்தப் போட்டோவைப் பார்த்திருக்கேன். அதனால இதை எடுத்துக் கொடுத்தேன். நல்லா வந்திருக்கில்லை?' என்று அந்த வார வீக்லியின் இதழை மேசை மேல் பரப்பி, பக்கத்தைத் திருப்பி வைத்தாள்.

இந்தியா முழுவதும் பரவிய லட்சோப லட்சம் பிரதிகளில் ஒரு பிரதி அவர் மேசையில் விரித்திருக்க, அதில் சாரதியும் பவானியும் ஒருவரை ஒருவர் தோளோடு அணைத்துக் கொண்டு சிரித்துக்கொண்டிருந்தார்கள்.

'நாங்கள் ஆதர்ச தம்பதிகள்' என்று பேட்டியிலிருந்து மேற்கோள் வாக்கியம் அதனடியில் அச்சடித்திருந்தது.

மறக்க முடியாத சிரிப்பு!

4

(முன் குறிப்பு: இந்தக் கதை கொஞ்சம் 'ஒரு மாதிரி' இருந்தால் அதற்கு நான் பொறுப்பல்ல. முழுக் கதையும் ராமகிருஷ்ணன் எனக்கு எழுதியதில் இலக்கணத் திருத்தங்கள் மட்டும் செய்து வெளியிடுகிறேன். ராமகிருஷ்ணன் ஆடிட்டுக்கு பெங்களூருக்கு வந்தபோது... அவர் வார்த்தைகளிலேயே கதை இதோ).

என் பெயர் ராமகிருஷ்ணன். உங்களுக்குப் பரிச்சயமில்லாத, ஆனால், உங்களைப் பரிச்சயம் உள்ள பல கோடி வாசகர்களில் நானும் ஒருவன். அண்மையில் பெங்களூர் சென்றிருந்தபோது ஏற்பட்ட ஓர் அதிசயமான அனுபவத்தை உங்களிடம் சொல்லியாக வேண்டும்.

நான் ஓர் ஆடிட்டர். நண்பன் ஒருவனுடன் கூட்டுச் சேர்ந்து கம்பெனி ஆரம்பித்து, இப்போதுதான் காலூன்றிக்கொண்டிருக்கிறோம். இன்கம்டாக்ஸ் ரிட்டர்ன்கள் நிறையப் பண்ணுகிறோம். ரஜனி சோக்ஸ், சூர்ய நிவாஸ், கன்ஸாலிடேடட் கார்ப்பரேஷன் என்று பெங்களூரில் மூன்று ஸ்தாபனங்கள் பிடித்து வைத்திருக்கிறோம். வருடாந்தரத் தணிக்கைக்குப் போவோம். கன்ஸாலிடேடட் கொஞ்சம் பெரிய நிறுவனம். வருஷத்துக்கு ஏழு கோடி டர்ன் ஓவர். நல்ல லாபம். ஸ்டாச்சுட்டரி ஆடிட். இந்த

முறை சிக்கலாகவே இருந்தது. இன்டர்னல் ஆடிட்டர் கொஞ்சம் சந்தேகத்துக்குரிய விஷயங்கள் எல்லாம் போட்டிருந்தார். அவரை வழிக்குக்கொண்டு வருவதற்குள் எங்களை அவர் வழிக் குக் கொண்டு வரப் பிரயத்தனப்பட்டார்.

எப்படிச் சொல்கிறேன்? இந்த ஆடிட் தணிக்கைக்கு மூன்று பேர் போயிருந்தோம். நான், சுந்தரமூர்த்தி, கோபி. சுந்தரமூர்த்தியை 'ஜிம்பு' என்று கூப்பிடுவோம். எங்கள் கம்பெனியில் மாதச் சம்பளத்துக்கு இருக்கிறான். எம்.காம். அநாவசியத்துக்குப் படித்து விட்டு இப்போதுதான் ஸி.ஏ. முடித்திருக்கிறான். தப்பு கண்டுபிடிப்பதில் புலி. கோபிகிருஷ்ணன் பாலக்காட்டுக்காரன். தமிழ் ஒரு மாதிரிப் பேசுவான். வருகிறாய் போகிறாய் என்று. 'ஆர்ட்டிக் கிளார்க்' என்றால் உங்களுக்குத் தெரியுமா? என்னவோ ஒரு மாதிரி கிளார்க்கும் இல்லை. மாணவனும் இல்லை. கொடுத்த காசுக்குச் சக்கையாக வேலை வாங்குவோம். மூன்று பேரில் நான்தான் ஸீனியர். எனக்குக் கல்யாணம் ஆகி, மனைவி தாயகம் போயிருக்கிறாள். நான்கு மாதமாக அங்கே டேரா. ஜிம்புவும் கோபியும் கட்டை பிரம்மச்சாரிகள். அதுவும் ஜிம்புவுக்கு ஆடிட் டில் தப்பு கண்டுபிடிப்பதில் எத்தனை திறமையோ அத்தனை திறமை சில நிழலான இடங்களைக் கண்டுபிடிப்பதில். இப்படித் தான் பாண்டியில் ஒரு கம்ப்யூட்டர் கம்பெனிக்கு ஆடிட் போயிருக் கையில்... ஸாரி... பெங்களூர் அனுபவத்திலிருந்து விலகிச் செல்கிறேன் அல்லவா? உங்களுக்கு எப்படியாவது இதைக் கதை வடிவத்தில் கொடுக்க வேண்டும் என்பதே என் விருப்பம்.

விதான் சௌதா, லால்பாக், கபன் பார்க் என்று பெங்களூரில் பகல் நேரக் கவர்ச்சிகளைப் பற்றி உங்களுக்கு நன்றாகவே தெரிந் திருக்கும். இருட்டியதும் பெங்களூர் வேஷம் மாறுகிறது. அதன் சந்து பொந்துகளில் கிடைக்கப் பெறும் லாகிரிகளைப் பற்றி ஜிம்புவுக்குத் தெரியும். ஆடிட் முடிந்த கையோடு கன்ஸாலி டேட்டடில் எங்களுக்கு ஒரு பெரிய டின்னரே ஏற்பாடு செய்திருந் தார்கள். அதற்குச் சமயம் இருந்ததால் எங்களை பிரெசிடன்சி ரோடில் 'சுபா ஹெல்த் செண்டர்' இடத்துக்கு அழைத்துச் சென்றார்கள். அங்கே பாடி மஸாஜ் என்று என்னவோ கருவி களை எல்லாம் பிரயோகித்தார்கள். அதுவும் யார்? சிக்கனமாக உடையணிந்த பெண்கள். ஜிம்புவோ அப்போதே முறுக்கேறி இருந்தான். அதற்குப் பின் டின்னருக்குப் போனோம். அவர்கள் இண்டர்னல் ஆடிட்டிலிருந்து சாம்பசிவம் என்று ஒருவரும்

அவர்கள் டெபுட்டி எப்.ஏ. ஷஃபிக் என்பவரும் வந்திருந் தார்கள்.

பார்ட்டி 'ஹாலிடே இன்'னில் நடந்தது. நடுவில் ஏட்ரியம் என்று பார்த்திருப்பீர்கள். கண்ணாடிக் குடுவை போல லிஃப்ட்டில் பணக்காரன் ஏறி இறங்குவதைப் பார்க்கலாம். அதன் அருகில் உட்கார்ந்துகொண்டு ஜிம்பு மீன், மெதுவடை என்று கன்னா பின்னா என்று ஆர்டர் செய்தான். ஆர்டர் வருவதற்குள் மூன்று ரவுண்ட் விஸ்கி உள்ளே தள்ளி விட்டான். ஸ்காட்ச் ஒன்றும் பண்ணாது என்று நான் கூட தீர்த்தம் போலச் சாப்பிட்டேன். சுற்றுப்புறமே வித்தியாசமாகத் தெரிந்தது. ஷஃபிக் ஒரு கஜல் சொன்னார். மிர்ஜா காலிபுடையது. என்னால் திரும்பிச் செல்ல முடியவில்லை. உருக்கமாக இருந்தது. வாழ்க்கையே நாளை யோடு சரி. அனுபவித்து ஆகணும் என்ற மாதிரி சொன்னார். ஜிம்பு ஷஃபிக்கிடம் கேட்டு விட்டான்: 'ஸார், இவ்வளவு சொல்கிறீர்களே. எங்களுக்கு ஏதாவது ஏற்பாடு பண்ணினீர்களா? சும்மா 'ஹாலிடே இன்'னில் வெள்ளைக்காரிகள் உலவுவதைப் பார்ப்பதில் என்ன பிரயோசனம்?'

ஷஃபிக், 'உனக்கு என்ன வேண்டும் ஜிம்பு?' என்றார்.

'எனக்கு இல்லை. எங்களுக்கு. பெரியவர் இருக்கிறபோது ஜூனியர் நான் வாயைத் திறக்கலாமோ?'

'ஓ அப்படியா!' என்று ஷஃபிக் என்னை நம்பாமல் பார்த்தார்.

'நான், சேச்சே, அதெல்லாம் இல்லை ஸார்' என்றேன். 'மாமா' இப்படித்தான் ஜிம்பு என்னைக் கூப்பிடுவான். தண்ணி ஏறினதும், 'மாமி, ஊர்ல இல்லை. ரிமோட் கண்ட்ரோல் கிடையாது. பெங்களூர்ல என்ன எல்லாம் காணக் கிடைக்கிறதுன்னு பார்க்க வேண்டாமா? ஏன் ஆடிட், ஆடிட் இன்வெண்டரி, ஸண்ட்ரி டெட்டார்ஸ்னு அலையறீர்?'

'ஒரு நிமிஷம்' என்று ஷஃபிக் எழுந்து லாபியிலிருந்த குட்டி போனுக்குப் போய், கொஞ்ச நேரம் பேசி விட்டு, 'இட்ஸ் ஆல் அரேஞ்ச்டு' என்றார்.

'என்ன?' என்றேன் பதற்றத்துடன்.

'மிஸ்டர் ராமகிருஷ்ணன், உங்களின் வாழ்க்கையில் காணக் கிடைக்காத அனுபவம் இன்று பெறப் போகிறீர்கள். முதலில்

இந்த இடத்தை விட்டு விலகி நம் நண்பருக்கு கெண்டக்கி சிக்கன் கிடைக்கும் மூலைக்குச் செல்வோம். இந்த மாதிரி சிக்கன் நீங்கள் டேஸ்ட் பண்ணியிருக்கவே மாட்டீர்கள்.'

'நான் சிக்கன் சாப்பிடுவதில்லையே? சுத்த சைவமாச்சே?'

'சைவ சிக்கன் மாமா! நமுக்கு நமுக்குன்னு நல்லவே இருக்கும்.'

'பாதகா! ஒருநாள் ராத்திரியிலேயே எல்லாத்தையும் செய்யணுமா?'

இந்தக் கேள்வியை நான் அன்றைய ராத்திரி அடிக்கடி கேட்கப் போகிறேன் என்பது அப்போது தெரியவில்லை. ஷஃபிக் எங்களை அழைத்துப் போக, 'எந்தா, எந்தா' என்று கேட்டுக் கொண்டே வந்தான். அவன் ஒரு பியரிலேயே உலகின் உச்சத்தில் இருந்தான். கோபி அடிக்கடி, 'ஜிம்பு, அதுமட்டும் வேண்டாம். அது மட்டும் வேண்டாம். எங்கம்மாவுக்குச் சத்தியம் பண்ணிக் கொடுத்திருக்கேன்' என்றான்.

'ஷட் அப்!' என்று ஜிம்பு அதட்ட, கோபி மவுனமாகி விட்டான். ஜிம்புவின் கண்கள் ஆல்கஹால் ஏற்றத்தில் அலைந்தன. இப்போதே கொஞ்சம் ஆடினான். ரோடில் தெரிகிற பெண்ணை யெல்லாம், 'மாமா, இவ எப்படி, அவ எப்படி?' என்று கேட்டுக் கொண்டே வந்தான்.

ஷஃபிக் புன்னகையுடன் எங்களுடன் பேசிக்கொண்டே வந்தார். 'எல்லாம் பார்க்கணும் ஷஃபிக், மை தோஸ்த்' என்று ஜிம்பு அவரை வாசனை பார்க்கிற மாதிரி அருகே வைத்துக் கட்டிக் கொண்டு ரொம்ப அழிச்சாட்டியம் செய்தான்.

'பார்க்கலாம் தோஸ்த் 'தி நைட் இஸ் யங்.'

ஜிம்பு அந்தச் சிக்கனை ரசித்துக் கடித்து எலும்பு வரை உறிஞ்சிச் சாப்பிட்டான். கோபியும் நன்றாக உறிஞ்சிச் சாப்பிட்டான். 'சாமி வெட்டறது' என்றான் என்னைப் பார்த்து.

'கோபி?' என்று அதட்டினான்.

நாற்பது ரூபாய்க்குத் தங்க பேப்பர் போட்ட பான் வாங்கிச் சாப்பிட்டதில் ஆளை அடித்தது. தேஸ்பத்தி போட்டிருக் கிறார்கள் என்று தெரியாமல் போய் உடனே துப்பினேனோ பிழைத்தேன். அங்கிருந்த ஓட்டல் அம்சா என்ற இடத்துக்குப்

போய், 'அப்பி அண்ட் பார்ட்டி'யின் கஜல்களை உருக்கமாகக் கேட்டு விட்டு, கையில் மல்லிகைப் பூ வளையம் எல்லாம் மாட்டிக்கொண்டு திரும்பினோம். மணியைப் பார்த்தால் பதினொன்று.

'வீட்டுக்குப் போகலாமா?' என்றேன் ஷஃபிக்கிடம்.

'போகலாமாவா? இப்போதுதான் ஆரம்பம்?' என்றார் ஷஃபிக்.

எனக்கு அத்தோடு எத்தனை சாப்பிட்டோம் என்று கணக்குத் தப்பிப் போய்விட, நப்போலியோ கப்போலியோ ஓர் இடத் துக்குப் போய் காபரே பார்த்தோம். அஞ்சனா, சசிரேகா, அனிஷ்மா, டிம்பிள், ரிங்கி, நீலம் என்று சேலத்துப் பெண்கள் வரிசையாக வந்து 'யா! முஸ்தபா! போன்ற பாட்டுக்கு நாட்டியம் ஆடுவதும், சிவப்பு விளக்குச் சுழல அந்தப் பெண் மார்பகங்களை மிகைப்படுத்தி அதைக் கழற்றுகிறார் போல பாவலா காட்டு வதும் ஏதோ நடக்கப் போகிறது, ஏதோ விலகி விடப் போகிறது என்று எதிர்பார்க்கிற சமயத்தில், சட்டென ஒருத்தன் போர்த்தி அவர்களை அழைத்துச் செல்ல, அசட்டுத்தனமாக அடுத்த பெண்ணுக்குக் காத்திருப்பதும்...

'ஷஃபிக், நோ குட் தோஸ்த், நோ குட்!'

'எர்ணாகுளத்தில் ஃபுல்லா கழட்டுவாங்களாம்' என்றான் கோபி. ஷஃபிக்கை இப்போது ஜிம்பு கட்டிக்கொண்டு விட்டான். அவனிடம் ரகசியமாகப் பேசி விட்டு, 'ஆக்ஷன் ஷஃபிக் ஐ வாண்ட் ஆக்ஷன்.'

ஷஃபிக், 'அப்பப் போலாம் வாங்க' என்றார்.

மணி பன்னிரண்டரை இருக்கும். பாவம் டிரைவர் சாப்பிட்டாரா தெரியவில்லை. கோபி கண்கள் இரண்டும் விரிந்து 'ஒவ்வொ ருத்திக்கும் ஸ்தன பாரத்தைப் பார்த்தாயோ' என்று கேட்டுக் கொண்டு வெளிவந்தபோது, ஷஃபிக்கும் ஜிம்புவும் தனியாகப் பேசி 'ஷ்யூர்' என்று இருவரும் பெட் கட்டுவது போலக் கையைத் தட்டிக்கொள்ள, 'ஜிம்பு, போதும்டா. காலை ரயில் பிடிக்கணும்' என்றான்.

'ரயில் பிடிக்கிறதுக்கு முன்னாடி மயில் பிடிக்கலாம்' என்றான் கோபி.

‘மாமா இனிமேதான் இருக்கு’ என்றான் ஜிம்பு.

‘நீங்க எங்க போனாலும் நான் வரலைப்பா.’

‘அப்படித்தான் சொல்வார் மாமா.’

கார் கிளம்ப, தார் ரோடெல்லாம் சினிமா விட்ட ஜனங்கள் சிதறிக்கொண்டிருந்தார்கள். எனக்கு மண்டைக்குள் சங்கீதம் கேட்டுக்கொண்டிருந்தது. டிரைவர் ஒன்றுமே தெரியாத ஒரு மிஷின் போல ஓட்டிக்கொண்டு வந்தது நினைவுக்கு வருகிறது. அந்த இடத்தில் இருந்து எந்த எந்தச் சந்துக்குள் நுழைய வேண்டும் என்பதெல்லாம் டிரைவருக்குச் சொல்லாமலே தெரிந் திருந்தது. பழைய காலத்துக் கட்டடத்தின் முன்னால் நிறுத்த, ஷஃபிக்கும் ஜிம்புவும் இறங்க, கோபி, ‘நான் வர மாட்டேன்’ என்றான்.

‘கோபி, பிடிவாதம் பிடிக்காதடா. என்னால ஒண்டியா சமாளிக்க முடியாது. மாமா வாங்கோ.’

‘எங்கே போறீங்க?’

‘போறச்சே எங்கே போறேன்னு கேக்கவே கூடாது. அபசகுனம், சீ அபசகுனம்.’

‘ஜிம்பு, வம்புக்கு அலையறே.’

‘வாங்க ராமகிருஷ்ணன் ஸார். இது மாதிரி நீங்க பார்த்திருக்கவே மாட்டிங்க.’

நாங்கள் போன இடத்தில் வெள்ளை வெளேர் என்று ஹால் முழுவதும் மெத்தை போட்டிருந்தது. கலர் கண்ணாடி விளக் குக்குள் நான்கைந்து மெழுகுவர்த்தி வெளிச்சம் மட்டும்தான். எங்களுக்காகக் காத்திருந்தார்கள். ஒருவர் தபலாவைத் தேய்த்துக் குமுக்கிக்கொண்டிருந்தார். பக்கத்தில் ஒரு சாரங்கி வாத்தியம் ‘நொங்’ என்று அழுதது. சலங்கை சத்தம் கேட்க, நாங்கள் அந்த வழியே பார்க்க, ஒரு பெண் அப்போதுதான் மலர்ந்த புஷ்பம் போல வந்தாள். வாயில் வெற்றிலை போட்டுச் சிவப்பு. கண்ணில் மை. புன்னகை செய்தபோது பல் வரிசை காட்டினாள். நால்வரையும் ஒரு முறை சலாம் போட்டு விட்டு, ஒரு மாதிரி மண்டி போட்டுக் காலை மடக்கிப் போட்டுக்கொண்டு, நிழலில்

இருந்த மற்றொரு பெண் பாடிய பாட்டுக்கு உட்கார்ந்துகொண்டே அபிநயம் பிடித்தாள்.

மெல்லிய இருட்டிலும் கரிய கண்கள் ஆயிரம் கதைகள் சொல்லின. விரல்கள் தொட்டாலே சிவந்து விடும் போல இருந்தன. பாதங்களில் மெகந்தியின் ரத்தச் சிவப்பு. அவள் மெள்ள மெள்ள நகர்ந்துகொண்டே எங்களை வந்தடைந்து, ஷஃபிக்கைப் பார்த்து வணங்க, ஷஃபிக் நூறு ரூபாய் நோட்டைத் தலையைச் சுற்றிக் கொடுக்க, அதை அவள் தன் மார்பின் மத்தியில் செருகிக்கொண்டாள். அங்கே ஓர் ஆயிரம் ரூபாயாவது சில்லறை இருக்கும் போல இருந்தது. பாட்டுக்கு அர்த்தம் தேவையில்லாமல் இருந்தது. அவள் கண்கள் அத்தனை பேசியது. ஒரு கணம் கோபம் கொண்டன. ஒரு கணம் நொந்து போய் வருத்தம், தயாளம், சூழ்ச்சி... மை காட், ஒரு ஜோடிக் கண்கள் எத்தனைதான் காட்ட முடியும்?

அந்தப் பெண்ணைப் பார்த்ததுமே அவளை ஏதாவது ஆபத்தி லிருந்து காப்பாற்ற வேண்டும் போல ஒரு வெறி எனக்குக் கூட ஏற்பட்டது. ஒரு கணம் தன் மார்பில் இருந்த கச்சையைப் பிரித்துக் கழற்றித் தூரப் போட்டாள். எல்லாம் அபிநயத்தில்தான், பாவனையில்தான். நூறு காபரேக்காரிகளிடம் இல்லாத கிறக்கம் அந்தப் பாவனை செயலில் இருந்தது.

ஜிம்பு அப்படியே கண் இமைக்காமல் பார்த்துக்கொண்டி ருந்தான். சலங்கையை லேசாக மெத்தையில் செல்லமாகத் தட்டிக்கொண்டு, ஜிம்புவை நோக்கி ஒரு முறை மார்பைப் பட்டென்று திருப்பி ஓர் அம்பு விட்டாள். ஜிம்பு அந்த இடத்தில் மார்பைப் பிடித்துக்கொண்டு படுத்துவிட்டான்.

ஆட்ட முடிவை அந்தப் பெண் பிரமாதமாகச் சமாளித்தாள். ஜிம்பு வெறி பிடித்தாற்போல அவளை நோக்கி ஓடி, 'இப்ப சொல்லு, போய்க் கல்யாணம் பண்ணிறலாம். வா இப்பவே வா' என்று அவளிடம் சொல்ல, அவள் ஒரே ஒரு புன்னகையில் அத்தனை யையும் மழுப்பி வாங்கிக்கொண்டு, சலசலக்கும் திரைகளில் மறைந்தாள். அவள் விட்டுச் சென்ற அத்தர் வாசனை எங்கள் மேல் படர்ந்திருந்தது.

திரும்பிச் செல்லும்போது ஷஃபிக் மௌனமாக வந்தான். ஜிம்பு அவளைப் பார்த்தே ஆக வேண்டும் என்று அழிச்சாட்டியம்

பண்ணினான். என்னமோ அவரிடம் சொல்ல, அவர் 'நோ ஜிம்பு, பாஸிட்டிவ்லி நோ' என்று அனுமதி தர மறுத்தார்.

ஜிம்பு பிளாட்பாரத்தில் உட்கார்ந்துகொண்டு நகர மறுத்தான். 'அவளைப் பார்க்காமல் ஒரு இஞ்ச் நகர மாட்டேன்' என்றான். தன் கே.கே. நகர் ஸைட்டை அவள் பேரில் எழுதி வைத்து விடுவதாகவும், ஒருநாள் இரவு ஒரு மணிநேரம், ஏன், ஒரு நிமிஷம் வந்தால் கூடப் போதுமானது என்றான். ஷஃபிக் நாளைக்கு நாளைக்கு என்று சொல்லி இழுத்துக்கொண்டு வர, கோபி, 'இந்த மாதிரி சரக்கு நான் எர்ணாகுளத்தில் கூடப் பார்த்ததில்லையாக்கும்' என்றான். எனக்கும் அந்தப் பெண்ணின் அசைவுகள் மனத்தில் ஏதோ சஞ்சலம் பண்ணியது. காருக்குச் சென்று அதனுள் திணிக்கப்படும் வரையிலும் ஜிம்பு அங்க லாய்த்துக்கொண்டிருந்தான். கொஞ்சம் பிடித்துக்கொள்ள வில்லையெனில் தப்பித்து, அவளை நோக்கி ஓடி விடுவான் போலத் தோன்றியது.

விதி என்று சொல்வதா, தற்செயல் என்று சொல்வதா? கார் கிளம்ப மறுத்தது. டிரைவர் பானெட்டுக்குள் தலையை விட்டு முடுக்கிப் பார்த்தார். 'ஃபிளட் ஆயிட்டுதுங்க' என்றார். 'இல்ல காயில் போயிருக்கலாம்' என்றார் அவநம்பிக்கையாக.

டிரைவரைக் காக்க வைத்ததற்குப் பழி வாங்குகிறாரோ என்று நினைத்தேன். ஜிம்புவும் கோபியும் அந்தப் பாட்டைக் கர்ண கொடூரமாகப் பாடிக்கொண்டிருக்க, ஷஃபிக் என்னைப் பார்த்து, 'ராமகிருஷ்ணன் சார், கார் கிளம்பாது போல இருக்கு. இங்கிருந்து அமர் ஓட்டல் நேரா இரண்டு கிலோ மீட்டர்தான் இருக்கும். நீங்க போயிடறீங்களா? நான் காரைப் பார்த்துட்டு வீடு கண்டோன்மெண்ட் பக்கம் இருக்கு. அங்கே போகணும். காலைல ஏர்போர்ட் போகணும்' என்றார்.

நான் சரி என்று சொல்லி இருவரையும் கிளப்பிக்கொண்டு, எங்கள் ஓட்டலை நோக்கி நடக்க ஆரம்பித்தேன். மணி இரவு இரண்டரைக்குக் குறைவிருக்காது. லேசாகக் குளிர் இருந்தது. கடைகள் யாவும் மூடியிருக்க, பலகைகளில் சிலர் முடங்கிக் கொண்டு உறங்கிக்கொண்டிருந்தார்கள். சோடியம் விளக்கு ஆரஞ்சு வெளிச்சத்தில் சாலை முழுதும் நனைந்திருந்தது. நாங்கள் மட்டும் பிளாட்பாரத்தில் பாடிக்கொண்டே செல்கிறோம். எனக்கு அச்சமாகவே இருந்தது. மௌனம் சங்கடம்

பண்ணியது. ஒரு சந்தின் மூலை திரும்பும்போது அத்தர் மணம் எங்களைத் தாக்கியது. எதிரே பார்த்ததில் கரிய உருவம் எங்களை நோக்கி வந்துகொண்டிருக்க, சல் சல் என்று சலங்கைச் சத்தம் கேட்டது. ஐயோ பேயோ என்று அரண்டுகொண்டிருக்கையில் அந்த உருவம் வெளிச்சத்துக்கு வந்தது.

மாடியில் ஆடிய அந்தப் பெண்தான் தனியாக வந்தாள். ஜிம்பு அவளைப் பார்த்து, 'ஆய் புல் புல்!' என்றான். அவள் கையை அசைத்துச் சிரித்து அருகில் வந்தாள். 'எங்கே போறே? எங்க கூட வந்துறேன்?'

அவள் பேசாமல் நடக்க...

'தமிழ் தெரியுமா?'

'ம்ஹூம்' என்று தலையசைத்தான். ஜிம்பு தைரியம் பெற்று அவளுடன் சென்று நடந்தான். கையைப் பிடித்து முத்தம் கொடுத்தான். அவள் விரோதமில்லாமல் உருவிக்கொண்டாள். ஓடினாள், துரத்தினான்.

'ஜிம்பு, வம்பு வேண்டாம். யாராவது இவள்கூட வந்திருப்பான்.'

'யாராயிருந்தாலும் சரி மாமா. இன்னைக்கு இவளைப் பார்த்தே ஆகணும்!' அவள் கையைப் பற்றினான்.

கோபி, 'வேண்டா வேண்டா?' என்றான்.

'ஜிம்பு சொல்றதைக் கேளு' என்று நான் ஆரம்பிப்பதற்குள் அவன் அவளைத் தரதரவென்று நிழலுக்கு இழுத்துச் சென்றான். வளையல் துண்டுகள் உடைந்து சாலையில் விழ, மூடியிருந்த கடைப் பலகையில் அவளை அழுத்தி வீழ்த்தினான்.

நான் அதட்டலாக, 'ஜிம்பு, என்ன இது? இஸ்ட் எ க்ரைம்! ரேப் இஸ் எ க்ரைம்.'

'பார்த்துரலாம் மாமா, கோபி, தைரியம் இருந்தா வா' என்றான்.

'கோபி, அவனைத் தடுத்துரு. மாட்டிட்டா வருஷக் கணக்கில் கடுங்காவல்.'

கோபி அவனைத் தடுக்கப் போனானா, இல்லை படுக்கப் போனானா என்று தெரிவதற்குள் ஜிம்பு அவளை அவசரத்தில்

சரித்து இடுப்பில் முக்கால் பாவாடை போல இருந்த உடையை விரைவாக இழுத்தான். 'கோபி வா, ஒத்தாசைக்கு வா... வா... கோபி வா!'

நான் செயலிழந்து கிலியுடன்...ஏன்... சற்றே ஆர்வத்துடன் பார்த்துக் கொண்டிருக்க...

ஜிம்பு அவள் மேல் படிந்தவன், அவள் ஆடைகளை நீக்கிக் குழப்பமாகத் தேடினவன் மின்சார அதிர்ச்சி போலச் சட்டென்று விலகி, 'மாமா, கோபி! ஓடு! ஓடு...' என்றான்.

'ஏண்டா, ஏண்டா!'

'ஆம்புளைடா!'

எங்கள் காலடியோசை எதிரொலிக்க ரோடில் ஓடும்போது...

பின்னால் கேட்ட அந்தச் சிரிப்புக் குரலை என்னால் இந்த வாழ் நாளில் மறக்க முடியாது.

மற்றொரு பாலு

5

விளம்பரம் விநோதமாக இருந்ததால்தான் அது பாலுவின் கவனத்தை ஈர்த்தது.

'டாக்டர் வினோவின் ஆராய்ச்சியில் பங்கு பெற்று இன்றைய அறிவியலின் முன்னோடியாகப் புதிய பாதைகளில் அடியெடுத்து வைக்கத் தைரியம் இருக்கிறதா? கீழ்க்காணும் எண்ணுக்கு உங்கள் பிரஜா எண்ணைக் குறிப்பிட்டு எழுதுங்கள்.'

பாலு உடனே எழுதினான். பாலுவுக்கு இன்றைய இயந்திர வாழ்வு அலுத்து விட்டது. அவன் வசிப்பது 'அஜாக்ஸ் மூன்று' என்று அறுபத்து நான்கு மாடிக் கட்டடத்தின் இருபத்து நான்காம் மாடியில், நாற்பத்து நான்காம் காண்டத்தின் பதினாறாவது அறையில். அவன் அலுவலகம் இருப்பது முப்பத்தாறாம் மாடியில், மார்க்கெட் இருப்பது பதினாறில், வாழ்க்கைக்குத் தேவையான அத்தனை சமாச்சாரங்களும் கட்டடத்திலேயே இருந்தன. பள்ளிக்கூடம், பணிமனை, வெளியே எதற்கும் போகத் தேவையில்லை. இறந்து போனால்கூட பேஸ்மெண்டில் இன்ஸினரேட்டர் இருக்கிறது... நவீன விஞ்ஞானம் எவ்வளவு தூரத்துக்குத் தனி மனிதனைச் சிறைப் படுத்தி வைத்திருக்கிறது என்று எண்ணிப் பார்த்து, அலுத்து பாலு வீடு மாற்றத்துக்கும், கல்யாணத் துக்கும் மனு போட்டிருக்கிறான். வீடு மாற்றம்

கிடைத்தாலும் அவனுக்கு மற்றோர் அஜாக்ஸ் கட்டடத்தின் மற்றொரு மூலைதான் கிடைக்கும். என்ன கொஞ்சம் சலுகையாக சன்னல் வழியே சில சதுர அடி வானம் தெரியலாம். அவ்வளவு தான். கல்யாணம்? அது பெரிய 'வெய்ட்டிங் லிஸ்ட்.' இப்படி அங்குலக் கணக்கில் செத்துக்கொண்டிருப்பதிலிருந்து மாறுதல் கோரித்தான் பாலு விளம்பரத்துக்குப் பதில் எழுதினான்.

இருபது நாள்களுக்குப் பதில் இல்லாமல் ஏறக்குறைய மறந்து போயிருந்த சமயத்தில் அழைப்பு வந்து போன் பாடியது.

'சிரீ பாலு.'

'ஆம். நான்தான் பாலு பேசுகிறேன்.'

'பிரஜா எண் 367656?'

'அதே.'

'டாக்டர் மனோ பேசறேன்' குரலில் அதட்டலும் தன்னம்பிக்கையும் இருந்தது. 'ராம் ரிஸர்ச் செண்டரில் நாளைக்கு ஒன்பது பதினேழுக்கு என்னை வந்து பார்க்கவும். ஆகாரம் ஏதும் உண்ணாமல் வாருங்கள். உங்கள் அஜாக்ஸ் கட்டடத்திலிருந்து ஹலிபஸ் ரூட் முப்பத்தாறு பிடித்து ஸ்டாப் எண் எழுபதில்...'

இறங்கிக்கொண்டு, ராம் ரி. செண்டரின் பொத்தானை அழுத்து முன்னேயே உள்ளிருந்து 'ஸின்த்' குரல் வர வேண்டும் சிரீ பாலு. 'டாக்டர் மனோ உங்களை முன்னறையில் இருபது வினாடியில் சந்திப்பார்' என்று கதவு திறந்ததும் கேட்டது.

வியப்புடன் உள்ளே சென்று சுற்றிலும் பார்த்தான். எளிய அறைதான். உட்கார ஒரே ஒரு வினைல் போட்டிருந்தது. இடதுபுறம் ஒரு ஜி.வி.யும் விஷன் மிக்ஸரும் இருந்தன. சுவரில் உள்ள படத்தில் டாக்டர் ஃப்ரீட்மன்னுடன் டாக்டர் மனோ கை குலுக்கிக்கொண்டிருந்தார். எதிரே இருந்த அறைக் கதவு மூடி நெற்றியில் 'லாப்' என்று எழுதி, 'கண்டிப்பாக அனுமதி இல்லை' என்று எழுத்துகள் ஒளிர்ந்தன.

டாக்டர் மனோ அதைத் திறந்து வந்தார். 'பாலு' என்றார்.

பாலு எழுந்ததும், 'ஒரு வினாடி தாமதத்துக்கு மன்னிக்கவும். சாப்பிடுகிறாயா?'

'சாப்பிடுகிறேன். பட்டினியாக வந்திருக்கிறேன்.'

மனோ கைதட்ட ரோபாட் ஜேவ் கொண்டு வைத்தது. 'வணக்கம் அய்' என்று சொல்லி விட்டு ஊதிக்கொண்டு சென்றது.

பாலுவை டாக்டர் மனோ அளவிடுவது போல் பார்த்தார். அவனும் அவரை முழுதாகப் பார்வையில் வாங்கிக்கொண்டான். அவருக்கு நாற்பது வயதிருக்கலாம். முகத்தில் எந்த விதத்திலும் அப்பழுக் கில்லா விட்டாலும் கண்களுக்குக் கீழே லேசாக நிழல் படர்ந் திருந்தது. மூக்கின் முனையில் தேமல் போல இருந்தது. வாயோரத்தில் அதே மாதிரி மற்றொரு தேமல். சிரித்தபோது பல் வரிசை பொய்யாக இருந்தது. கண்கள் நீலம். 'எதற்கு என் ஆராய்ச்சிக்கு உதவி செய்ய வந்தாய்?'

'ஆர்வத்தினால்... மாறுதல் தேடி.'

'என் ஆராய்ச்சி என்ன என்று தெரியுமா?'

'தெரிந்துகொள்கிறேன்.'

'தொலை கடத்தல் - டெலிபோர்ட்டிங் என்று சொல்வார்கள்.'

'கேள்விப்பட்டிருக்கிறேன்.'

'என்ன, எங்கு?'

'பல புத்தகங்களில் படித்ததுதான். ஒரு ஆளை ஒரு இடத்தி லிருந்து மற்றொரு இடத்துக்குச் சாதனங்கள் மூலம் கடத்தி அனுப்புவது.'

டாக்டர் பதிலளிக்காமல் அவனையேதான் பார்த்துக்கொண்டி ருந்தார்.

'நான் சொல்வது சரிதானா?'

'உள்ளே போகலாம்.'

லாபியின் உள்ளே செல்லும்போது மேலே எழுதியிருந்த அனுமதி எச்சரிக்கைப் பலகையைப் பார்த்தான்.

'உனக்கு அனுமதி உண்டு'என்றார். 'உன்னைப் பார்த்தவுடன் பிடித்துப் போய் விட்டது.'

உள்ளே இரண்டு மேசைகளில் மூன்று டெரிமினல்களும் லேசர் சாதனமும் இருந்தன. சுவரில் எலக்ட்ரோ ஸ்லேட்டில் கணக்கு கள் எழுதியிருந்தன. பக்கத்து அறையில் ஒரு குடுவை தெரிந்தது. அதன் அருகில் கண்ட்ரோல் பானல் மானிடர்கள் பச்சை எழுத்துகளில் பேசிக்கொண்டிருந்தன. பாலு 'ஷ்ய்?'என்று சீட்டியடித்து, 'இத்தனை பெரிய சோதனைச் சாலையை இங்கே எதிர்பார்க்க முடியாது' என்றான்.

'உட்கார்' என்றார்.

ஸ்டூலில் உட்கார, ஒரு வெண் முயல் ஓடியது. அதை எடுத்துத் தடவிக் கொடுத்து, 'இதுதான் முதல் முதல் டெலிபோர்ட் ஆன உயிர்' என்று அதைக் காட்டினார்.

அது தன் முசுமுசு உடலைச் சிலுப்பிக்கொண்டு ரோஜா சவ்வு போன்றிருந்த வாயைக் காட்டியது. கூண்டில் இன்னமும் முயல்கள் இருந்தன. சில கூண்டுகள் காலியாக இருந்தன.

பாலுவால் அது என்ன ஆராய்ச்சி என்று சொல்ல முடியவில்லை. பக்கத்தில் இருந்தது, 'காமா ரே ஸ்கானர் போல இருக்கிறது.'

'ஆம், உனக்கு இவை பற்றித் தெரியுமா?'

'ஒருசமயம் ராய் ஜார்ஜ் கம்பெனியில் டெக்னிஷியனாக இருந்தேன்.'

'இப்போது?'

'நூலகத்தில் டிஸ் காப்பாளனாக இருக்கிறேன். பெரும்பாலும் வேலை இல்லாமல் வெட்டிக் கொட்டாவி. வயதானவர்கள்தான் படிக்கிறார்கள். யாரும் நூலகப் பக்கமே வருவதில்லை. வழக் கொழிந்து போய்விட்டது. நான் ஒரே கட்டடத்தில் வாழ்நாள் முழுவதும் கழிக்க விரும்பவில்லை. தீரச் செயல் செய்ய ஆசை. உங்கள் விளம்பரம் வசீகரமாக இருந்தது. நீங்கள் எது செய்யச் சொன்னாலும் தயாராக இருக்கிறேன். உயிர் நீத்தலைத் தவிர.'

'நல்லது அதற்கெல்லாம் தேவை இருக்காது. சொல்வதைச் செய்தால் சரித்திரத்தில் இடம் பெறுவாய்.'

'சொல்லுங்கள்.'

'டெலிபோர்ட்டிங், தொலைக் கடத்தல் என்பது பற்றி நீ சொன்ன விளக்கம் ஏறக்குறைய சரியானது. ஆனால் விரிவாகச்

சொன்னால் ஆளை அனுப்புவதில்லை. அந்த ஆளைப் பற்றிய அத்தனை விவரங்களையும் செய்திகளையும் ஒரு இடத்திலிருந்து மற்றொரு இடத்துக்கு அனுப்ப மறுமுனையில் அவனை அந்தச் செய்திகளின் பேரில் மறுபடியும் உருவாக்குவது.'

'மற்றொரு முனையில் மற்றொரு நான்' என்றான் புன்னகை செய்துகொண்டே.

'ஆம்.'

'இந்த 'நான்' என்ன ஆவது?'

'எந்த நான்?'

'இந்த முனையில் இருக்கும் நான்!'

'கலைக்கப்படுவாய்.'

'புரியவில்லை.'

'சொல்கிறேன். கவனித்துக் கேள். சந்தேகம் இருப்பின் இப்போதே கேட்டு விடு. உன் விருப்பம் இல்லாமல் உன்னை ஆராய்ச்சியில் பயன்படுத்த மாட்டேன். அரசு அனுமதிக்காது. என்னைத் தூக்கில் போட்டு விடும், உன் கையொப்பம் வேண்டும். அதற்கு முன் முழுச் சம்மதம் வேண்டும்.'

'சொல்லுங்கள் டாக்டர். சுவாரசியமாக இருக்கிறது.'

'நீ யார்?'

'நான் பாலு. எந்த அர்த்தத்தில் கேட்கிறீர்கள்?'

'விஞ்ஞானப்படி பாலு என்பது யார் அல்லது என்ன? மாலிக்யூல்களின் கூட்டம் அவ்வளவுதான். பாலு என்பது ஆதாரமாக கார்பன், நைட்ரஜன், பாஸ்பரஸ், ஆக்ஸிஜன் இவற்றால் ஆக்கப்பட்ட பெரிய பெரிய மாலிக்யூல்களின் அடுக்கு நீ!'

'அது மட்டுமா?'

'அது மட்டும் இல்லை, பாலு என்பது ஞாபகங்கள். அவை என்ன, உன் மூளைச் செல்களில் படிந்துள்ள எலக்ட்ரோ கெமிக்கல் பிம்பம். யோசித்தால் பாலு என்ற உன்னை முழுக்க முழுக்க விவரங்களாக ஒரு கம்ப்யூட்டர் ஞாபகத்தில் பைனரி வார்த்தைகளாக மாற்றி அமைத்து விட முடியும்.'

‘அதற்கு ரொம்பப் பெரிய கம்ப்யூட்டர் தேவைப்படுமே?’

‘ஆம். அந்த வகை கம்ப்யூட்டர்கள் வந்து விட்டன. அடுத்த அறையில் இருக்கும் ‘ஆம்தால் இருபத்தொன்று டெராபைட்’ ஞாபகங் களுடைய ஆயிரத்து இருபத்து நான்கு கம்ப்யூட்டர்களின் ஹைப்பர் க்யூப். இந்த உலகச் சரித்திரத்தின் அத்தனை அறிவையும் அடக்க அதன் ஞாபகத்தில் எட்டில் ஒரு பங்கு போதும்.’

‘அப்படியா? பார்த்தால் அப்படிப் பெரிதாக இல்லையே?’ எட்டிப் பார்த்தான்.

‘இப்போதைய சூப்பர் கம்ப்யூட்டர்கள் அளவில் சிறியவைதான். நம் ஆராய்ச்சி, கம்ப்யூட்டர்களில் இல்லை. ஒரு ஆளைச் செய்தி வடிவமாக்கி ஒரு இடத்திலிருந்து மற்றொரு இடத்துக்குக் கப்பல் மூலம் அல்லது மைக்ரோ வேவ் ரேடியோ மூலம் அனுப்பு வதற்குத்தான் ஆள் தேடிக்கொண்டிருக்கிறோம்.’

‘அதற்கு?’

‘அதற்கு உனக்குச் சம்மதமா தெரிய வேண்டும்.’

பாலு யோசித்தான். டாக்டர் மனோ அவனைப் புன்னகையுடன் எதிர்பார்த்துக்கொண்டிருக்க, ‘சம்மதமா, இல்லையா என்று சொல்வதற்கு முன் என்னை என்னவெல்லாம் செய்வீர்கள் என்பது தெரிய வேண்டும்.’

‘சொல்கிறேன். முதலில் உன்னை வலிக்காமல் ஒரு லேசர் ஸ்கேன் ஹோலோகிராம் எடுப்போம். உன் உருவம் எத்தகையதோ அதை அப்படியே மறு முனையில் திரும்ப அமைக்க.’

‘உருவம் சரி, போட்டோ எடுப்பது போல.’

‘ஆம். ஆனால், முப்பரிமாண போட்டோ.’

‘அதன்பின்?’

‘அதன்பின் கேமரா ரே வழியே உன்னை வருடி, மாலிக்யுலர் ரிப்ரோகிராப் முறையில் உன் ஒவ்வொரு செல்லையும் ஒவ்வொரு டி.என்.ஏ. அணுக் கூட்டுகளையும் அளவிடுவோம்.’

‘வலிக்குமா?’

‘சே. இதுவும் ஒரு படப்பிடிப்பு போலத்தான். வலி என்பதே என் பரிசோதனையில் கிடையாது.’

‘சரி. வெளி அமைப்பு, உள் அமைப்பு எல்லாவற்றையும் அறிந்து கொண்டு செய்தி ரூபமாக கம்ப்யூட்டரில் வாங்கிக்கொள்வீர்கள், அதன் பின்?’

‘அதன்பின் அத்தனை செய்திகளையும் மற்றொரு ஆம்தால் இருபத்தொன்று கம்ப்யூட்டருக்கு அனுப்புவோம். ஃபைபர் ஆப்டிக் நூல் வழியாக.’

‘அதற்கு எத்தனை நேரமாகும்?’

‘மூன்று நிமிஷம்.’

‘பின்?’

‘மறுமுனையில் மற்றொரு பாலு வெளிப்படுவாய். அதே பாலு, அதே நிறம், குரல், ஞாபகம் எல்லாம்.’

‘இந்த முனையிலும் இருப்பேனா?’

‘ம்ஹூம் இல்லை’என்றார் டாக்டர் மனோ அலட்சியமாக.

பாலுவின் புன்னகை சட்டென்று மறைந்தது. ‘அப்படியென்றால்?’

‘மூன்றாவது மாலிக்யுலர் ஸ்கானின்போது உன்னை அக்கக்காகப் பிரித்து விட வேண்டியிருக்கும். டீ காம்பொஸிஷன்’ என்றார் டாக்டர் மனோ.

‘அப்படியென்றால் அழிந்து போய் விடுவேனா?’ என்றான் பாலு.

‘அப்படிச் சொல்ல முடியாது. பிரிக்கப்பட்டு விடுவாய். ஒரு காரையோ, ஒரு டிவி பெட்டியையோ அக்கக்காகப் பிரித்துச் சேர்ப்பதில்லையா?’

‘என் நினைவுகள்?’

‘மூன்று நிமிஷத்துக்குத் தவறி விடும்.’

‘அதாவது மூன்று நிமிஷத்துக்கு நான் நானாக இருக்க மாட்டேன்?’

'மறுபடி பூட்டப்படுவாய். மூன்றே நிமிஷம் தூங்குவதில்லையா? அதுபோல.'

'இல்லை டாக்டர். ஒரு வித்தியாசம். தூங்கும்போது விழித் தெழுவோம் என்கிற நம்பிக்கையுடன் தூங்குகிறேன். ஆனால், இதில்...'

'இதிலும் அந்த நம்பிக்கை உண்டு.'

'இல்லை, இது வேறு. மூன்று நிமிஷத்துக்குச் செத்துப் பிழைப்பேன் இல்லையா?'

'செத்துப் போவதில்லை. வடிவம் மாறும். ஸ்தூல வடிவி லிருந்து செய்தி வடிவில் மூன்று நிமிஷம் இருப்பாய்!'

'மூச்சு நின்று போகுமல்லவா?'

'ஆம்.'

'இதயம்?'

'நின்று போகும், மூன்றே நிமிஷம்தான்.'

'எப்படி உத்தரவாதமாகச் சொல்ல முடியும்? மூன்று நிமிஷம் கழித்து நான் மறுபடி உயிர் பெறுவேன் என்று?'

'உயிர் எங்கும் போவதில்லை. வடிவம் மாறுகிறது அவ்வளவு தான். உன் அத்தனை விவரங்களும் பாதுகாக்கப்படும்போது நீ எப்படி அழிவதாகச் சொல்ல முடியும்? பார்க்கப் போனால் உயிர் என்று ஏதும் கிடையாது.'

'மன்னிக்கவும் டாக்டர். எனக்குச் சமாதானமாகவில்லை. நான் உங்கள் எந்தப் பரிசோதனைக்கும் தயார். ஆனால், இந்த மாதிரி உயிர் விட்டுப் பிழைப்பது என்பது...'

'இதில் என்ன தயக்கம்? உத்தரவாதமாக உன்னை உயிர்ப் பிக்கிறேன் என்று எழுதிக் கொடுக்கிறேன்.'

'போதாது.'

'இதோ இந்த முயலை எத்தனை தடவை டெலிபோர்ட் பண்ணியிருக்கிறேன் தெரியுமா?'

'முயலை சரி. மனிதர்களை?'

'மனிதர்களுக்கும் முயலுக்கும் என்ன வித்தியாசம்?'

'முயலுக்குச் சிந்தனை கிடையாது. மரண பயம் கிடையாது.'

'அவையெல்லாம் நீக்க மருந்துகள் தந்து விடுவோம். உற்சாகமாக உணர்வாய்.'

பாலு நாற்காலியிருந்து எழுந்தான். 'ம்ஹூம் எனக்கு நம்பிக்கையில்லை. நான் சம்மதிக்க முடியாது.'

'ஏன்? ஏன்? உட்கார், எங்கே போகிறாய் இரு.'

பாலு தன் கைப்பையை எடுத்துக்கொண்டான்.

'டாக்டர், உங்களை ஒரு கேள்வி கேட்கலாமா?'

'என்ன?'

'உங்கள் பரிசோதனையை நீங்களே செய்து பார்த்துக் கொள்ளலாமே? உங்களுக்கு நம்பிக்கையில்லாததால்தானே மற்றொரு ஆசாமியைத் தேடுகிறீர்கள்?'

டாக்டர் மனோ லேசாகப் புன்னகை செய்து, 'நல்ல கேள்வி. என் மேல் இந்தப் பரிசோதனை செய்துகொள்ள எனக்கு எந்தவிதத் தயக்கமும் இல்லை. ஆனால், பரிசோதனை என்பது வெறும் தொலைக் கடத்தல் மட்டுமல்ல. அப்படிக் கடத்தும்போது கடத்தப்படுபவரின் பல்வேறு உணர்ச்சிகளை, பல்வேறு தகவல்களைச் சேகரிக்க வேண்டும். நூற்றிருபது விஷயங்களைக் கவனிக்க வேண்டும். உடலின் உஷ்ணம், கார்டியோ அனாலிஸ், என்ஸபலோ அனாலிஸிஸ், கெமிஸ்ட்ரி என்று இவை எல்லாம் கவனித்துக்கொள்ள நானே தேவைப்படுகிறேன். அதனால்தான் முதல் டெலிபோர்ட் பிரஜையாகும் பாக்கியம் எனக்கு இல்லை.'

பாலு யோசித்து விட்டுத் தலையாட்டினான்.

'என்ன?'

'இன்னமும் சமாதானமாகவில்லை. வேண்டுமெனில் எனக்குப் பயிற்சி கொடுங்க. அந்தத் தகவல்களை எல்லாம் சேகரிக்கிறேன்.'

'ரொம்பச் சிக்கலானது.'

'முதல் பரிசோதனையின்போது அத்தனை தகவல் வேண்டுமா?'

'வேண்டும். இல்லையெனில்...'

டாக்டர் யோசித்துப் பாதியில் நிறுத்தினார்.

பாலு, 'என்ன சொல்ல வந்தீர்கள் என்பது தெரியும். பரிசோதனை தோற்று விட்டால், காரணத்தை அலசுவதற்கு அத்தனை தகவல்கள் வேண்டும். அதுதானே?'

'சேச்சே, பரிசோதனை தோற்கும் சாத்தியக் கூறே இல்லை பாலு.'

'பின் ஏன் நீங்களே போகத் தயக்கம்?'

டாக்டர் யோசித்தார். 'உன் சந்தேகத்தின் காரணம், தயக்கத்தின் பின்னணி புரிகிறது. இப்போது நான் என்ன செய்ய வேண்டும் என்று சொல்கிறாய்?'

'முதலில் நீங்கள், அப்புறம் நான், அதற்குச் சம்மதம்.'

டாக்டர் மனோ மேலும் கீழும் நடந்தார். 'யோசிக்க வேண்டிய விஷயம்' தன் கையைக் கையால் குத்திக்கொண்டார். மூக்கின் முனையை விரலால் நிரடி யோசித்தார். தீர்மானித்தார்.

'நான் போய்க் காட்டினால் நீ சம்மதிப்பாயா?'

'ஆம். தகவல் ஏதும் வேண்டாம். நீங்கள் ஒரு முறை நிரூபித்துக் காட்டி விடுங்கள். எனக்கு உங்கள் கருவியின் மேல் நம்பிக்கை பிறந்து விடும்.'

'அப்படியே செய்யலாம், வா!' என்றார்.

அடுத்த அறைக்கு அழைத்துச் சென்றார். அங்கே உள்புற அறை குடுவை போன்று இருந்தது. கதவே கிட்டத்தட்ட அரை மீட்டர் கனத்துக்கு இருந்தது. திறந்ததில் லேசாகப் பஞ்சு போல ஆவியடித்தது. உள்ளே குளிராக இருந்தது. நட்ட நடுவே நாற்காலி போடப்பட்டிருந்தது. அது தரையோடு பொருத்தி யிருந்தது. நாலா புறமும் பெரிய இரும்புப் பெட்டிக்குள் நடப்பது போல இருந்தது.

'எதற்கு இத்தனை வலுவான குடுவை?'

'உள்ளே கொஞ்சம் காற்றழுத்தம் அதிகமாகும். ஸூட் போட்டுக் கொள்வேன். அப்புறம் லேசர் சிதறல் நிகழும்போது அயனை ஸேஷன் நிகழக் கூடாது.'

'என்ன ஆகும்?'

'நான் உள்ளே உட்கார்ந்த பின் இந்தக் கதவைச் சாத்தி விடு. சாத்தி விட்டு வெளியே பானலில் மானிட்டர் கேட்கும் கேள்விகளுக் கெல்லாம் 'ஆம்', 'இல்லை' என்று பதில் சொல்ல வேண்டும். அதன் பின் டெலிபோர்ட் ஆன் என்று ஒரு செம்பொத்தான் உண்டு, அதை அழுத்த வேண்டும்.'

'அழுத்தினால்?'

'நான் அணு அணுவாகப் பிரிக்கப்பட்டு விடுவேன். அடுத்த அறையில் இருக்கும் ரிஸீவருக்கு ஃபைபர் நூல் மூலமாக மின்சாரச் செய்தியாக அனுப்பப்பட்டு விடுவேன். அங்கே மறுபடி கட்டமைக்கப்பட்டுத் திரும்ப உன்னை வந்து சந்திப்பேன்!'

'ஆச்சரியம், இதற்கெல்லாம் எத்தனை நேரமாகும்?'

'பாரேன், அஞ்சு நிமிஷம் கூட ஆகாது. பெரும்பாலும் மூன்று.'

டாக்டர் மனோ பாலுவை பானல் அருகில் உட்கார வைத்து, அதன் விசைப் பலகையில் விரல்களால் விளையாடினார். மானிட்டரின் வண்ணத் திரையில், 'யார் நீ?' என்று கேள்வி எழ, டாக்டர் மனோ என்று இவர் தட்ட ஒவ்வொன்றாகக் கேள்விகள் கேட்டுக்கொண்டே வந்தது கம்ப்யூட்டர். அவற்றுக்கெல்லாம் உண்டு, இல்லை என்றே பதில் அளித்து விட்டு, பாலு ஏறக் குறைய எல்லாம் அமைத்து விட்டான். 'மெயின் ப்ரொக்ராம் லோட் ஆனதும் ப்ராம்ப்ட் வரும். அதைப் பார்த்தவுடன் இந்தச் சிவப்புப் பொத்தானை அழுத்தினால் போதும். நான் போகிறேன். பை பை!' என்று அவன் சந்தேகம் கேட்க வாயைத் திறப்பதற்குள், அந்த உள் கதவைத் திறந்து, தன்னை மூடிக் கொண்டு உள்ளே தடார் என்று உட்தாள் பொருத்தும் ஆரோக்கிய மான சத்தம் கேட்டு, மெஷின் 'ஊஷி'என்றது. திரையில் வண்ண எழுத்துகள் நடனமிட்டு மெள்ள மெள்ள நிறம் மாறி 'தயார்!' என்று மூன்று எழுத்துகள் சிமிட்டின.

பாலு, டாக்டர் குறிப்பிட்ட சிவப்புப் பொத்தானை நடுங்கும் விரலால் அழுத்தினான்.

அந்த உள்ளறையின் கதவுகளின் விளிம்பிலிருந்து மின்னல் அடித்ததுபோல வெளிச்சம் தெரிந்தது.

கம்ப்யூட்டர் திரை விள்ளல் விள்ளலாக நிறம் மாறியது. ஊஊஊ என்று சுரம் இறங்கி, திரும்பத் திரும்ப எச்சரிக்கை ஒலித்தது.

அதன் பின்...

மௌனம்.

பாலு எதை எதிர்பார்த்தான் என்று தெளிவாகத் தெரியவில்லை. நரம்பு முனைகளில் ஒரு சின்னதான துளிர்ப்பை, சிலிர்ப்பை உணர்ந்தான். டாக்டரின் தைரியத்தை எண்ணி வியந்தான். எத்தனை தன்னம்பிக்கையிருந்தால் தன்னைத்தானே சோதித்துக் கொள்ளச் சம்மதிப்பார்! என்ன ஒரு சரித்திரப் புகழ் பெற்ற சோதனை இது! இது வெற்றி பெற்றால் விண் பயணங்கள் எல்லாம் எத்தனை வேகம்! ஒளி வேகத்திலேயே ஓர் இடத்தி லிருந்து மற்றோர் இடத்துக்குக் கடத்தப்பட்டு, சந்திர மண்டலத் துக்குச் சில வினாடிகளில் போய்ச் சேர்ந்து விடலாம். எத்தனை சௌகரியம்...

எங்கே உள்ளே போனவர் இன்னுமும் காணவில்லை! உள்ளே ஊ... என்ற ஆழ்ந்த தாழ்வான ரீங்காரம் மட்டும் கேட்டுக்கொண் டிருக்க, ஒருவேளை... டாக்டர் எத்தனை நிமிடம் சொன்னார்? ஐந்தா?

ஐந்து நிமிடம் இன்னும் ஆகவில்லை? எதற்குப் பதற்றப் படுகிறாய்!

'டாக்டர்? டாக்டர் மனோ?'

கடிகாரத்தைப் பார்த்தான். ஏழு நாற்பது முப்பது... கணம் கணமாக எண்ணத் தொடங்கினான். எப்போது உள்ளே போனார் தெரியவில்லை. ஐந்து நிமிடம் என்பது இத்தனை நேரமா? ஐந்து நிமிடம் ஆகியிருக்க வேண்டும்! ஏதோ தப்பாக நேர்ந்து விட்டது. நான் என்ன செய்ய முடியும்? காத்திருப்பதைத் தவிர?

'டாக்டர்! டாக்டர்!'

'பேச்சே இல்லை, எட்டிப் பார்க்கலாமா என்றால் கதவு முழுவதும் மூடியிருக்கிறதே!'

'டாக்டர்... டாக்டர்!'

'மிஸ்டர் பாலு!'

திடுக்கிட்டுத் திரும்பினான். அறையின் வெளிப்புற வாசல் வழியே டாக்டர் மனோ உள்ளே நுழைந்தார். பாலு பதறிப் போய் மூடியிருந்த குடுவைக் கதவைப் பார்த்தான். 'எப்படி டாக்டர் இது சாத்தியம்?'

'டெலிபோர்டிங் கம்பி வழியாகச் செய்தியாகத் தப்பி வந்து விட்டேன்.'

'டாக்டர் மனோ, இது சரித்திரம் படைக்கும் இந்த நூற்றாண்டின் மகத்தான சாதனை!'

'இப்போதாவது நம்பிக்கை வந்ததா?'

டாக்டர் தன் கோட் பாக்கெட்டிலிருந்து கொஞ்சம் பஞ்சு எடுத்துக்கொண்டார்.

'நம்பிக்கை வந்து விட்டது. டாக்டர் நான் உங்கள் பரிசோதனைக்குத் தயார். எப்போது வேண்டுமானாலும் தொடங்கலாம். எங்கே கையெழுத்திட வேண்டும் என்று சொல்லுங்கள். வலித்ததா?'

'வலி என்பதே இல்லை. அது ஒரு குதூகலமான அனுபவம். மிதப்பது போல. அது ஒளி வேகத்தில் செல்வதே ஒரு 'த்ரில்'. மனோகர நூல்களால், ராகங்களால், இதழ்களால் கட்டுண்டது போலக் காதில் ஒரு இனிய இளகல் போன்ற ரீங்காரம். கண்ணை மூடினால் பசுமைத் திடல்களின் இடையே நீலப் பொட்டுகள், உடலெல்லாம் இன்பம்...'

'டாக்டர், நான் தயார்.'

'கொஞ்சம் மருத்துவப் பரிசோதனை எல்லாம் உள்ளது. உனக்கு அவசரமில்லையெனில் நாளைகூட வரலாம்.'

'இல்லை மனம் மாறுவதற்குள் இந்த மகத்தான அனுபவத்தைச் சுவைக்க விரும்புகிறேன்.'

டாக்டர் யோசித்து, 'சரி கொஞ்சம் நேரம் அடுத்த அறையில் இருந்தால் கம்ப்யூட்டருக்கு மீண்டும் ஆணை கொடுத்து விட்டுக்

கூப்பிடுகிறேன். சில மாமூல் பாரங்களில் கையெழுத்திட வேண்டும். ஜூ என்ற பெண் உன்னைச் சந்திப்பாள்.'

பாலு அடுத்த அறைக்குச் சென்று மேசையில் உட்கார்ந்து கொண்டு, நேச்சர் இதழைப் பிரித்து வைத்துக்கொண்டான்.

ஒரு பெண் புன்னகையுடன் வந்து, 'சிரீ பாலு?' என்றாள்.

'ஆம்.'

'என் பெயர் ஜூ' ட்ராஸ்டிக் உடை வழியாக அவள் விளிம்புகள் தெரிந்தன. மறுபடியும் புன்னகை செய்யும்போது, அவள் கன்னம் செங்குழம்பு போல மாறுவதைக் கவனித்தான். மேசையைத் திறந்து வண்ண வண்ணக் காகிதங்களை எடுத்தபோது மார்பிலிருக்கும் மச்சம் 'தொடு' என்றது.

'உங்கள் பிரஜா பத்திரத்தைத் தருகிறீர்களா? இந்தக் காகிதங்களில் குறிப்பிட்ட நான்கு இடங்களில் கையெழுத்து இட வேண்டும்.' தேர்ந்த விரல்களில் பச்சை நகங்கள். 'உங்களுக்கு இந்தப் பரிசோதனையில் பூரண சம்மதம்தானே?'

'பூரண சம்மதம்தான். நீயும் என்னுடன் வருவாயா பெண்ணே?' என்று அவள் மேல் கை வைத்து, தடவிப் பார்த்தான். ரோபார்ட் இல்லை. நிஜ மேனி. அவள் அவன் கையைத் தடுத்து நிறுத் தாமல், 'இதில் உங்கள் வாய்ஸ் பிரிண்ட் தேவை' என்று விரல் மைக்கை அவன் முன் வைத்து, 'சொல்லுங்கள்' என்றாள்.

'என்ன சொல்ல வேண்டும்?'

'பாலுவாகிய நான்...'

'பாலுவாகிய நான்...'

'டாக்டர் மனோவின் தொலை கடத்தும் பரிசோதனைக்கு.'

'டாக்டர் மனோவின் தொலை கடத்தும் பரிசோதனைக்கு மனமார்ந்த சம்மதம் தெரிவிக்கிறேன். இந்தப் பரிசோதனையின் விளைவுகள் யாவும் எனக்கு முழுவதும் விளக்கப்பட்டன. என் மன நிலையில் எவ்விதக் கோளாறும் இல்லை. என் உரிமையில் யாரும் எதுவும் குறுக்கிடவில்லை.' கையெழுத்து இடும்போது அந்தப் பெண் புன்னகை மாறாமல் பார்த்துக்கொண்டிருக்க,

'பெண்ணே என்னுடன் லாட வருவாயா?' என்றான். அவள் அவனைப் பொய்க் கோபத்துடன் பார்த்து, 'பரிசோதனை எல்லாம் முடிந்த பின் லாடலாம்' என்றாள்.

அடுத்த அறையில் டாக்டர் மனோ அந்தக் குடுவையைத் திறந்தார். அதிலிருந்து மற்றொரு டாக்டர் மனோ வெளிப் பட்டார். 'எத்தனை நேரம் அவனுடன் மசமசவென்று பேசிக் கொண்டிருப்பாய்? இனிய இளகல் ரீங்காரம் என்று... எனக்கு மூச்சுத் திணற ஆரம்பித்து விட்டது.'

வெளியே வந்த டாக்டர் மனோ, அங்கே இருந்த டாக்டர் மனோவைப் பார்த்து, 'என்ன, நம்பி விட்டானா?' எனக் கேட்டார்.

'நிச்சயம், இப்போதே தயார் என்று காத்திருக்கிறான். அடுத்த அறையில் கையெழுத்தெல்லாம் போட்டு விட்டானாம். ஜூ சொன்னாள்.'

'நல்லவேளை. இரட்டையராக நாம் இருவரும் பிறந்தோமோ, பிழைத்தோம். இல்லையெனில் இந்தப் பரிசோதனைக்கு யார் சம்மதிப்பார்கள்?'

'முயலை அனுப்பி வெற்றி கண்டாகிவிட்டது என்றெல்லாம் சொல்லிப் பார்த்து விட்டேன். ஆசாமி பெயரவில்லை. ம்ஹூம் உள்ளே போய் உட்கார்ந்து உன்னை வரவழைக்க வேண்டியிருந்தது.'

மனோ தன் இரட்டை சகோதரனைப் பார்த்தார். 'ஜனோ, இந்த முறையாவது வெற்றி பெறும் என்று தோன்றுகிறதா? போன முறை அனுப்பிய ஆசாமி டிஸ்க்கிலேயே இன்னமும் சிறைப் பட்டு இருக்கிறானே? செய்தியாக இருக்கிறானே!'

'என்ன சொல்வது? ஆராய்ச்சியென்றால் அப்படித்தான்! இந்த முறை காமா கதிர்களின் காட்டத்தைக் கொஞ்சம் குறைத்திருக் கிறேன். பார்க்கலாம். வெற்றி பெறும் என்றுதான் எண்ணு கிறேன். போய் அவனை அழைத்து வா. நான் கம்ப்யூட்டர் அறைக்குச் செல்கிறேன். வெற்றி பெறுமா பார்க்கலாம். இனி மேலும் பாசாங்குகள் கூடாது.'

டாக்டர் ஜனோ லாபின் பின்புறம் செல்ல, டாக்டர் மனோ வெளியே வந்து, 'சிரீ பாலு, வாருங்கள்' என்று அன்பாக அழைத்தார்.

பாலுவின் சட்டை நீக்கப்பட்ட தலையில் கிரீடம் போல என்ஸபாலோ இணைப்புகள் சூட்டியிருக்க, ஜூ அவனை அழைத்து, திறந்த குடுவைக்குள் கொண்டு சென்று உட்கார வைத்து, அந்த நாற்காலியுடன் அவனை நைலான் பட்டைகளால் பூட்டி விட்டு, மறுபடி புன்னகை செய்து, 'பெஸ்ட் ஆஃப் லக்' என்று சொல்லிவிட்டு வெளியே வந்தாள்.

கதவு உஷ் என்று மூடிக்கொண்டது.

'ஜனோ ரெடியா?'

'ரெடிடா மனோ.'

'இந்த முறை நிஜமாவே...' டெலிபோர்ட்டர் 'ஆன்' என்ற செம்பொத்தானை அழுத்தினார்.

6 குந்தவையின் காதல்

ராசேந்திரன், வீரசோழ நெடுஞ்சாலையைக் கடந்து திருபுவன மாதேவியார் அங்காடித் தெருவில் வந்த போது இருட்டத் தொடங்கி, விளக்குப் பொருத்திக் கொண்டிருந்தவர்கள் இளவரசைப் பார்த்ததும் பயந்து தத்தம் காரியங்களில் ஸ்தம்பித்தனர். உடன் குதிரையில் திருமெய் காப்பாளனிடம், 'என்ன, எல்லோரும் இப்படிப் பார்க்கிறார்கள்?' என்றான்.

'ரட்டபாடிப் போரைப் பற்றிப் பல வதந்திகள்.'

'என்னவாம்?'

'சேதம் அதிகமாம். தோணூர் வரை சென்று முழுவதையும் நாசம் செய்து, பெண்கள், பிராமணர்கள், குழந்தைகள்...'

'போதும் நிறுத்து! நான் வென்றேன். அவ்வளவு தான்.'

'நீங்கள் செய்யவில்லை. உங்களுடன் வந்திருந்த குஞ்சிர மல்லர்களும் கைக்கோளர்களும் மிகவும் மூர்க்கத்தனமாக நடந்துகொண்டார்களாம்.'

'ஒரு போரில் இதெல்லாம் இயற்கையே. தந்தையார் அதற்குத்தான் விளித்திருக்கிறாரோ?'

'இருக்கலாம்.'

அங்காடித் தெருவிலிருந்து குந்தவை மருந்தகத்துக்குத் திரும்புகையில் ஒரு சாளரத்தின் திரை விலகி, ஒரு பெண் ராசேந்திரனைக் கண்கொட்டாமல் பார்த்தாள்.

'என்ன பார்க்கிறாய்? நெற்றிக் கண் காணாத மற்றொரு காம வேள் என்பது இவனுக்கும் பொருந்தும். இப்போதே இரண்டு மனைவியர்' என்றாள் அவள் தோழி.

அரண்மனைக்குள் பல வேழத்தினர் ஊடாடிக்கொண்டிருக்க, ராசேந்திரனைப் பார்த்ததும் அடங்கி ஒடுங்கி நடந்தனர்.

'எவரையும் நம்பக்கூடாது. போரில் கைப்பற்றப்பட்டவர்களை வேலைக்கு அமர்த்துவதில் எனக்கு விருப்பமில்லை. எல்லாம் தந்தையார் பிடிவாதம்.' சுற்றிலும் பார்த்து, 'தனிச் சேவகங்களின் எண்ணிக்கையே எத்தனை இருக்கும்?'

'பதினெட்டு இளவரசரே.'

'அனைவரும் சோம்பித் திரிவோர். இது என்ன பாட்டும் கூத்தும்?'

ராசேந்திரன் பிரதான அரங்கில் நுழைய, அனைவரும் சொல்லி வைத்தாற்போல எழுந்து பாட்டுப் பாடி ஆட ஆரம்பித்தார்கள்.

ராசேந்திரன் போதும் என்று கையைக் காட்ட, அனைவரும் சிலை போல உறைந்தார்கள்.

பாதி நடனத்தில் நிறுத்தியிருந்த ஒரு பெண்ணிடம் போய், 'பெண்ணே, உன் பெயர் என்ன?'

'அருண்மொழி, இளவரசே.'

'ஆறாயிரம் பெண்களில் ஒருத்தி' என்றான் திருமெய்.

அவள் கன்னத்தில் தன் விரல் நகத்தால் நிரடி, 'அருண்மொழி. நல்ல பெயர். எனக்குப் பெண் பிறந்தால் உன் பெயர் வைக்கிறேன்.'

திருமெய் அவளுக்கு ஒரு மோதிரம் கழற்றிக் கொடுத்து, 'போ போ!' என்றான்.

'ஓய் தனிச் சேவகரே, பெயர் என்ன?' என்றான்.

அவர் மீசையை நீவி விட்டுக்கொண்டு, குறுகி இளவரசரிடம் வந்து, 'கோதண்டராம உடையார்' என்றார்.

'உள்ளே இருக்கிறாரா ராஜராஜ சக்கரவர்த்தி? காந்தளூர்ச் சாலை கலமறுத்தருளிய கோ, ராசகேசரி வர்மர், மும்முடிச் சோழர்!'

'சுருக்கமாகச் சொன்னால் உன் தந்தை' என்று திறந்த கதவிலிருந்து வெளிப்பட்டு ராஜராஜ சோழர் தன் மகனிடம் வந்தார்.

'வணக்கம் தந்தையே.'

சக்கரவர்த்தி அவனை அணைத்துக்கொண்டு, 'வா மதுராந்தகா. உன்னுடன் முக்கியமாக ஒரு விஷயம் பேச வேண்டும்.'

'அதற்கு முன் என்னை மதுராந்தகன் என்று அழைப்பதை நிறுத்தக் கோருகிறேன்.'

'ஏன் பிடிக்கவில்லையா?'

'உங்களுக்கு வேண்டுமெனில் உங்கள் சிறிய தந்தையின்பால் அன்பிருக்கலாம். எனக்கு இல்லை.'

பெரியவர் சிரித்து, 'எப்போதும் எதிர்ப்புத்தான் உனக்கு, ரட்ட பாடியில் அதிகம் சேதமாமே?'

'அதைக் கேட்கத்தான் என்னை அழைத்தீர்களா தந்தையே?'

'அதையும் கேட்கத்தான். மகனே, போரில் சேதம் என்பது மிகவும் குறைந்த அளவு இருக்க வேண்டும். வெற்றி ஒரு கள் வெறிபோல. தலைக்கு ஏறி விட்டால் ஏது செய்கிறோம் என்பதை மறந்து போய் விடுவாய். சத்யாச்ரயன் இப்போதே தன்னைத் திகுளமாரி என்று பட்டமேற்றுக்கொண்டு விட்டான்.'

'புரியவில்லை.'

'திகுளமாரி என்றால் தமிழர்க்கொல்லி.'

'எனக்கும் ஏதாவது பட்டப்பெயர் கொடுங்களேன். சாளுக்கிய மாரி என்று? போய்க் கவனிக்கிறேன்.'

'நீ திரும்ப வந்ததும் அவன் தோணூர் வரை வந்து இழந்ததைக் கைப்பற்றி விட்டது என்னவோ நிசம்.'

'இப்போது சொல்லுங்கள். திரும்பப் பறித்து விடுகிறேன். வள நாடு மண்டலங்களாகப் பிரித்துச் சோழ அரசை நிலைநாட்டச் சமயம் போதவில்லை. எப்போது வேண்டுமெனிலும் அதைப் பற்ற முடியும் என்னால்.'

'சேதங்கள்?'

ராசேந்திரன் அலுத்துக்கொண்டான்.

'தந்தையே, சேதங்கள் ஒரு போரில் தவிர்க்க முடியாதவை. ஓர் அளவுக்கு வெறியையும் உணர்ச்சி வசப்பட்ட காரியங்களையும் தவிர்க்கவே இயலாது. ஊரை விட்டு, வேரை விட்டு வெகு தூரம் வந்தவர்கள், இயலாது வந்தவர்கள் வெற்றியைக் கொண்டாடுவதில் தப்பில்லை. உங்கள் வெற்றி விழாக்களையே எண்ணிப் பார்த்தால் தெரியும்.'

'தப்பில்லைதான். இருந்தும் பெண்களை விட்டு வைக்க வேண்டியது வெற்றி வாகை நேரத்தில் முக்கியமாகிறது.'

'கூடிய வரையில்தான் முயல முடியும்.'

'போருடன் தொடர்பில்லாதவர்களைக் கொல்வதில் எனக்குச் சம்மதமே இல்லை.'

'அதைச் சொல்லவா அழைத்தீர்கள்?' என்றான் அலுப்புடன் ராசேந்திரன்.

'இந்தப் பேச்சு உனக்குப் பிடிக்கவில்லை என்பது தெரிகிறது. நான் அழைத்தது குந்தவையைப் பற்றிப் பேச.'

'எந்தக் குந்தவை? உங்கள் சகோதரியா, என் சகோதரியா?'

'உன் சகோதரி, என் மகள்.'

'என்ன அவளுக்கு? கவிதை எழுதுகிறாளா? இந்தக் கெட்ட பழக்கத்தை நிறுத்தி விட்டாள் என்று நினைத்தேன்.'

'பழையாறைக்குப் போய் அவளைச் சம்மதிக்கச் செய்ய வேண்டும்.'

'எதற்கு?'

'விமலாதித்தனைத் திருமணம் செய்துகொள்ள...'

ராசேந்திரன் ஆச்சரியத்துடன் தந்தையைப் பார்த்தான்.

'விமலாதித்தன்... கீழைச் சாளுக்கியன்?'

'ஆம்.'

'தந்தையே, என்ன இது? என் தங்கை சாளுக்கிய வம்சத்தில் போவதா? சாளுக்கியர்கள் நம் எதிரிகள் தந்தையே.'

'மேலைச் சாளுக்கியர்கள் தாம் நம் எதிரிகள்.'

'மேலோ, கீழோ, எல்லாச் சாளுக்கியர்களையும் கொல்ல வேண்டும் என்று சிறு வயதிலிருந்தே எனக்குப் போதிக்கப் பட்டிருக்கிறது தந்தையே.'

'போதனையில் ஒரு திருத்தம். கீழைச் சாளுக்கியர்கள் நம் எதிரிகள் இல்லை. திருவையாற்றில் தஞ்சம் கொடுத்துள்ளேன்.'

'கலிங்கத்தின் மேல் மறுபடி படையெடுக்க வேண்டுமா?'

'ஆம். அதனால்தான் இந்தத் திருமண ஏற்பாடு. வீணாக அவர்களுக்குத் தொடர்ந்து உதவி செய்துகொண்டிருக்க இணக்க மில்லை எனக்கு. விமலாதித்தனுக்குக் குந்தவையைக் கொடுத்து விட்டால், நம் போர் முயற்சிகளுக்கு ஒரு காரணம் கிடைக் கிறது. சோழ விசுவாசம் வடக்கே பரவுகிறது.'

ராசேந்திரன் அலுப்புடன், 'இப்போது என்ன?' என்றான்.

'குந்தவையைத் திருமணத்துக்கு ஒப்புக்கொள்ள வைக்க வேண்டும். நீ சொன்னால் கேட்பாள்.'

'ஒப்புக்கொள்ளவே மாட்டாள்.'

'யாரையாவது காதலிக்கிறாளா?'

'இது காதல் விவகாரம் இல்லை தந்தையே. குந்தவை சிந்திக்கும் ஒரு சுதந்தரப் பெண். அவளைக் கேட்காமல் நாம் எவ்வாறு தீர்மானிக்கப் போகிறோம்?'

'கேள்.'

'மறுத்தால்?'

'ஒருநாள் தாழ்த்தி மறுபடியும் கேள். சம்மதிக்கவில்லையெனில் பட்டினி போடு. சம்மதிக்க வை.'

'தந்தையே, இது என்ன விந்தை? எதற்காக விமலாதித்தனை அவள் திருமணம் செய்துகொள்ள வேண்டும்?'

'வாக்குக் கொடுத்திருக்கிறேன்.'

'யாருக்கு?'

'அவன் அண்ணன் சக்திவர்மனுக்கு. எல்லோரும் திருவையாற்றில் வீற்றிருக்கிறார்கள். சக்திவர்மன், விமலாதித்தன், அவர்கள் தாய்...'

'வீண் சோறு!'

'சக்திவர்மன் முழுவதும் பட்டத்துக்கு வந்ததும் நமக்குத்தான் உதவப் போகிறான். இதற்குத்தான் வீண் சோறு! மேலும் வாக்களித்தேன்.'

'என்ன வாக்கு? தம்பிக்கு மகளைக் கொடுக்கிறேன் என்றா?'

'இல்லை, அவனை வேங்கி நாட்டுக்கு வேந்தனாக முடிசூட்ட.'

'புரியவில்லை. அதற்கும் விமலாதித்தனுக்கும்...'

'ராசேந்திரா, நீ இன்னமும் அரண்மனைச் சதிகள் பழகவில்லை. சக்திவர்மனுக்குப் பிறகு அவன் தம்பிதான் வேங்கி நாட்டுக்கு அரசன்.'

'அப்படி யார் சொன்னது?'

'அது நான் தீர்மானித்தது.'

'இப்படிச் சுற்றி வளைப்பதைவிட சக்திவர்மனுக்கே குந்தவையைக் கொடுக்கலாமே?'

'சக்திவர்மன் இதுவரை இரண்டு திருமணங்கள் ஆனவன்.'

ராசேந்திரன் சிரித்து, 'இது யார் பேசுவது? சோழமாதேவி, திரைலோக்கிய மாதேவி, பஞ்சவன் மாதேவி, அபிமானவல்லி, இலாட மாதேவி, மீனவன் மாதேவி அப்புறம் என்ன...? எனக்கே கணக்கில் வைத்துக்கொள்ள முடியாத மனைவிமார்கள் கொண்ட தாங்களா?'

பெரியவர் தன் மீசையை நீவி விட்டுக்கொண்டு, 'ராசேந்திரா, பட்டத்துக்கு வருமுன் மற்றொரு அறிவுரை, சோழ சக்கர வர்த்திகள் வேறு, சிற்றரசர்கள் வேறு. நம் நடைமுறைகளே வேறு. திருமணம் ஒரு பயனுள்ள அரசியல் திறன்! உன்

தங்கையை விமாலதித்தனுக்குக் கொடுப்பதில் நம் மண்டலத்துக்குப் பல்வேறு நற்பயன்கள் உள்ளன. வடக்கே ஒரு விசுவாசி வேண்டும். வேங்கி, கலிங்கம் எல்லாவற்றையும் இங்கிருந்து கவனித்துக்கொள்வது மிகவும் அரியதாயிருக்கிறது. நம் வம்சம் பரவ, இந்த முறையை ஏற்கத்தான் வேண்டும். பெண்கள் எதற்கு? புதிதாக சோழ சாளுக்கிய வம்சம் ஒன்று நிறுவ வேண்டும்.'

'குந்தவையைக் கேட்டுப் பார்த்தீர்களா?'

'இன்னும் இல்லை. நீதான் கேட்டுச் சம்மதிக்க வைக்க வேண்டும்.'

சக்கரவர்த்தி, ராசேந்திரன் அருகில் வந்து அவனைத் தோளோடு அணைத்துக்கொண்டு, 'நான் இன்னமும் அதிகக் காலம் இருக்கப் போவதில்லை. உனக்கு இளவரசு பட்டம் கட்டியாயிற்று. என் இதயமெல்லாம் உள்ள ஆசை இது. சோழ மண்டலம் வளநாடு கலிங்கத்தில் இருந்து பரவி, இடைதுறை நாடு, வனவாசி, கொள்ரிப்பாக்கை என்று...'

ராசேந்திரன் குறுக்கிட்டு, 'தந்தையே வேண்டிய அளவு போரிட நான் தயார்.'

'ராசேந்திரா, சில நாடுகளைப் போரிட்டுக் கைப்பற்றிக் கொள்ள வேண்டும். சிலவற்றைப் பெண் கொடுத்துக் கொள்ளவேண்டும். போ, குந்தவையைப் போய்ப் பார்.'

ராசேந்திரன் அரண்மனையை விட்டு வெளியே வந்தபோது திருமெய் காப்பாளனிடம், 'முன்னூற்றுவா, காலை பழையாறைக்குப் போக வேண்டும்' என்றான்.

'உத்தரவு இளவரசே.'

'குந்தவை அங்கேதான் இருக்கிறாளா?'

'ஆம்.'

'கடிகை மாராயனைக் கூப்பிடு, காலை பயணப்பட வேண்டும். அதிகம் ஆள்கள் வேண்டாம்.'

முன்னூற்றுவன் ராசேந்திரனை ஒருவாறு பார்த்து, 'இளவரசே, ஏதும் குழப்பமா?' என்றான்.

'இல்லை, தூது.'

'அப்படியா?'

'பெரியவர் பெரிய திட்டம் போட்டிருக்கிறார். அதற்கு ஒரு பகடைக்காய் என் தங்கை.'

'யார் குந்தவையாரா?'

'ஆம் முன்னூற்றுவா! நீ விமலாதித்தனைப் பார்த்திருக்கிறாயா?' என்று வினவினான் ராசேந்திரன்.

'விமலாதித்தனை நீ பார்த்திருக்கிறாயா?' என்று ராசேந்திரன் கேட்டதும் திருமெய்-

'இல்லை இளவரசே.'

குதிரை மேல் தாவி ஏறிக்கொள்ள, தெருவில் இடங்கையர் இளவரசரின் முன்னேற்பாட்டைப் பார்த்ததுமே அப்படியே தரையில் படிந்தனர்.

'நான் பட்டத்துக்கு வந்ததும் இந்த இடங்கை, வலங்கையை ஒழிக்கப் போகிறேன்.'

'மிகவும் கடினமான காரியம் அரசே. கிராமத்தையே எரித்தார்கள். சதுர்வேதி மங்கலம்.'

'விமலாதித்தனைப் பற்றிச் சொல். அவனைக் குந்தவை பார்த்திருக்கிறாளா?'

'பார்த்திருக்கலாம். இல்லையெனில் பார்க்க வைக்கலாம். இரவே போக வேண்டுமா?'

'ஆம். இல்லையெனில் தந்தையார் கோபித்துக்கொள்வார்.'

பின்னிரவின் நிலா வெளிச்சத்தில் தஞ்சாபுரியின் பெரிய கோயில் கோபுரம் ஒரு கரிய பெரிய கிரீடம் போல ஒளிர்ந்தது.

'அதைப் போல் மற்றொரு கோயில் கட்ட வேண்டும்' என்றான் ராசேந்திரன்.

'எதற்கு?' என்றான் திருமெய்.

'அப்போதுதான் என்னை ராசேந்திரன் என்று ஒப்புக் கொள்வார்கள்.'

'இல்லையெனில்?'

'ராசராசன் மகன் என்பார்கள்.'

உள்ளாலையிலிருந்து புறம்பாடிக்கு வந்து பழையாறை நோக்கிய சாலையில் செல்லும்போது, தீப்பந்தங்களின் வெளிச்சத்தில் ராசேந்திரனின் மனச் சஞ்சலம் முகத்தில் பிரதிபலித்தது.

குந்தவை அவன் செல்லத் தங்கை. அவளைக் கட்டாயமாகத் திருமணம் செய்துகொள் என்று கேட்பதே தப்பு என்று தோன்றியது. இருந்தும் அரச காரியங்களுக்காகச் சில தியாகங்கள் செய்யத்தான் வேண்டும். குந்தவை இதை எப்படி எடுத்துக் கொள்வாள்? முதலில் அத்தையை அணுகலாமா? வேண்டாம். அவள் காதலித்துத் திருமணம் செய்து கொண்டவள். ஒப்புக் கொள்ள மாட்டாள்.

'முதலில் உங்களுக்குச் சம்மதமா இளவரசே?' என்றான் முன்னூற்றுவன்.

'நான் விமலாதித்தன் என்கிற பிறவியைப் பார்த்ததே இல்லை.'

'அழகானவன்தானாம்.'

'அழகு மட்டும் போதுமா?'

குந்தவை கண்களைத் துடைத்துக்கொண்டு தூக்கம் இன்னும் கலையாத நிலையில் வந்தாள். அதிகம் நகைகள் அனைத்தையும் கழற்றி வைத்து, தாதிப் பெண் தொடர நடந்து வரும்போது காலில் சலங்கை மட்டும் புலம்பியது.

'என்ன அண்ணா இத்தனை அதிகாலையில்?'

'குந்தவை, சுகமா?'

'சுகம் கேட்கவா தஞ்சையிலிருந்து வந்தீர்கள்?'

'இல்லை.'

'நீங்கள் போவதற்குள் நான் எழுதிய கவிதையைப் படித்துத்தான் ஆக வேண்டும்.'

'குந்தவை, நான் வெறும் போர்மல்லன். வில்லைப் பற்றிப் பேசு. சொற்கள் எனக்கு நேர விரயம்.'

'உன் போன்ற சூன்யங்களையும் நான் சொல்லப் போகும் கவிதை குணப்படுத்தும்.'

'நீ எழுதியதா?'

'இல்லை, மற்றொருவர்' என்று கண் சிமிட்டினாள்.

'நான் கவிதை பற்றிப் பேச வரவில்லை, குந்தவை. நேராகச் சொல்லி விடுகிறேன். காலம் தாழ்த்த விரும்பவில்லை. தந்தையார் உனக்கு மணமுடிக்க விரும்புகிறார்.'

குந்தவையின் இனிய புன்னகை சட்டென்று உறைந்தது.

'மணமா? எனக்கா?'

'ஆம்' என்று அவள் நேர்ப் பார்வையைத் தவிர்த்தான்.

'யாருடன்?'

'விமலாதித்தன். கீழைச் சாளுக்கிய இளவரசன்.'

'அண்ணா! என்னைக் கேட்காமல் தீர்மானித்தீர்களா?'

'சோழ வம்சத்தில் பெண்களைக் கேட்கும் வழக்கம் இல்லை.'

'அத்தை?'

'அத்தை விதிவிலக்கு.'

'நானும் அத்தையைப்போல...'

'யாரையாவது காதலிக்கிறாயா? சொல். தலையைச் சீவி விடுகிறேன்.'

'அண்ணா, என்ன இது? நான் என்ன பகடைக் காயா?'

'ஏறக்குறைய அப்படித்தான்.'

'முடியாது! ஏய்! யாரங்கே!' கை தட்டினாள்.

தாதிப் பெண், 'இளவரசி' என்று பணிவுடன் வர, 'அத்தையைக் கூப்பிடு.'

'குந்தவை, அத்தையைக் கூப்பிட்டுக் குழப்பாதே. நமக்குள் பேசிக் கொள்ளலாம். சொல், உனக்கு விருப்பமில்லை. அப்படித்தானே?'

'ஆம்.'

'யாரை மணம் செய்ய விருப்பம்?'

'அது... அது...'

'தமிழ்ப் புலவர் யாராவதா?'

'இல்லை. எனக்குத் தமிழ் மேல்தான் காதல். திருவிசைப்பா என்று ஒரு புலவர் தஞ்சையில் பாடிக்கொண்டிருக்கிறாரே கேட்டாயோ?'

'எனக்கு நேரமில்லை குந்தவை. உனக்கு விமலாதித்தனை மணம் செய்துகொள்ளச் சம்மதமா, இல்லையா?'

'இல்லை! இல்லை! முடியாது! நான் ஒன்றும் உங்கள் அரசியல் விளையாட்டின் பாவை இல்லை!'

'குந்தவை, தந்தையின் சொல்லை மீறுகிறாயா?'

'அண்ணா, நீங்கள் உண்மையாகவே என்னைக் கட்டாயப்படுத்த விரும்புகிறீர்களா? அவ்வளவுதான் உங்கள் பாசமா!'

ராசேந்திரன் அவள் கரிய கண்களில் கண்ணீர்க் கரையிட, அதைத் துடைத்தான்.

'சொல்லுங்கள் அண்ணா!'

'என்னத்தைச் சொல்வேன்? குந்தவை சில திருமணங்கள் தேவைப்படுகின்றன. நானே இரண்டாம் திருமணம் எதற்குச் செய்துகொண்டேன்? முக்கோக்கிழானடிகள் என்ற பெயர் கொண்ட பெண்ணை உன் அண்ணன் மணந்துகொள்வான் என்று எதிர்பார்த்திருப்பாயா? எல்லாம் அரசியல்தான்.'

'உங்களுக்கு அரசியல் தேவை. அதில் எங்களைப் பலி வாங்காதீர்கள்.'

'இப்போது என்ன சொல்கிறாய்? விமலாதித்தனை மணக்க மாட்டாயா?'

தூண்டில் கதைகள் | 111

'அந்த மனிதர் யாரென்றே தெரியாதே அண்ணா? ஆள் கறுப்பா சிவப்பா என்றே...'

'உங்களுக்கெல்லாம் முக்கியமல்ல ராசேந்திரா. உங்களுக்கு முக்கியமானது வேலும் வில்லும் வேழமும்தான்.'

'வணக்கம் அத்தை!' பெரிய குந்தவைப் பிராட்டியார் உள்ளே நுழைந்து தன் சால்வையைப் பணிப் பெண்ணிடம் கொடுத்து, 'ராசேந்திரா, எத்தனை முறை பழையாறை வருகிறாய்? உன் அத்தையைப் பார்க்க நேரம் கிடைக்கவில்லையா?' என்றார்.

'அப்படி இல்லை அத்தை. நான் பழையாறைப் பக்கமே வருவதில்லை. பல திங்களாயிற்று. முன்னூற்றுவா கடைசியாக எப்போது பழையாறை வந்தோம்?'

'நான்கு தினங்களுக்கு முன் இளவரசே.'

ராசேந்திரன் அவனை முறைத்துப் பார்த்து, 'பொய் சொல்லாத வாய்க்குப் போசனம் கிடையாது முன்னூற்றுவா' என்றான்.

பெரிய குந்தவைப் பிராட்டியார் சிரித்து, சிறியவளின் கூந்தலை வருடி, 'என்ன சொல்கிறான் உன் அண்ணன்?'

'யாரையோ திருமணம் செய்துகொள்ள வேண்டுமாம் அத்தை! ஆணை பிறப்பிக்கிறார்கள்.'

'யாரையோ இல்லை. சாளுக்கிய இளவரசனை! பெயர் விமலாதித்தன்.'

'பெயர் நன்றாகத்தான் இருக்கிறது. எதற்காம்?'

'அரசியல் அத்தை அரசியல்.'

'யார், ராசராசன் உன்னை அனுப்பினானா?'

'ஆம் அத்தை.'

'நேரில் வந்து கேட்க மாட்டானோ?'

'அப்படியில்லை. நான் சொன்னால் குந்தவை ஒப்புக்கொள்வாள் என்று...'

பிராட்டியார் இளம் குந்தவையைப் பார்த்து, 'என்ன சொல்கிறாய் பெண்ணே?'

'எனக்குச் சம்மதமில்லை அத்தை. திருமணம் என்பது எப்படி இருக்கும்?'

'நாடு முழுவதும் கோலாகலமாக இருக்கும். குழலும் யாழும் பேரிகையும் முழங்கும். வீதிதோறும் நடனம். எல்லோருக்கும் கழஞ்சுப் பொன், பட்டங்கள், பட்டயங்கள்...'

'உங்கள் திருமணம் அப்படித்தான் நடைபெற்றதா அத்தை! நீங்கள் காதலித்துத்தானே...'

'என் திருமணத்தைப் பற்றிப் பேசாதே.'

'வல்லவரையரைக் கேட்டுப் பார்.'

'அவர் இப்போது ஊரில் இருந்தால்தானே! அதுஎன்ன? பழியிலி ஐன்னூற்றுவராமே?'

ராசேந்திரன் தன் மெய்க்காப்பாளரைப் பார்த்து, 'புதிய படையா என்ன?' என்றான்.

'ஆம் இளவரசரே, ரகசியப் படை.'

'குந்தவை, இப்போது என்ன சொல்கிறாய்? திருமணத்துக்குச் சம்மதமா இல்லையா?'

'இளவரசனைப் பார்க்காமல் அவள் சொல்ல மாட்டாள்.'

'முன்னூற்றுவா, நீ விமலாதித்தனைப் பார்த்திருக்கிறாய் அல்லவா?'

ரகசியமாக அவன் கை விரலைப் பற்றி இழுத்தான்.

'அ...ஆம் அரசே.'

'விவரி.'

'நல்ல அழகும் திறமையும் உள்ளவர் விமலாதித்தர்.'

'ஓவியம் ஏதாவது இருக்கிறதா?'

'ஓவியம் ஏமாற்றும். விமலாதித்தனை வரச் சொல். குந்தவை அவனைச் சந்திக்கட்டும். இப்போது எங்கே இருக்கிறான் அவன்?'

'திருவையாற்றில்தான்.'

'அழைத்து வா.'

'அதற்கு அவசியம்தானா அத்தை?'

'உறுதியாக அவசியமானது. பெண்களை நீங்கள் பகடைக் காய்கள் போல, பலி ஆடுகளைப் போலப் பயன்படுத்துவதை நான் எதிர்க்கிறேன் என்று உன் அப்பனிடம் போய்ச் சொல்' என்றார் மூத்த குந்தவைப் பிராட்டியார்.

'அப்படியெனில் விமலாதித்தன்...'

'வரவழைத்தே ஆக வேண்டும். இல்லையேல் திருமணத்துக்குச் சம்மதமில்லை.'

'இளையவளே, நீ என்ன சொல்கிறாய்?'

'எனக்கு ஏதும் சொல்லத் தெரியவில்லை அண்ணா.'

'குந்தவை, எதற்கும் என்னைக் கேட்காமல் ஒப்புக்கொள்ளாதே.'

'திருமணத்தில் புதிய உடைகள் அணியலாம் குந்தவை.'

'பெண்ணே, புதிய உடைகள், திருமணம் இல்லாமலேயே அணிந்துகொள்ளலாம்.'

'பெண்களுக்குச் சோழ நாட்டில் அதிக சுதந்தரம்.'

'என்ன சொன்னாய்?'

'ஒன்றுமில்லை அத்தை... கலிங்க நாட்டில் ஒரு படையெடுப் புக்குப் போகும்படி தந்தையார் எனக்குப் பணித்திருந்தார். அங்கொரு குலூத வேந்தன் இருக்கிறான். அவன் பெயரும் விமலாதித்தன்.'

'குழப்பாதே, நீ பெண் கொடுக்கப் போகிறாயா, இல்லை, போரிடப் போகிறாயா?'

'குந்தவைக்குப் பார்த்திருப்பது மற்றொரு விமலாதித்தன். கீழை சாளுக்கிய மன்னன்.'

'அது எந்த விமலாதித்தனாக இருப்பினும் குந்தவை அவனைப் பார்த்தே ஆக வேண்டும். அதன் பின்தான் மேற்பேச்சு.'

ராசேந்திரன் முகத்தை வருடிக்கொண்டு, 'அப்படியா?' என்று அறையை விட்டு வெளியே வந்தான். 'நீராட வேண்டும். களைப்பாக இருக்கிறது. முன்னூற்றுவா, முதலில் திருவையாற்றுக்குச் செய்தி சொல். அவன் வரட்டும்.'

'சிக்கல்! விமலாதித்தனைப் பெரிய பிராட்டியாருக்குப் பிடிக்கவில்லையென்றால் சிக்கல்.'

'அந்தச் சிக்கலை அப்போது எதிர்கொள்ளலாம்.'

அவர்கள் போனதும் பெரிய குந்தவைப் பிராட்டியார், 'சோழப் பரம்பரையில் பெண்ணெடுப்பவன் வந்தே ஆக வேண்டும். குந்தவை கவலைப்படாதே. அவனை வரவழைத்து, அவனைப் பார்த்து, உனக்குப் பிடித்திருந்தால்தான் திருமணம்' என்றார்.

குந்தவை பெரிய பிராட்டியை அணைத்துக்கொண்டு, 'அத்தை நீங்கள் எனக்குத் தெய்வம் போல' என்றாள்.

'இந்த ஆண்களை ஒரு அளவுக்குக் கட்டுப்படுத்தி வைத்திருக்க வேண்டும். இல்லையேல் இப்படி விருப்பப்படிச் செய்வார்கள்.'

'அத்தை, நான் இப்போது என்ன செய்ய வேண்டும்?'

'ஒரு கட்டாயமும் இல்லை. அவன் வந்ததும் பார். பிடித்திருந்தால் சம்மதம் சொல். இல்லையேல் முடியாது என்று சொல்லி விடு. பெண்ணே உன் உரிமைகளை அறிந்து கொள்.'

'அத்தை' என்று அணைத்த தன் மருமகளை, குந்தவைப் பிராட்டியார் உச்சி மோந்தார்.

'அத்தை, உங்களிடம் ஒன்று சொல்ல வேண்டும்' என்றவள் கன்னத்தை வருடிக் கொடுத்தார் பெரிய பிராட்டியார்.

'பெண்ணே, யாரையேனும் காதல் செய்து விரும்புகிறாயா, இப்போதே சொல்.'

'இல்லை அத்தை. அப்படி ஒருவரும் இல்லை.'

'பேச்சில் தயக்கம் இருக்கிறது. அச்சப்படாதே. சொல்! ஒரு பெண்ணைப் பெண்ணால்தான் புரிந்துகொள்ள இயலும்.'

'வந்து... ஒரு முறை... ஒரு முறை ஏதோ ஒரு விழாவில்தான் ஒரு முறை அவரைப் பார்த்தேன்.'

'யார் அது? பெயர் என்ன?'

'தெரியாது.'

'என்ன விழா?'

'அதுவும் தெரியாது.'

'பின் என்னதான் தெரியும்?'

'அந்த முகம் மட்டும்.'

குந்தவைப் பிராட்டியார் சிரித்து, 'நன்றுதான். அந்த முகம் திரும்ப வரும் வரைக்கும் காத்திருப்பாயா பேதைப் பெண்ணே? இவ்வாறெல்லாம் யாரையாவது பார்த்து மனத்துக்குப் பிடித் திருந்தால் உடனே செயல்பட வேண்டும். யார் என்ன என்று செய்தி அறிந்துகொள்ள, எத்தனை பேர் தாதிப் பெண்கள் இருக் கிறார்கள் அரண்மனையில்... போ, கவலைப்படாதே. இந்தத் திருமணத்தை எப்படியாவது தட்டிக் கழித்து விடுகிறேன்! நீ தேர்ந்தெடுப்பவன் உனக்கு எவ்விதத்திலும் இசைந்தவனாக இருத்தல் வேண்டும்.'

குந்தவை உற்சாகத்தில் அத்தையைக் கட்டிக்கொண்டு முத்த மிட்டு, 'நிசமாவா அத்தை' என்று கேட்டாள்.

'உன் அத்தை தீர்மானித்தால் யாரும் அதை அசைக்க முடியாது. நான் வல்லவரையரை மணந்த கதையை ஒருநாள் விவரமாகச் சொல்கிறேன்.'

'அத்தை உங்களுக்கு நான் எப்படி நன்றி சொல்வேன்?'

'உன் மற்ற ஆசைகள் என்ன சொல்?'

'மற்ற என் ஆசைகள் தமிழ்க் கவிதைதான்! அத்தை, திருக்குறள் திருமொழி...'

'பக்திப் பாடல்கள் ஏதாவது இருந்தால் சொல்.'

திருவையாற்றிலிருந்து விமலாதித்தனும் அவன் தமையன் சக்திவர்மனும் வரவழைக்கப்பட்டனர். அவர்களை நேரில் சந்திக்கப் பெரிய பிராட்டியார் சம்மதிக்காததால், விழா ஒன்று அமைத்து, கோலாகலமாகப் பழையாறை அரண்மனையின் முன்

ஊர்வலம் செல்வதாக அழைத்து, சாளரத்திலிருந்து அத்தையும் தங்கையும் பார்க்குமாறு ராசேந்திரன் ஏற்பாடு செய்தான்.

யானையாள்களும் குஞ்சிரமல்லர்களும் கோகோளப் பெரும் படையினரும் சாரி சாரியாக நடந்து செல்ல, அதன் பின் அரண்மனை நாட்டியக்காரர்களும் இசைக் கலைஞர்களும் வர,

'ராசேந்திரா! இந்தக் கூட்டத்தில் நான் யார் என்று விமலாதித்தனைத் தேடுவது?'

'பொறுத்திருங்கள், பொறுத்திருங்கள். தனியே அலங்கரித்த ரதத்தில் வருகிறான் பாருங்கள். குந்தவை சரியாகப் பார்த்துக் கொள். இவன்தான் உன் கணவனாக வரப் போகிறவன்.'

மூலை திரும்பியதும் அந்தத் தங்க நிறத் தேர் மெள்ள அசைந்து வர, அதில் விமலாதித்தன் மட்டும் நின்றுகொண்டு வந்தான். இருபுறமும் நோக்கி அவ்வப்போது புன்னகை செய்துகொண்டு வீதி மக்களை வணங்கிக்கொண்டே வந்தான். சாளரத்தை அணுக மெள்ள நிமிர்ந்தான். குந்தவை பிரமித்தாள்!'

'அத்தை, அத்தை! இவர்தான் அது!'

'இவர்தான் என்றால்?'

'நான் முன்பு சொன்னேனே? ஒரு விழாவில் பார்த்தேன் என்று, இவர்தான்' மகிழ்ச்சிப் பெருக்கில் பறவை போலக் கிறீச் சிட்டாள்.

'அதாவது, உன் உள்ளம் கவர்ந்த, பெயரில்லா ஆணழகன் இவன்தானா?'

'ஆம் ஆம் இவரேதான்.'

'நல்லதாயிற்று! பழம் நழுவிப் பாலில் விழுந்தது ராசேந்திரா, உன் தங்கை சாமர்த்தியக்காரி.'

'என்ன அத்தை?'

'ராசேந்திரா. உன் தங்கைக்கு மனத்துக்குப் பிடித்தமானவன் அவன்தான். முன்பே ஒரு முறை பார்த்திருக்கிறாளாம். காவிரி விழாவில்தான் பார்த்திருக்க வேண்டும்.'

'அப்படியா! பெண்கள் இந்தக் காலத்தில் என்னவெல்லாம் சாமர்த்தியம் பழகுகிறார்கள்.'

'உங்கள் அரசியல் சாமர்த்தியங்களுக்கு ஈடு கொடுக்க வேண்டியுள்ளதே?'

'என் மனைவி கடும் வேகத்தில் தேர் ஓட்டுகிறாள்' என்றான் முன்னூற்றுவன்.

'சம்மதமா குந்தவை? அவனுடன் எதற்கும் ஒரு வார்த்தை பேசி என்னவெல்லாம் பிடிக்கும், எது எது படித்துள்ளான் என்றெல்லாம் கேட்க வேண்டாமா? இல்லை, முன்பே சந்தித்துப் பேசியாகி விட்டதா?'

'இல்லை அத்தை.'

'கண்களால் கூடப் பேசியதில்லையா?'

'போங்கள் அத்தை! கேலி செய்யாதீர்கள்.'

அவள் கண்களில் இப்போதே கனவு தீட்டியிருந்தது.

அண்மையில் சோழ மண்டலத்தில் அந்த வகையில் சிறப்பான திருமணமே பார்த்ததில்லை என்று அனைவரும் பேசிக்கொண்டார்கள். மக்கள் அனைவரும் தத்தம் வீட்டில் திருமணம் போலக் கொண்டாடினார்கள். கோயில்களிலும் அங்காடிகளிலும் தீபங்கள் இடைவிடாமல் எரிய, நாடகங்களும் நாட்டியங்களும் வித்தைப் பயிற்சிகளும் வில்வித்தைக் காட்சிகளும் சாரி சாரியாக மக்களுக்குப் பொன் கழஞ்சும் சோறும், கைதிகளுக்கு விடுதலையும், கலைஞர்களுக்கு முகைவர் பட்டங்களும் எல்லாம் முடிந்து, ராஜகுருவின் ஆசி பெற்று, குந்தவைக்கு விமலாதித்தனுடன் பேசத் தனியறையில் வாய்ப்புக் கிடைக்கப் பத்து நாள்களாயின.

பொன் இழைத் திரைச் சீலைகளை விலக்கி, கரும்புச் சாறும் பழங்களும் யவனர்களின் வாசனைத் திரவியங்களும் அகிற்புகையும் மீறி அவள் முகத் திரையை விமலாதித்தன் விலக்கிக் கண் கொட்டாமல் பார்த்து, அவள் முகத்தை விரல்களால் நிமிர்த்தினான்.

அவன் மந்தகாசப் புன்னகையில் சற்று நேரம் லயித்திருந்தவள், மெள்ளப் பேசினாள்.

‘உங்களை நான் முன்னமேயே காவிரி விழாவில் பார்த்திருக் கிறேன். அப்போதே என் நெஞ்சில் பதிந்து விட்டீர்கள். உங்கள் உருவத்தை மறக்கவே இல்லை. இப்போது நீங்கள்தான் எனக்கு மணாளனாகத் தேர்ந்தெடுக்கப்பட்டவர் என்று தெரிந்ததும் என் மனம் துள்ளியது. என் விருப்பமெல்லாம் இரண்டு! ஒன்று நீங்கள். மற்றொன்று தமிழ் இலக்கியம்...’

விமலாதித்தன் அவள் உதட்டில் விரல் வைத்து முதன் முறையாகப் பேசினான்.

‘நேனு நீ பாஷனு அசலு அர்தம் சேஸுகோ லேதுன்னானு. தெலுகுலோ பாஷிம்சு சுமா... வில்ய்த்தே தெலுகு பாஷனு நேர்ச்சு கோ.’

(‘எனக்கு நீ பேசுவது சரியாக அர்த்தம் செய்துகொள்ள இயல வில்லை. தெலுங்கில் பேசு கண்ணே! முடிந்தால் தெலுங்கு பாஷை கற்றுக்கொள்.’)

தண்டனையும் குற்றமும்

ஆறாம் நம்பர் கோர்ட் அறையில் அதிகக் கூட்ட மில்லை. பக்கத்து அறையில் ஒரு பிரபல நடிகையின் விவாகரத்து. இங்கே கொலை வழக்கை விட முக்கியமாக இருந்தது போலும்.

'கூட்டம் பூரா ஏழாம் நம்பர்ல அம்முது பாஸ்' என்றான் வஸந்த்.

'அங்கே என்ன?' என்றான் கணேஷ்.

'என்ன பாஸ் உலகம் தெரியாத இருக்கிங்க? 'பெண் வாசனை' பூவிழி விவாகரத்து கேஸ். இந்திக்காரி.'

'அப்படியா? நம்ம கேஸைப் பார்றா. ஆசாமி தூக்கு மேடையின் நிழல்ல தள்ளாடிக்கிட்டு இருக்கான். எனக்கு நம்பிக்கையே இல்லை வஸந்த்.' எதிரே குற்றவாளிக் கூண்டில் நின்றுகொண்டிருந்த சரவண குமாரைப் பார்த்தான். முகத்தில் பீதி பரவி அங்கு மிங்கும் ஆதரவை நாடிப் பார்த்துக்கொண்டி ருந்தான். அடைபட்ட புறா போல.

'பாஸ், சரவணகுமார் கேஸ் பிழைக்காது. பேசாம செக்ஷன் த்ரீ நாட் ஃபோர்ல மரணத்தை உண்டாக்க வேண்டும் என்ற கருத்தில்லாமல் செய்தான்னு ஆர்க்யூ பண்ணிட்டு, பத்து வருஷத்தோட முடிச் சுரலாம் பாஸ்.'

7

'கொலை பண்ணவே இல்லைங்கறானே!'

'பீலா வுடறான் பாஸ், கைல கத்தி எடுத்துட்டுப் போயிருக்கான். கோடி ஜனங்கள் பார்த்திருக்குது. கையும் களவுமா பிடிபட்டு இருக்கான். இன்ஸ்பெக்டர்கிட்ட செத்தவன் புகார் கொடுத் திருக்கான். ரத்தம் படிஞ்ச சட்டை, விரல், ரேகை, விரோதம், கொன்னுடப் போறேன்னு பயப்படுத்தியது எல்லாமே...'

'நான் செய்யவே இல்லைங்கறாம்பா!'

'சொன்னா போதுமா? சாட்சி?'

'பார்க்கலாம். இப்ப யாரைக் க்ராஸ் பண்ணணும்?'

'மனோகர்! விட்டுருங்க. ரொம்பக் குடையாதிங்க.'

இடைவேளைக்குப் பிறகு நீதிபதி உள்ளே வர எல்லோரும் எழுந்து நின்றார்கள்.

நீதிபதி, 'மிஸ்டர் கணேஷ், சாட்சி மகாபலிபுரம் போயிருந்ததாக நிரூபிக்கப் போகிறீர்களா?' என்றார்.

'இல்லை யுவர் ஆனர். தேவையெனில்...'

'கேள்வி முழுவதையும் நீக்கிவிட வேண்டும். மிஸ்டர் மனோகர், நீங்கள் இந்தக் கேள்விக்குப் பதில் சொல்ல வேண்டாம். ப்ரொஸீட் மிஸ்டர் கணேஷ்.'

கணேஷ், வஸந்தைப் பார்த்தான்.

'வுட்டுருங்க பாஸ்.'

'தட்ஸ் ஆல் யுவர் ஆனர்.'

'அடுத்து இன்ஸ்பெக்டர் பழனிவேலன்.'

பழனிவேலன் நிதானமாக, தெளிவாக, ப்ராக்ஸிக்யூட்டர் கேட்கும் கேள்விகளுக்கெல்லாம் பதில் சொன்னார். அவர் புள்ளி விவரங்கள் துல்லியமாக இருந்தன. சம்பவம் நடந்த வெள்ளிக்கிழமை மாலை ஆறு மணிக்குக் காவல் நிலையத்துக்கு டெலிபோன் வந்ததாகவும் தன் உதவியாளருடன் அங்கே சென்றபோது தர்மராஜன் மார்பில் கத்தி குத்தப்பட்டு ரத்த வெள்ளத்தில் கிடந்ததாகவும், சரவணகுமார் கையில் கத்தியுடன்

பிரமிப்புடன் அருகில் நின்றுகொண்டிருந்ததாகவும், 'செத்துட்டான், செத்துட்டான்' என்று திரும்பத் திரும்பச் சொன்னதாகவும், கத்தி கோர்ட்டில் எக்ஸிபிட்டாகச் சமர்ப்பிக்கப்பட்டது. விரல் ரேகை, சாட்சியங்கள், போஸ்ட் மார்ட்டம் ரிப்போர்ட் எல்லாம் சரமாரியாக ஒன்றன்பின் ஒன்றாக வலுவூட்டும் சாட்சியங்களாகத் தாக்கல் செய்யப்பட்டன. சம்பவ தினத்துக்கு முதல் வாரம் குமார் என்பவர் தன்னைப் பயமுறுத்தியதாக இறந்துபோன தர்மராஜன் தன்னிடம் போனில் புகார் கொடுத்ததாகவும் சொன்னார்.

பப்ளிக் ப்ராஸிக்யூட்டர் சங்கரன் கணேஷைப் பெருமையுடன் பார்த்துக்கொண்டு, 'யுவர் விட்னஸ் ப்ளீஸ்' என்றார்.

கணேஷ், 'யுவர் ஆனர், மை ஜூனியர் வஸந்த் வில் கண்டக்ட் தி க்ராஸ்' என்று சொல்லி விட்டு லேசான குரலில் 'சும்மா கலக்கிப் பாரு' என்றான்.

'சான்சே இல்லை' என்று வஸந்த் எழுந்தான்.

'மிஸ்டர் பழனிவேலன், தர்மராஜன் கொடுத்த புகாரை நீங்கள் உங்கள் ஸ்டேஷன் டைரியில் பதிவு செய்தீர்களா?'

இன்ஸ்பெக்டர் பழனிவேலன் இந்தக் கேள்வியை எதிர்பார்த்தது போல, 'செய்திருக்கிறேன். ஸ்டேஷன் டயரியின் அந்தப் பக்கத்தின் 'ஜெராக்ஸ்' பிரதி கொண்டு வந்திருக்கிறேன்' என்றார்.

'தேவையில்லை. மிஸ்டர் பழனிவேலன், உங்களுக்கு எத்தனை வருஷங்கள் அனுபவம்!'

'பதினெட்டு.'

'பதினெட்டு வருஷ அனுபவத்தில் எத்தனை குமார்களைப் பார்த்திருப்பீர்கள்?'

'கேள்வி புரியவில்லை.'

'குமார் ஒரு பெயர். இந்தப் பெயர் பொதுப்படையானது. சாதாரணமானது என்று சொல்லலாம்?'

'சொல்லலாம்.'

'இறந்து போன தர்மராஜன் தன் புகாரில் தன்னைப் பயமுறுத்தியது 'குமார்' என்றுதானே சொன்னார்?'

‘ஆம்.’

‘சரவண குமார் என்று சொல்லவில்லையே?’

‘இல்லை.’

‘அது கோவிந்தகுமாரா இருக்கலாமல்லவா?’

‘இருக்கலாம்.’

‘ராம் குமாராக, கிருஷ்ண குமாராக, ரவி குமாராக.’

‘இருக்கலாம். ஆனால், அந்தக் குமார்கள் யாரும் கையில் ரத்தக் கத்தி வைத்திருக்க மாட்டார்கள்.’

கோர்ட்டில் நீதிபதி உள்பட லேசான சிரிப்பு எழ, வஸந்த் அயரா மல், ‘மிஸ்டர் பழனிவேலன், நீங்கள் கொடுத்த தகவல்களில் எவ்விதத் தப்பும் இல்லை என்று சொல்லிவிட்டீர்களா?’ என்று கேட்டான்.

‘இல்லை.’

‘சம்பவம் நடந்த தினம் என்ன?’

‘வெள்ளிக்கிழமை.’

‘யுவர் ஆனர். தயவு செய்து அந்த வரிகளைப் படிக்கச் சொல்கிறேன்.’

‘வெள்ளிக் கிழமை மாலை.’

வஸந்த்தின் குறுக்கு விசாரணை தொடர்ந்தது.

‘யுவர் ஆனர், செஷன்ஸ் கோர்ட்டில் மிஸ்டர் பழனிவேலன் சொன்ன சாட்சியத்தில் சம்பவ தினம் வியாழக்கிழமை மாலை ஆறரை மணி என்று...’

‘அது அந்தத் தேதி சொல்வதில் பிழை நேர்ந்தது என்று சாட்சியம் முடியுமுன்னரே திருத்தி விட்டேனே?’

‘இப்போது சொல்லுங்கள். சம்பவம் நடந்தது வியாழனா, வெள்ளியா?’

‘வெள்ளி.’

'நிச்சயமாக?'

'நிச்சயமாக.'

'ஞாயிற்றுக்கிழமை என்கிறேன் நான்.'

'இல்லை.'

பழனிவேலன் பதற்றப்பட மறுத்தார்.

'கொலை கேஸை விசாரிப்பதில் எல்லாம் இத்தனை அஜாக் கிரதையாகச் சாட்சி சொல்வீரா?'

'இதில் அஜாக்கிரதை இல்லை. பிழைதான்.'

'மிஸ்டர் பழனிவேலன், ஒரு மனிதனின் உயிர் ஊசலாடுகிறது.'

'மற்றொரு மனிதனின் உயிர் போய் விட்டது.'

'போன உயிர் முக்கியமா, இருக்கிற உயிர் முக்கியமா?'

நீதிபதி 'வஸந்த்' என்று அதட்டினார்.

'மிஸ்டர் பழனிவேலன், சம்பவ தினத்தன்று டெலிபோன் வந்ததாகச் சொல்கிறீர்கள். உங்களுக்கு போன் பண்ணியது யார்?'

பழனிவேலன் சற்றுத்தான் கலங்கினாற் போலத் தோன்றி, உடனே சமாளித்துக்கொண்டு, 'எனக்கு போன் செய்தவர் பெயர் சரியாக ஞாபகம் இல்லை. அக்கம் பக்கத்தைச் சேர்ந்தவர் என எண்ணுகிறேன். தர்மராஜன் வீட்டில் ஏதோ விபரீதமாக நடந்திருக்கிறது என்று தகவல் சொன்னார். அவர் பெயர் தெரியாது.'

'மிஸ்டர் பழனிவேலன். காவல் நிலையத்துக்கு ஒருவர் போன் செய்தால் பெயர் கூடக் கேட்டு வைத்துக்கொள்ள மாட்டீர்களா? அதுதான் உங்கள் வழக்கமா?'

'அப்படியில்லை. பெயர் ஸ்டேஷன் டயரியில் இருக்கும். எனக்கு அது சட்டென்று நினைவுக்கு வரவில்லை.'

'இருக்கும் என்று யூகமா, இருக்கிறது என்று ஊர்ஜிதமா?'

'இருக்கும். இருக்க வேண்டும்.'

'யு ஆர் நாட் ஷ்யூர்?'

‘நோ.’

கணேஷ் கண்ணைக் காட்ட, வஸந்த் பாதையை மாற்றினான்.

‘தர்மராஜின் சவம் கண்டுபிடிக்கப்பட்ட அறையில் சரவணகுமார் இருந்ததாலும், புகாரில் தன்னைப் பயமுறுத்தியது குமார் என்று சொன்னதாலும் சரவணகுமார்தான் கொன்றிருக்க வேண்டும் என்று முடிவுக்கு வர முடியுமா?’

‘இதைவிட ஆணித்தரமான சாட்சியங்களை நான் என் பதினெட்டு வருஷ அனுபவத்தில் பார்த்ததில்லை.’

‘வஸந்த், வாட் ஆர் யு எய்மிங் அட்?’ என்றார் நீதிபதி.

‘யுவர் ஆனர். இவர் சாட்சியம் சரவணனைக் கைது செய்யப் போதுமானவை இல்லை.’

‘வேறு என்ன வேண்டும்?’

‘மோட்டிவ், ப்ரிப்பரேஷன்.’

ப்ராஸிக்யூட்டர் எழுந்து, ‘மிஸ்டர் வஸந்த் கொஞ்சம் பொறுமையாக இருந்தால், தர்மராஜனைக் கொல்வதற்குச் சரவண குமாருக்குக் காரணங்கள் இருந்திருக்கின்றன என்பதையும் அவர் ஒரு வாரமாக இந்தக் கொலைக்குத் தயார் செய்துகொண்டிருந்ததையும் நிரூபிக்கச் சாட்சியங்கள் கொண்டு வரத்தான் போகிறோம்.’

வஸந்த் தொடர்ந்து, ‘போஸ்ட் மார்ட்டம் ரிப்போர்ட்டின்படி தர்மராஜன் இறந்து போன சமயம் என்ன?’

‘ஐந்தரையிலிருந்து ஏழரை.’

‘ஐந்தரை மணிக்கு இறந்தவர் ஆறு மணிக்குத்தான் அங்கு சென்ற சரவணகுமாரால் எப்படி மரணமடைந்திருக்க முடியும்?’

‘ஐந்தரையிலிருந்து ஏழரை வரை என்றுதான் குறிப்பிட்டிருந்தது. போஸ்ட் மார்ட்டம் ரிப்போர்ட்டுக்குள் குறிப்பிடும் சமயங்கள் குத்து மதிப்பானவையே.’

‘உங்கள் வாக்குமூலமே குத்து மதிப்பானது, தயாரித்தது என்கிறேன். அது சரியா?’

'தப்பு.'

'உம்மையும் ஹெட் கான்ஸ்டபிளையும் தவிர வேறு யாராவது சவத்தைப் பார்த்தார்களா?'

'குற்றம் சாட்டப்பட்டிருக்கும் குமார் இருந்தார்.'

'சரவணகுமார்! அவரைக் குமார் என்று கூப்பிடாதீர்கள்.'

'அவர் மனைவி கூடக் குமார் என்றுதான் அவரை அழைப்பதாக...'

'உங்களுக்குக் கூட குமார் என்று ஒரு பெயர் இருக்கிறதாகக் கேள்விப்பட்டேன்.'

'தப்பு, நீங்கள் கேள்விப்பட்டது முற்றிலும் பிழையாகும்.'

கோர்ட் மதிய உணவுக்காகக் கலைந்தபோது, கணேஷ் வஸந்தின் தோளைத் தட்டிக் கொடுத்தான். 'நீயும் என்ன என்னவோ அந்த இன்ஸ்பெக்டரைக் கலைக்கப் பார்க்கிறே!'

'கோவமே படமாட்டேங்கறான் பாஸ். சரியான புத்தன்.'

'காரணம், அவன் சாட்சியம் உண்மையானது அல்லது நல்லா தயார் செய்யப்பட்டது. அதனால்...'

'அப்ப எதுக்காக இந்த கேஸை மன்னாடிக்கிட்டிருக்கிறோம்? தோத்த கேஸ், பாஸ்.'

'ஆம் வஸந்த்! எனக்கும் புரியல. எதுக்காக ஒரு குற்றவாளியைப் பிடிவாதமா டிஃபெண்ட் பண்ணிக்கிட்டு இருக்கோம்?'

வஸந்த், 'பாஸ் உள்ளத்தின் உள்ளுனு சொல்வாங்களே, ஹார்ட், ஆஃப் ஹார்ட், அங்கே எனக்குக் கொஞ்சம் உதைக்குது.'

'என்ன?'

'சரவணன் கொலை செய்யலை.'

'சாட்சி? ஆதாரம்?'

'இல்லை, சரியானபடி மாட்டிக்கிட்டு இருக்கான்.'

'செய்யலைன்னு எப்படிச் சொல்றே?'

‘அவன் கண்ணு.’

‘கண்ணைக் கொண்டு போய்க் கோர்ட்டில் எப்படிடா சாட்சியாகக் காட்ட முடியும்? வஸந்த், எனக்கும் இவன் செய்திருக்க மாட்டான்னு தோணுது. யாரையாவது மறைக்கிறானா?’

‘இல்லை பாஸ். சூழ்ச்சியில் மாட்டிக்கிட்டு இருக்கான்.’

‘வஸந்த், மத்யானம் க்ராஸைத் தொடர்ந்து இந்த ட்ரெண்டிலயே போ. சாயங்காலம் சரவணனை ஜெயில்லே போய்ப் பார்க்க அனுமதி கேட்டு வை. நாளைக்கு ‘ப்ளீ’ மாத்திரலாம்.’

சிறைச்சாலையின் திட்டி வாசலில் நுழைந்தபோது, அவர்களுடன் வந்திருந்த பார்வையாளர்களிடம் இருந்த மலர்க் கொத்துகளையும் தின்பண்டங்களையும் பார்த்து வஸந்த், ‘ஸோன்பப்டி ஏதாவது வாங்கிட்டு வந்திருக்கலாம்’ என்றான்.

உள்ளே சென்று பெஞ்சியில் காத்திருக்க, ‘அண்டர் ட்ரையல்’ சிறையிலிருந்து சரவணன் வரவழைக்கப்பட்டான். கணேஷைப் பார்த்துப் புன்னகை செய்தாலும் அதில் சோகக் கீற்று இருந்தது. ‘கேஸ் எப்படிப் போய்க்கிட்டு இருக்குது?’

‘நீங்கள்தான் பார்க்கறீங்களே?’

‘எனக்குத் தெரிஞ்ச வரையில் நம்பிக்கையா இல்லை, என்னைத் தூக்கில போடுவாங்களா?’

‘இந்தக் குற்றம் நீதான் திட்டமிட்டுச் செய்தேன்னு ஊர்ஜிதமாயி...’

கணேஷ் குறுக்கிட்டு, ‘சரவணன் நீங்க தர்மராஜனைக் கொல்றதைப் பத்தி யார்கிட்டயாவது பேசிக்கிட்டு இருந்தீங்களா?’

‘ஒரு முறை மனைவிகிட்டப் பேசியிருக்கேன்.’

‘ஒரு டெய்லர்கிட்ட பேசினீங்களா?’

‘எனக்குக் கிரின்னு டெய்லர் ப்ரெண்டு ஒருத்தன் இருக்கான். அவன்கிட்டச் சொல்லிக்கிட்டு இருந்தேன்.’

‘என்னன்னு?’

'என் மனைவிகிட்ட தப்பா நடந்துகிட்ட தர்மராஜனை ஒருநாள் இல்லை ஒருநாள் தீர்த்துக் கட்டத்தான் போறேன்னு.'

'ஏன்யா அப்படிச் சொன்னே?'

'அந்த எண்ணம் எனக்கு நிச்சயமா இருந்ததுங்க. என் மனைவி கிட்ட தப்பா நடந்துகிட்டான்.'

'உங்க மனைவி சாட்சி சொல்லுவாங்களா?'

'கேட்டுப் பாருங்க.'

'நம்பிக்கையா சொல்ல மாட்டேங்கறியே?'

'அவ வந்து ஒரு மாதிரிங்க. தர்மராஜன் கிட்டே பி.ஏ. வா இருந்தா.'

'அப்புறம் கத்தி வாங்கினீங்களா?'

'ஆமாங்க.'

'வேற வெனையே வேண்டாம். எங்கே வாங்கினீங்க?'

'ரங்கநாதன் தெரு திரும்பினா ஆர்டுவேர் மெர்சண்ட்ஸ் ஒருத்தர் இருக்கார் பாருங்க, அங்க.'

'டெய்லரு, ஆர்டுவேர் மர்ச்சண்ட்டு எல்லாரும் நாளைக்கு உமக்கு எதிரா சாட்சி சொல்லப் போறாங்கய்யா!'

'எல்லாம் சரிதாங்க. நான் கொல்லவே இல்லையே? செய்யாத குற்றத்துக்குத் தண்டனை கொடுப்பாங்களா! என்ன நியாயம்?'

'ஏன்யா எல்லார்கிட்டேயும் தம்பட்டம் அடிச்சிருக்கீங்க. கத்தி வாங்கியிருக்கீங்க. அங்கே போயிருக்கீங்க. பிடிபட்டிருக்கீங்க. வேற என்ன வேணும் சரவணன்?'

'கணேஷ்! சரியா கேளுங்க. நான் தர்மராஜன் வீட்டுக்குப் போனது உண்மைதான். உள்ளே போனா தர்மராஜன் படுத்துக்கிட்டு இருந்தாரு. பக்கத்தில் கத்தி கிடக்குது. அதை எடுத்துப் பார்த்தேன். எங்கிட்ட இருந்த மாதிரி கத்தி. அவரு கண்ணை மூடிக்கிட்டுக் கிடக்காரு. எனக்குத் தைரியம் வரலே, கிட்டப் போறேன். ஐயா தர்மராஜன் நீங்க செய்தது நியாயமான்னு கேக்கறேன். அவர் பதில் சொல்லாம கிடக்காரு. அப்பத்தான் அவர் ஒருவேளை செத்திருக்கலாமோன்னு எனக்குப்

பதட்டமாகப் போச்சு. சரிதாண்டா நமக்கு எதுக்கு வம்புன்னு கிளம்பறேன். டான்னு போலீஸ்காரங்க வந்து, என்னைப் பிடிச்சாங்க. அவர்கிட்டப் போயி உத்து உத்துப் பார்த்தாங்க. எல்லாம் குழப்பமாயிட்டுது.'

கணேஷ் நிதானமாகப் பெருமூச்சு விட்டான். 'அதெல்லாம் நடந்ததுங்கறியா?'

'ஆமாங்க, அதுதான் உண்மை.'

'அப்ப அந்தக் கொலையைச் செய்தது யாருங்கறே?'

'நான் இல்லேங்க.'

கணேஷ், வஸந்தைப் பார்த்து, 'இதான் உண்மைன்னா இதை எப்படிடா நிரூபிக்க முடியும்?'

'ஐயா காப்பாத்துங்கய்யா, என்னைக் காப்பாத்துங்கய்யா!'

கணேஷின் பாதங்களைப் பிடித்துக்கொண்டு கண்ணீரால் நனைத்தான்.

'நான் அந்தாளைக் கோபத்தில் கொன்னு போடறன்னு சொன்னது நிசம். ஆனா கொல்லலை. கொல்லவே இல்லை. சாமி சத்தியமா சொல்றேன்.'

'உங்க சம்சாரம் சாட்சி சொல்ல வரணும்.'

'என்னையே பார்க்க வரலைங்க. நீங்க கேட்டுப் பாருங்க. எல்லாரும் என்னைச் சேர்த்து ஒதுக்கிட்டாங்க. பெரிசா சதி பண்ணிட்டாங்க.'

'யாரு?'

'தெரியலைங்க' என்று திகிலுடன் சொன்னான்.

கணேஷ் அவனையே பார்த்துக்கொண்டிருந்தவன், 'உங்க மனைவியை தர்மராஜன் பலாத்காரம் பண்ணியதைப் பார்த்தீங்களா?'

'இல்லைங்க. ஆபீஸ்ல நடந்ததைக் கோவிந்த் கூப்பிட்டுச் சொன்னார்.'

'கோவிந்த்?'

‘தர்மராஜனுடைய பார்ட்னருங்க. அவர்தான் பார்த்ததா சொன்னார். என் மனைவி பேர்ல இருக்கிற மரியாதையினால் சொன்னாருங்க.’

வஸந்த் அவனருகில் சென்று, ‘சரவணன், உங்க கேஸ் பிழைக் கறதுக்கு ரெண்டு விஷயம் வெளிய வந்தாகணும். உங்க மனைவியைத் தர்மராஜன் பலாத்காரம் பண்ணதா அவங்க கோர்ட்டில் ஒப்புக்கிட்டாகணும். அல்லது அந்த கோவிந்த் சாட்சி சொல்லணும்.’

‘சந்தேகங்க. கேட்டுப் பாருங்க.’

‘ஏன் அப்படிச் சொல்றீங்க? அந்த ஆங்கிள்ல கேஸைக் கொண்டு போனா ஒரு ஸிம்பதி வரும். அதையே வெச்சுக்கிட்டுத் தண்டனையைக் குறைக்கப் பார்க்கலாம்.’

‘நான் செய்யவே இல்லைங்க. எப்படித் தண்டனை?’

‘கோர்ட்டில் அப்படி இல்லை. உங்க பேர்ல குற்றம் ஏறக்குறைய நிரூபிக்கப்பட்டாப்பலதான் வெச்சுக்கணும். ஏதோ விளைவு தெரியாத கோபத்தில் தெரியாத்தனமா ஆத்திரத்தினால செய்துட் டேன்னு சொன்னா பத்து வருஷத்தோட போயிரும். ஜெயில்ல தபால் தலை ஒட்டி, தச்சு வேலையெல்லாம் செய்தா நாலு அஞ்சு வருஷத்தில் வெளிய வரலாம். அதான் உங்க கேஸ்ல உத்தமம்.’

‘ஐயோ, நான் செய்யவே இல்லைய்யா.’

‘செய்யவே இல்லைன்னு முழுக்கப் பிடிவாதமா வாதாடினா, அவங்க குற்றத்துக்குக் காரணம் தயார் செய்து நிரூபிச்சாங் கன்னா, ஆயுள் தண்டனை ஏன் தூக்குத் தண்டனைக் கூட கெடைக்கலாம். எது உசத்தி?’ என்று கேட்டான் வஸந்த்.

‘நீங்க கோவிந்தைச் சாட்சிக்குக் கூப்பிட்டுக் கேக்க முடி யாதுங்களா?’

‘பாஸ், என்ன சொல்றீங்க?’

‘ஆமா வஸந்த், கோர்ட் விட்னஸா கூப்பிட்டுப் பார்க்கலாம். அதுக்கு முன்னாடி உங்க சம்சாரத்தைப் பார்க்கணும். பேர் என்ன சொன்னீங்க?’

‘பிரேமா.’

புருஷன் சிறையில் இருப்பதால் கவலைகளின் அடையாளத்தை வஸந்த் அந்தப் பவுடர் முகத்தில் தேடினான்.

'மிஸஸ் பிரேமா, உங்க புருஷன் ஜெயில்ல இருக்கறதும் கொலைக் குற்றம் சுமத்தப்பட்டு...'

'தெரியுங்க.'

'நீங்க ஏன் அவரைப் பார்க்கவே இல்லை?'

'அவர்தான் பார்க்க வர வேண்டாம்னுட்டாரு.'

'அப்படி எங்ககிட்ட சொல்லவே இல்லையே.'

'அவரை உங்களுக்குத் தெரியாதுங்க. ஒருவேளை சொன்னதை மற்றொரு வேளை சொல்ல மாட்டாரு. அவரோட நான் அஞ்சு வருஷமா பட்ட பாடு. சந்தேகம், சந்தேகம், சந்தேகம், நின்னா சந்தேகம், உட்கார்ந்தா சந்தேகம். ஒரு டிரஸ் பண்ணிக்கிட்டா சந்தேகம்.' ஒரு முறை தன் மேற்புடைவையை விசிறித் திருத்திக் கொள்ளுமுன் அவள் மார்புகள் சந்தேகமில்லாமல் தெரிந்தன.

'தர்மராஜன் உங்ககிட்ட தகாத முறையில் நடந்துகிட்டாரா?'

'எல்லாம் அவர் இம்மாஜினேசங்க. ஒருமுறை பாஸ் என்னைக் கார்ல ராத்திரி கொண்டு விட்டதிலிருந்து என்னைப் போட்டுக் குடைஞ்சுட்டாருங்க. தையற்கடை கிரியைக் கேட்டுப் பாருங்கள். என்னை ராத்திரி வெளிய துரத்திட்டு சே! வேண்டாங்க.'

'உங்களைத் தர்மராஜன் பலாத்காரம் பண்ணினதாலதான் அவர் இந்தக் கொலையைச் செய்யறதா பயங்காட்டினதா சொன்னார். இது விஷயமா கோர்ட்டில் வந்து நீங்க சாட்சி சொல்ல முடிஞ் சதுன்னா...'

'வேண்டாங்க நான் வரலைங்க.'

'ஏன்?'

'அந்த மாதிரி எதும் நடக்கலைங்க. தர்மராஜன் நல்லவருங்க.'

'அவரை உங்க புருஷன் கொன்னிருப்பாரா?'

'எனக்கென்னவோ அப்படித்தான் தோணுது. சொல்ல முடியாது. கொன்னிருக்கலாம். ஆத்திரத்தில் ஏதும் செய்ய வல்லவர்' என்று தன் மார்பின் சேலையை லேசாக நீக்கித் தழும்பைக் காட்டினாள்.

‘கடிச்சாரா?’

‘ஆமாங்க.’

‘வேற எங்கேயும் காயம் இருக்குதா?’

‘வஸந்த்’ என்று அவனை அதட்டி, ‘மிஸஸ் பிரேமா, உங்களுக்கு கோவிந்த்ங்கறவரைத் தெரியுமா?’

‘கேட்ட பேரா இருக்குதுங்க. ஓ. ஆமாங்க... பாஸ் பார்ட்னர் பேருங்க. ஒரு முறை இரு முறை பார்த்திருக்கேன். பரிச்சய மில்லைங்க.’

‘அவர்தான் உங்க புருஷன்கிட்ட முதல்ல சொன்னதாகவும்...’

‘என்ன சொன்னாராம்?’

‘தர்மராஜன் உங்ககிட்ட தகாத முறையில் நடந்துக்கிட்டதை.’

‘பொய்ங்க. எம் புருஷன் சொன்னதை நம்பாதீங்க. ஏதாவது கதை கட்டுவாரு. பொறாமைக்காரப் புருஷனுக்கு இருக்கிற இமாஜினேஷன். காப்பி சாப்பிடறீங்களா?’

‘இல்லைங்க.’

அவள் சின்னதாகக் கைக்குட்டை எடுத்துக் கண்களைத் தொட்டுக்கொண்டு, ‘புருஷன் ஜெயில்ல இருக்கறப்ப காப்பி கூடப் போட்டுக்கறதில்லை. எங்க மாமாதான் வந்து ஆறுதலா இருக்காங்க. அவரை எப்படியாவது தப்பிக்க வெச்சீங்கன்னா நல்லது. அவர் குற்றம் செய்திருந்தா அதுக்கான தண்டனையை அனுபவிக்காம வுட்டுருவாங்களா?’

அவர்கள் கிளம்பும்போது வஸந்தை அவள் பார்த்த பார்வையில் புனிதமான காமம் இருந்தது.

‘பாஸ், இது கேஸு’ என்றான் மாருதியில் உட்கார்ந்து.

‘வஸந்த், கொஞ்சம் இரு’ என்று கணேஷ் தடுக்க, காரைக் கிளப்பவில்லை. எதிரே ஒரு காண்டஸ்ஸா கார் அவர்களைக் கடந்து பிரேமாவின் சிறிய வீட்டு வாசலின் முன் அபத்தமாக நின்று, ‘டூட்’ என்று கூப்பிட, பிரேமா வெளியே வந்து அதில் இறங்கியவரை அழைத்துச் சென்றாள்.

'மாமா பணக்காரன் போல இருக்குது. இப்ப என்ன பாஸ்?'

'மிஸ்டர் கோவிந்த்.'

'உட்காருங்க! மிஸ்டர் கோவிந்த் பதினைந்து நிமிஷங்களில் வந்துருவார்.'

'மிஸ், உங்களை நான் டிவில பார்த்திருக்கிறேன்.'

'எப்ப சொல்லுங்க பார்க்கலாம்?' என்ற அந்தப் பெண் வஸந்தின் பொறியில் அகப்பட்டுக் கண்களை அகல விரித்தாள்.

'லெட் மி ஸீ... லெட் மி ஸீ... நீங்க ஒரு இண்டர்வ்யூ பண்ணினீங்க ஒரு மாமியை.'

'மாமி இல்லை. ஒரு ப்ரொபஸர், ஆர்க்கியாலஜிஸ்ட்.'

'ப்ரொபஸரை மறந்து போச்சு, உங்க முகம் ஞாபகம் இருக்கு பாருங்க.'

'ரிமார்க்கபிள். உங்க பேரு?'

'வஸந்த். இவர் மிஸ்டர் கணேஷ்...'

'ஓ! தர்மராஜன் மர்டர் கேஸ்ல...'

'நாங்கதான் டிபென்ஸ். மிஸ் மித்ரா! ரொம்பச் சினேகமான பேரு. எந்த காலேஜ்?'

'வஸந்த்!'

'உங்களுக்கு இந்தக் கேஸைப் பத்தி என்ன தெரியும்?'

'எல்லாம் என் பாஸ் மிஸ்டர் கோவிந்த்தான் சொன்னார்.'

'என்ன சொன்னார்?'

'கொலை நடந்த அன்னைக்கு மத்யானம் இவர் போயிருக்கார். தர்மராஜன், கூட மாலை வரைக்கும் பிஸினஸ் விஷயமா பேசிக்கிட்டு இருந்திருக்கார். ரொம்பப் பதட்டமா இருந்தாராம். இவருடைய ஷேர்களை எல்லாம் தர்மராஜன் மறைமுகமா வாங்கிட்டு ஒரு டேக்-ஓவர் பண்ணியிருக்கார். அதனால பெரிய

சண்டை பார்ட்டனர்ங்களுக்குள்ள. இண்டர்வ்யூ அன்னிக்கு நான் என்ன ஸாரி கட்டிக்கிட்டு இருந்தேன் சொல்லுங்க?'

'பிங்க், இதையெல்லாம் மறப்பனா? அப்புறம் இந்தப் பிரேமாவைப் பத்தி ஏதாவது தெரியுமா?'

பிரேமாவின் பெயரைச் சொன்னதுமே அவள் முகம் சுருங்கியது.

'அவளைப் பத்திப் பேசாம இருக்கலாம்.'

'அந்தம்மா ஒரு மாதிரின்னு நாங்களும் நெனைச்சோம்.'

'ஷி வாஸ் ஆல் தி டைம் ஃப்ளர்டிங்.'

'வித் ஹூம்?'

'ரெண்டு பேரோடயும், டிஜி கம்பெனியில் பெரிய ஸ்காண்டல்.'

'தர்மராஜ் அவங்களைப் பலாத்காரம் பண்ணியதாலதான் இந்தச் சம்பவமே நடந்ததாமே?'

'பலாத்காரமே வேண்டாம் அவளுக்கு...'

அந்தக் கணத்தில் கதவு திறக்க, கோவிந்த் நுழைய, 'ஸார், இவங்க மிஸ்டர் கணேஷ் அண்ட் வஸந்த்! உங்களைச் சந்திக்க வந்திருக் காங்க.'

கோவிந்தை அடையாளம் கண்டுகொண்டு வஸந்த், கணேஷின் கையை இறுகப் பிடித்தான். கோவிந்த் அவர்கள் இருவரையும், கை குலுக்கி, 'பி வித் யூ இன் எ மினிட். மித்ரா, வில் யூ கம்' என்று அழைக்க, இருவரும் உள்ளே போனதும் வஸந்த் சன்னல் திரையை விலக்கி வெளியே எட்டிப் பார்த்து, 'பாஸ். இதோ காண்டஸ்ஸா கார்! பிரேமா வீட்டில எறங்கினது இந்த ஆசாமிதான்! அங்க என்ன வேலை இவனுக்கு?'

கணேஷ் யோசனையுடன் 'தி ப்ளாட் திக்கன்ஸ்! வஸந்த். இந்தாளை கோர்ட் விட்னஸா கூப்டே ஆகணும். இந்தப் பெண்ணைக்கூடக் கூப்பிட வேண்டியிருக்கும்.'

'எதுக்கு?'

'அவள் சொன்னா பாத்தியா... கொலை நடந்த தினம் தர்ம ராஜனைக் கோவிந்த் போய்ச் சந்திச்சு இருக்கார். இதை

யெல்லாம் கோர்ட்டிலே கொண்டு வந்தா தர்மராஜனைக் கொல்றதுக்கு இந்தாளுக்கும் காரணம் இருக்குன்னு காட்டிட்டாக்கூடப் போதும்.'

'பார்க்கலாம்.'

மித்ரா கண்களை லேசாகத் துடைத்துக்கொண்டு வெளியே வந்தாள். 'கூப்பிடறார் ஸார். நான் சொன்னதெல்லாம் தப்பு! தேதி தப்பு! சரியா இல்லை' என்றாள். அவள் கண்களில் கண்ணீர் திரையிட்டிருந்தது. கணேஷுக்கு விநோதமாக இருந்தது.

'பாஸ்! திட்டிருக்கார் போல.'

இருவரும் அந்த நவீன அலுவலக அறையில் உள்ளே நுழைந்த போது கோவிந்த் அவர்களுக்காக சோபா போட்டிருந்த இடத்தில் காத்திருந்தார். சிப்பந்தி காப்பி கொண்டு வர, அதை வெள்ளி ஸ்பூனால் கலக்கி, 'சொல்லுங்க மிஸ்டர் கணேஷ்' என்றார்.

'ஸார் நீங்க சம்பவம் நடந்த தினத்தில் தர்மராஜனைச் சந்திக்கப் போனீங்கன்னு...'

'யார் சொன்னாங்க!' ஒரு பைப்பைப் பற்ற வைக்கையில் தீக்குச்சி சற்றே நடுங்கியது.

'உங்க செக்ரட்ரி!'

'மித்ரா டஸ்ன்ட் நோ.'

'சரவணன்கிட்ட அவர் மனைவியைத் தர்மராஜன் மொலஸ்ட் பண்ணதா சொன்னிங்களாம்.'

'அப்ஸர்ட்! அந்தாளை நான் பார்த்ததுகூடக் கிடையாது.'

'பிரேமான்னு தர்மராஜனுடைய செக்ரட்ரி, சரவணனுடைய மனைவி...'

'அவளையும் எனக்குத் தெரியுது. எப்பவோ ஏதோ பார்ட்டியில் சந்திச்சது. அத்தனைதான்.'

'என்ன சார்! இப்பத்தான் அவங்களை வீட்டில் போய்ப் பார்த்துப் பேசிட்டு வரீங்க. ரொம்ப ரீல் விடறீங்களே!'

'பிரேமா வீட்டிலயா?'

'ஆமா, நாங்க உங்களை காண்டஸ்ஸா கார்ல இறங்கி உள்ள போறதைக் கண்ணால பார்த்தோம்' என்றான் வஸந்த் தன் வலக் கண்ணைத் தொட்டுக் காட்டி.

அவர் கைகள் சற்றே நடுங்க, முகத்தில் இதுவரை ஸ்திரமாக இருந்த புன்னகை மறைந்தது. 'ஸோ...' என்றார்.

கணேஷ் அழுத்தமாக, 'மிஸ்டர் கோவிந்த, கம் க்ளீன்.'

'கதை வசனம் என்ன சொல்லிருங்க. உங்களையும் சரவணனையும் காப்பாத்திரலாம்.'

'நீங்க என்ன சொல்றீங்கன்னே புரியலை.'

'பாஸ் சொல்லுங்க, புரியறா மாதிரி.'

'மிஸ்டர் கோவிந்த், அந்தக் கொலைக் குற்றத்தைச் செய்திருக்க வேண்டிய காரணங்கள் அத்தனையும் உங்களுக்கு இருக்கு.'

'கோர்ட்டில் எல்லாம் தெரிய வரும்.'

'யோசிச்சுப் பார்த்தா நீங்களே இந்தக் கொலையைச் செய்திருக் கலாம்.'

அவர் ஹாஸ்யமில்லாமல் சிரித்து, 'இஸிட்? எப்படி. சொல் லுங்க பார்க்கலாம்?'

'சொல்ல மாட்டோம்.'

அவர் அணைந்திருந்த பைப்புக்கு உயிர் கொடுத்து, 'செத்தாலும் உங்களால் இது எதையும் நிரூபிக்க முடியாது. எவ்ரிபடி இஸ் இன் மை ஸைட்' என்று மறுபடி புன்னகை செய்து விட்டு, உடனே அணைத்தார். 'எல்லோரையும் வாங்கியாச்சு!'

'உங்களை கோர்ட் விட்னஸா கூப்பிட்டு விசாரிக்கிற விதத்தில விசாரிச்சு உண்மைகளை எங்களால் கொண்டு வர முடியும். எதுக்குக் குழப்பம்?'

'ட்ரை பண்ணிப் பாருங்க. உண்மைக்கு கோர்ட்டுக்குள்ள ஒரு அர்த்தம், வெளியே ஒரு அர்த்தம்.'

'ஸார், ஒரு நிரபராதியைத் தூக்கில் தொங்க விடறது மிகப் பெரிய பாவம் ஸார். இந்தப் பொல்லாத கலியுகத்தில்கூட அடுக்காது.'

‘பிரேமாவைக் கேட்டுப் பாருங்க! பெஸ்ட் ஆஃப் லக். உங்க ‘உண்மை தேடல்’ வெற்றி பெற வாழ்த்துகள்.’

‘வஸந்த், நாளைக்கு முதல் காரியமா இந்தாளை கோர்ட் விட்னஸா கூப்பிடறதுக்கு ஒரு ஸம்மன் ஏற்பாடு பண்ணு.’

‘பிரேமாவையும் கூப்பிடலாமா பாஸ்?’

‘பிரேமா வேண்டாம். ஸெண்ட்டிமெண்டலா போயிரும். அடிச்சான் கடிச்சான்னு தழும்பைக் காமிப்பா. அந்தப் பொண்ணு. அது என்ன பேரு?’

‘மித்ரா, அவளைச் சம்மன் பண்ணிரலாம். இவனே செய்திருக்கலாம்னு தோணுது. பிரேமாவோட ஸ்னேகிதம், பார்ட்னர், அப்புறம் சம்பவ தினத்துல சரவணன் போறதுக்கு முன்னால அவன் போயிருக்கான்.’

‘அதுதான் முக்கியமா நாம் நிரூபிக்க வேண்டியது!’

‘இன்ஸ்பெக்டருக்கு இவனே போன் பண்ணியிருக்கலாம்.’

‘இவன்தான் பாஸ். இப்ப எல்லாம் பளிங்கு மாதிரித் தெளிவாயிடுச்சு.’

‘இவன்தானா இல்லையாங்கறது வேற விஷயம். இவனாகவும் இருக்கலாம்னு காட்டறதுதான் நம்ம குறிக்கோள். அப்படி ஒரு சந்தேகத்தை விதைச்சுட்டா, நம்ம கிளையண்ட் தப்பிச்சுக்குவான்.’

‘என்ன அராத்தா பேசறான் பாத்தீங்களா பாஸ்.’

‘பணம்.’

டிபென்ஸ் தரப்பில் கணேஷ் சரவணனைக் கூண்டில் நிறுத்தவில்லை. ஒரு விதத்தில் அவன் மனைவி பேரில் சந்தேக விவகாரங்கள் எல்லாம் எடுக்கப்பட்டு, கேஸ் குழப்பமாகி விடும் என்று எதிர்பார்த்தான். கோர்ட் விட்னஸாக இருவரைக் கூப்பிட்டிருந்ததில் கோவிந்த் ஒருவர்தான் வந்திருந்தார். மித்ரா என்பவள் வீட்டில் இல்லையென்றும், வீடு பூட்டியிருந்தது என்றும் போலீஸ் தரப்பில் தகவல் கொடுக்கப்பட்டது.

'பொய்' என்றான் கணேஷ், வஸந்திடம்.

'ஏதோ கோவிந்தாவது வந்தானே.'

கணேஷ்தான் விசாரணையைத் தொடங்கினான். அறிமுகங்கள் முடிந்தது, 'தர்மராஜன் இறந்ததினால் உங்களால் இப்ப கம்பெனியை முழுவதும் கண்ட்ரோல் பண்ண முடியும். ஆஸ் எ ஸர்வைவர் ஆஃப் தி பார்ட்னர்ஷிப் டீல்?'

ப்ராஸிக்யூட்டர் சங்கரன் எழுந்து, 'யுவர் ஆனர், அப்ஜெக்ஷன் டோட்டல்லி இர்ரெலவண்ட்.'

'மிஸ்டர் கணேஷ்' நீதிபதி வினவ.

'ஆனா, இருவருக்குத் தர்மராஜன் இறந்து போனதால் லாபம் கிடைக்கிறது என்று நிரூபிக்க விரும்புகிறேன்.'

'அதற்கும் இந்தக் கொலை வழக்குக்கும் என்ன சம்பந்தம்?'

'கொலையைச் செய்ய இவருக்கும் காரணங்கள் இருக்கின்றன.'

'ஒரு ஆள் இறந்து போவதை எட்டு பேர் விரும்பலாம். சிலசமயம் ஒரு சமுதாயமே விரும்பலாம். அதனால இந்தக் கொலையைச் செய்த ஒருத்தன் மன்னிக்கப்படணும்ங்கறீங்களா?'

'காரணம் மட்டுமில்லாமல் சாட்சியங்களும் காட்ட விரும்பறேன்.'

'சாட்சியங்கள் காட்ட முடிஞ்சா சரி. மிஸ்டர் கோவிந்த், நீங்க கடைசிக் கேள்விக்குப் பதில் சொல்ல வேண்டாம்.'

கணேஷ், 'மிஸ்டர் கோவிந்த். தர்மராஜன் கொலையுண்ட தினம் நீங்க மத்தியானம் அவரைப் போய்ப் பார்த்திங்களே. அப்ப என்ன நடந்தது?' என்றார், வார்த்தைகளை நிதானமாக அமைத்து.

'தர்மராஜன் இறந்து போன தினம் நான் அவரைப் பார்க்கவே போகலை.'

'இல்லை மிஸ்டர் கோவிந்த், போயிருக்கீங்க...'

'அன்றைய தினம் நான் ஊர்லேயே இல்லை.'

'கோவிந்த்! நீங்க போய்ப் பார்த்ததா நீங்களே சொல்லி இருக்கீங்க.'

'யார்கிட்ட?'

'உங்க செக்ரட்டரி.'

'யுவர் ஆனர், திஸ் இஸ் ஹியர்ஸே. இதை அனுமதிக்கக் கூடாது.'

'யுவர் ஆனர். செக்ரட்டரி மிஸ் மித்ராவை அழைத்திருக்கிறோம். இன்றைக்கு அவரால் வர முடியவில்லை.'

'ப்ரொஸீட்.'

'மிஸ்டர் கோவிந்த், கொலை நடந்த தினம் நீங்கள் நிச்சயம் தர்மராஜனைப் பார்க்கப் போயிருக்கிறீர்கள். பார்த்துப் பேசி யிருக்கிறீர்கள். சண்டை போட்டிருக்கிறீர்கள்.'

'அத்தனையும் பொய்!' என்றார் கோவிந்த் நிதானமாக.

'திஸ் இஸ் ப்ரிப்பாஸிடரஸ்' என்று சங்கரன் வெடித்து எழ...

'மிஸ்டர் கணேஷ், கொஞ்சம் அடக்கி வாசியுங்கள். கொலை வழக்கு இவர் பேரில் இல்லை.'

சங்கரன், தன் விசாரணையில், 'மிஸ்டர் கோவிந்த். சம்பவம் நடந்த தினம் நீங்கள் எங்கே இருந்தீர்கள்?'

'பெங்களூர் வெஸ்ட் எண்ட் ஓட்டலில்' நீதிபதியைப் பார்த்துப் புன்னகை செய்து.

'எதற்காக பெங்களூர் போயிருந்தீர்கள்?'

'ஒரு கருத்தரங்குக்காக.'

'அதற்கான சாட்சியங்கள் உள்ளனவா?'

'இருக்கின்றன. முதலில் நான் போன ப்ளேன் டிக்கெட், கருத்தரங்கத்தில் கொடுத்த காகிதங்கள், பங்கு பெற்றதற்கு அத்தாட்சியாக, அப்புறம் வெஸ்ட் எண்ட் ஓட்டலில் நான் பதிவு செய்துகொண்டதற்கு அத்தாட்சியாக, அவர்கள் கெஸ்ட் ரெஜிஸ்தரில் என் பெயர் இருக்கும்.'

'பாஸ் ரொம்பச் சாமர்த்தியமா அலிபி தயாரிச்சுருக்கான்!'

'யுவர் ஆனர். தேவையெனில் இவையனைத்தையும் எக்ஸ்பிட்டு களாகச் சமர்ப்பிக்கத் தயார்.'

'தேவையில்லை' என்றார் நீதிபதி. 'கணேஷ், எனிமோர்? இந்த அணுகுமுறை விரயமானது. மறுபடி சொல்கிறேன் குற்றம் சாட்டப்பட்டிருப்பது கோவிந்த் அல்ல.'

கோவிந்த் சாட்சிக் கூண்டிலிருந்து விலகிச் செல்ல, வஸந்த், 'ஒன் மினிட் மிஸ்டர் கோவிந்த். இன்னும் ஒரு கேள்வி. இந்தக் குற்றத்தை நீங்கள்தான் செய்திருக்கிறீர்கள். தர்மராஜன் சரவணனின் மனைவியுடன் தகாத முறையில் நடந்து கொண்டதாகச் சொன்னதும் நீங்கள்தான். போலீஸுக்கு போன் செய்து வரவழைத்ததும் நீங்கள்தான். தர்மராஜனைக் கொல்வதால் அதிக லாபம் பெறப் போவதும் நீங்கள்தான். கொலை நடந்த அன்று சென்னையில்தான் இருந்திருக்கிறீர்கள். கருத்தரங்குக்குப் போனதாகச் சொல்வதெல்லாம் தயாரிக்கப்பட்ட சாட்சியங்கள். எல்லாமே திட்டமிட்டுச் செய்தது. நீங்கள் கொலை நடந்த அன்று தர்மராஜனைப் பார்க்கப் போனதாக உங்கள் செக்ரட்ரி...' வஸந்த் தொண்டை நரம்பு புடைக்க உரக்க அவசரமாகப் பேசினான்.

ப்ராஸிக்யூட்டர் எழுந்து, 'திஸ் இஸ் ப்ரிப்பாஸ்டரஸ்' என்று இரைந்து சொல்ல, நீதிபதி கடுமையாக வஸந்த்தைப் பார்த்து-

'மிஸ்டர் வஸந்த்! நீங்கள் நடந்துகொள்ளும் விதம் சிறுபிள்ளைத் தனமாக இருக்கிறது. நிறுத்துங்கள். மிஸ்டர் கோவிந்த், நீங்கள் இந்தக் கேள்வி எதற்கும் பதில் சொல்ல வேண்டியதில்லை. இந்தக் கேள்வியும் கோர்ட் நடவடிக்கையாகப் பதிவாகாது. நீங்கள் செல்லலாம்.'

கோவிந்த் கணேஷைப் புன்னகையுடன் பார்த்துக்கொண்டே, விலகிச் செல்கையில், 'வஸந்த் ஸாரி' என்றார்.

நீதிபதி வழக்கை மறுதினத்துக்கு ஒத்திப் போட்டார். 'கணேஷ், நீங்கள் மற்றொரு கோர்ட் விட்னஸ் சர்க்கார் தரப்பு சாட்சியாக அழைக்க விரும்புகிறீர்களா?'

'இல்லை, யுவர் ஆனர்! அது விரயமாகத்தான் இருக்கும்' என்றான் மிகுந்த ஆயாசத்துடன்.

'நாளைக்கு சம்மிங் அப் வைத்துக்கொள்ளலாமா?'

ப்ராஸிக்யூட்டர் பெருமையுடன், 'நான் ரெடி' என்றார்.

'கணேஷ்?'

'வைத்துக்கொள்ளலாம்' தலையாட்டினான்.

மறுதினமும் அதற்கு மறுதினமும் பராஸிக்யூஷன் டிபென்ஸ் தரப்பு வக்கீல்கள் தத்தம் வாத சாரங்களை எடுத்துச் சொல்ல, கணேஷ் கொலையைத் தன் கட்சிக்காரர் செய்யவில்லை. பற்பல சந்தேகங்கள் இருக்கின்றன. அப்படி அவர் உணர்ச்சிவசப்பட்டு தர்மராஜனைக் கொலை செய்வதாகச் சொன்னதை யாரும் மறக்கவில்லை. ஆனால், செயல்படுத்தக் கூடிய தைரியமோ, கோபமோ அவரிடம் இல்லை என்ற ரீதியில் வாதாடினான். கோவிந்த் போன்றோருக்கு இதே கொலையைச் செய்திருக்க அதிகக் காரணங்கள் இருப்பதைப் பற்றித் தன் முடிவுரையில் சொல்லாமல் விட்டு வைத்தார் ப்ராஸிக்யூஷன் சங்கரன். கொலை நடந்த அன்று நிகழ்ந்த சம்பவங்களை கிரிக்கெட் கமெண்டரி போலச் சொன்னார். முன்பே வாங்கி வைத்திருந்த கத்தி, தர்மராஜனைக் கொலை செய்யப் போகிறேன் என்று டெய்லரிடம் சொன்னது, அன்று தர்மராஜன் வீட்டுக்குச் சென்றது, குத்தியது, இருவருக்கும் சண்டை நடந்ததைக் கேட்ட ஒருவர் போலீஸுக்கு போன் செய்தது, போலீஸ் கடமையுணர்வுடன் விரைந்து வந்து சரவணனைக் கையும் களவுமாகப் பிடித்தது, போலீஸுக்குத் தர்மராஜன் முன்பே புகார் கொடுத்திருந்தது எல்லாவற்றையும் விவரிக்க, குற்றவாளிக் கூண்டில் சரவணன் மௌனமாகக் கேட்டுக்கொண்டிருந்தான். 'பொறியிலே அகப்பட்ட எலி மாதிரி முழிக்கிறான் பாஸ்.'

'வஸந்த், போச்சு! வி ஆர் கோயிங் டு லூஸ் திஸ்.'

'என்ன பண்றது? கடைசி ப்ளீயா மேன் ஸ்லாட்டர் போட்டுரலாமா?'

'டூ லேட் வஸந்த்.'

வியாழக்கிழமை பகல் பதினொரு மணிக்குத் தீர்ப்பளித்தார் ஜஸ்டிஸ் ஸெபாஸ்டியன்... 52-ம் பக்கத்தின் இறுதியில்...

...In the result, the accused is found guilty under section 302 IPC (three counts) convicted thereon and sentenced to death under each of the three counts, with a direction that he be hanged by neck till he be dead. The accused is informed that if he is aggrieved, he can prefer an appeal within 30 days from this date to...

வஸந்த், கணேஷ் இருவரும் மௌனமாகக் கேட்டுக்கொண்டிருக்க, கோவிந்த், சங்கரனின் கை குலுக்குவதையும், சரவணன் பிரமித்து நிற்பதையும் அவன் கண்களில் தன்னிச்சையாகக் கண்ணீர் கொட்டுவதையும் பார்த்தான். வஸந்த் அவன் அருகில் போய், 'ஸாரி சரவணன். நாங்க முடிஞ்ச வரை ட்ரை பண்ணிப் பார்த்தோம். அப்பீல் பண்ணிடறோம். உடனே.'

'அப்பீல் பண்ணாலும் என்னாங்க? அதே பொய்களை மற்றொரு கோர்ட்டிலே சொல்லப் போறாங்க.'

'இல்லை சரவணன். அப்பீலின்போது 'மேன் ஸ்லாட்டர்' வாங்கிக்கிடலாம். ஏதோ உணர்ச்சி வசப்பட்டுச் செய்துட்டேன்னு சொல்லிடுங்க!'

'ஐயா நான் செய்யவே இல்லையே!'

'நிரூபிக்க முடியலையே.'

'செய்யாத குற்றத்துக்குத் தண்டனைங்களா? என்ன அநியாயம்!'

இன்ஸ்பெக்டர் அவனருகில் வர, கோவிந்த் அவர்கள் அருகில் வந்து புன்னகை செய்து, 'கணேஷ், ரொம்ப வருத்தப்படறேன்! நீங்களும் உங்களால் ஆனதை முயற்சி பண்ணீங்க! லக் இல்லை.'

'வெறுப்பேத்தாதீங்க ஸார்.'

சரவணன் கோவிந்த்தையே பார்த்துக்கொண்டிருந்தவன், கண்ணில் ஒரு பளபளப்பு வந்து சட்டென்று இன்ஸ்பெக்டர் மேல் பாய்ந்தான். அவர் க்ராஸ் பெல்ட்டில் செருகியிருந்த துப்பாக்கியை உருவி நேராகக் குறி பார்த்துக் கோவிந்தை மார்பில் சுட்டான்.

கோர்ட்டில் அந்த வெடி எதிரொலிக்க, இன்ஸ்பெக்டர் அவன் மேல் பாய்ந்து கையைப் பற்றிக் கீழே வீழ்த்த, 'கணேஷ், வஸந்த்! பண்ணாத கொலைக்குத் தண்டனை கெடைச்சுச்சு! அதுக்கு உண்டான கொலை இப்பத்தான் செய்யறேங்க! முதல்லே தண்டனை. அப்புறம் குற்றம்!' என்றான் சரவணன்.

ஆம்புலன்ஸ் வருவதற்குள் கோவிந்த் பிராணன் போய் விட்டது.

சுயம்வரம்

8

இந்தியாவில் நாற்பது சதவிகிதத்துக்கு மேல் ஏழைமையின் எல்லைக் கோட்டுக்குக் கீழ் இருப்பவர்களைப் பற்றியது இல்லை இந்தக் கதை. மிக மிகப் பணக்காரர்களும் இருக்கிறார்கள். அவர்கள் சதவிகிதம் புள்ளி ஐந்துக்கு அதிகமில்லை. சுரேஷ் மிக்லானி. நிர்மல் க்ரூப் அகமதாபாத்தில் ஒரு ஸின்தட்டிக் ரேயான்மில், பம்பாய் விலே பார்லே அருகில் ஒரு டெக்ஸ்டைல் மில், எல்.ஆர். எலக்ட்ரானிக்ஸ் என்ற கம்ப்யூட்டர் கம்பெனி, சிங்கப்பூரில் ஈஸ்டர்ன் எக்ஸ்போர்ட், டெல்லி, பம்பாய், காஷ்மீர், காட்மண்டுவில் ஓர் ஓட்டல் சங்கிலி... மிக்லானியின் சொத்தின் அளவைப் பற்றி லோக் சபாவிலும் எம்.ஆர்.டி.பி.ஸி.யிலும்தான் அடிக்கடி பேசப்படும். இந்தியாவின் முதல் நான்கு பணக்காரர்களின் பட்டியலில் அவ்வப்போது மிக்லானியின் பெயர் உள்ளே வரும். இத்தகைய பணக்காரர்கள் எப்படி வாழ்கிறார்கள் என்பதை அவரின் ஒரே மகள் சுரேகாவின் சுயம்வரம் மூலம் சொல்வோம்.

மிக்லானியின் கல்கத்தா ஆபரேஷன் முழுவதும் சுரேகா என்று தொடங்கும். 'சுரேகா வாஷிங் பவுடர்' கேள்விப்பட்டிருப்பீர்களே, அது கூட இவள் பெயரை வைத்துத்தான். இப்போது வாஷிங் மெஷின், வி.ஸி.ஆர். எல்லாம் சுரேகாவின்

பெயரில் வரப் போகின்றன. சுரேகா இதைப் பற்றியெல்லாம் கவலைப்படாது டெல்லியில் ஜேஎன்யுவில் முதல் வருஷம் பி.ஏ. படிக்கிறாள். என்ன சப்ஜெக்ட் என்று கேட்டால் ஒரு முறை எக்னாமிஸ் என்பாள். ஒரு முறை லிட்ரேச்சர் என்பாள். ஜேஎன்யுவையே வாங்கி விடக் கூடிய அளவுக்குப் பணம் இருக்கிற தகப்பனுக்கு ஒரே மகளுக்கு டிகிரியெல்லாம் எதற்கு?

சுரேஷ் மிக்லானிக்கு அவளை எப்படியாவது பி.ஏ. முடிக்க வைத்து ஹார்வர்டுக்கு ஒரு எம்.பி.ஏ. பண்ண ஆவல். அவளோ புல்வெளியையும் சினேகிதிகளையும் எண்ணங்களையும் பற்றி டயரியில் எழுதுவாள். எப்போதாவதுதான் காலேஜ் போவாள். இதற்கே அவளுக்கென்று தனி மாருதி கார். அதில் சுமார் ஒரு லட்ச ரூபாய்க்கு ஸ்டீரியோ, டிஸ்கோ சமாச்சாரங்கள், டிஃபென்ஸ் காலனியில் தனி ஃப்ளாட், சமையல்காரி, வேலைக்காரி, சுரேகாவுக்கு அப்பாவின் பிஸினஸில் நாட்டமில்லை.

மிக்லானி கவலைப்பட ஆரம்பித்தார்.

'சுரு, ஒன்று நீ பிஸினஸில் கவனம் செலுத்த ஆரம்பிக்க வேண்டும்; இல்லை கல்யாணம் செய்துகொள்ள வேண்டும். இந்தச் சாம்ராஜ்யத்தைக் கவனிக்க எனக்கு உதவி வேண்டும்.'

'பப்பா யுர் டாக்கிங் சென்ஸ் நௌ' என்று அவரைக் கழுத்தில் கட்டிக்கொண்டு முத்தம் கொடுத்தாள்.

'ஒரு வருஷத்துக்குள் கல்யாணம் செய்துகொள்கிறாயா டார்லிங்?'

'லெட் மி ஸீ. 'கான்' விழாவுக்கு மே மாசம் பிரான்ஸ் போக வேண்டும். அப்புறம் லண்டனில் பீட்டர் ஷாஃபர் நாடகம் தொடங்குகிறது. அதை முதல் காட்சி பார்த்து விட்டு, அப்படியே நியு யார்க் போய்க் கொஞ்சம் பர்சேஸஸ்.'

'எல்லாம் சரி. நடுவே கல்யாணம் என்ற ஒன்று செய்துகொண்டு விடு. ராகேஷ் அல்லது ப்ரமோத்.'

'வெய்ட் பப்பா, வெயிட்- கிவ் மி ஸம் டைம்!'

'இல்லை, யாரையாவது ஒருவரை விரும்புகிறாயா? காதல் கீதல் என்று ஏதாவது பண்ணிப் பாரேன். டெல்லியில் எத்தனை இளைஞர்கள்...'

‘காதல் என்று ஏதும் இல்லை. இவர்கள் இரண்டு பேரைப் பற்றித்தான் யோசித்துக் கொண்டிருக்கிறேன். ப்ரமோத், ராகேஷ் இருவரில் யாரையாவது தேர்ந்தெடுப்பேன் எனத் தோன்றுகிறது.’

‘இந்தப் பட்சிகள் இருவரையும் பார்த்திருக்கிறாயா?’

‘பப்பா, யு ஆர் இம்பாஸிபிள்! பார்ட்டியில் இருவரையும் அறிமுகம் செய்து வைத்தாயே. ஞாபகம் இல்லையா?’

‘பார்ட்டியில் நான் கவனிப்பது ஒரே ஒரு சமாசாரம். விஸ்கி.’

‘விஸ்கி. அப்புறம் பெண்களின் மத்தியப் பிரதேசம்.’

மிக்லானி மகளை மானசீகமாக விரலால் சுட்டார்.

‘பப்பா, உன்னைப் போல மாப்பிள்ளை கிடைத்தால் உடனே சம்மதம்!’

‘ஏதாவது தீர்மானித்துக்கொள். நான் ஒரு போர்டு மீட்டிங்குக்குப் போக வேண்டும்.’

‘கம்பெனி பிளேனில் போகிறீர்களா?’

‘ஆம்.’

‘நானும் வருகிறேன். பேசிக்கொண்டே போகலாமே.’

‘அதுவும் சரிதான். காலேஜ்?’

‘காலேஜ் ஸ்டிரைக்.’

‘பொய் சொல்கிறாய் பரவாயில்லை’ என்று அவளை அழைத்துக் கொண்டு, கம்பெனி காரில் ஏறிக்கொண்டார். அதன் மோட்டார் இயக்க, கதவுகள் மூடிக்கொள்ள உள்ளே ஏ.ஸி. முணுமுணுக்க, கார் வழுக்கிக்கொண்டு கிளம்பியது.

சுரேகா காரில் வைத்திருந்த ஸெல்லுலர் போனில் (டெல்லியில் ஒரு நூறு பேருக்கு மட்டுமே கொடுக்கப்பட்டிருக்கிறது.) எண்களை ஒற்றினாள்.

‘யாருக்கு டெலிபோன்?’

‘ஒரு நிமிஷம்! ராக்கி, சுரேகா ஹியர். எங்கப்பாவுடன் பேசு’ என்று தந்தையிடம் போனைக் கொடுத்தாள்.

‘யார்?’ என்று புருவத்தால் கேட்டார்.

‘ராகேஷ், முதல்வன்.’

ராகேஷின் குரல் தெளிவாகக் கேட்டது.

‘குட் மார்னிங் ஸார். திஸ் இஸ் எ ஸர்ப்ரைஸ்!’

‘ராகேஷ், சுரேகா உன்னைப் பற்றிச் சொன்னாள்.’

‘உங்களைச் சந்திக்க முடியுமானால் அதைப் பாக்கியமாகக் கருதுவேன். உங்கள் அருமையான மகளை மணந்துகொள்ள நான் எந்த நிமிஷமும் தயார். நான் டெல்லி ஐஐடியில் எம்.டெக்.’

‘தெரியும். ஆல் தி பெஸ்ட்’ என்று போனை அணைத்தார். ‘சுரு, வேலை இருக்கிறது. பாலம் போவதற்குள் ஃபைல் பார்க்கணும்.’

சுரேகா மற்றொரு முறை எண்ணை ஒற்றிக்கொண்டிருந்தாள். ‘ப்ரமோத், சுரு பேசுகிறேன்! என் அப்பாவுடன் பேசு.’

மிக்லானி மறுபடியும் மகளை முறைத்துப் போனை வாங்கி, ‘எஸ்’ என்றார்.

‘ஸார், ப்ரமோத். நான் ஒரு எம்.பி.ஏ. அஹமதாபாத் என்பது உங்களுக்குத் தெரியும்... உங்களுக்கு ஆட்சேபணை இல்லை எனில் சுரேகாவை மணக்க விரும்புகிறேன்...’

‘எனக்கு ஆட்சேபணை இல்லை. என் மகள் சம்மதிக்க வேண்டும்.’

போனைப் பிடுங்கி, ‘பை ப்ரேமாத், ஸி யூ! பம்பாய் போய் வந்ததும் பார்க்கிறேன்’ என்று வைத்தாள்.

‘யூ ஆர் எ ஃபன்னி கர்ள்’ என்றார் மிக்லானி.

‘இருவரில் ஒருவனைத் தேர்ந்தெடுப்பதுதான் கஷ்டமாக உள்ளது.’

‘யார் அதிக உயரம்?’

‘இருவரும் அஞ்சு பதினொன்று.’

'அதிக எடை, அதிக அழகு, அதிக ஏதாவது, லுக் சுரு! நீ சீக்கிரம் தீர்மானிக்க வேண்டியது முக்கியம். எனக்கு இருவருமே சம்மதம். நீ தேர்ந்தெடுத்தவுடன் அவனை உடனே நிறுவனத்தில் வாங்கிக்கொண்டு பயிற்சி கொடுக்க வேண்டும்.'

'பப்பா, இது வாழ்க்கைப் பிரச்னை!'

'உண்மைதான். ஆதலால் நீயே தீர்மானித்துக்கொள். அப்புறம் என்னைக் குறை சொல்லாதே!'

இந்திரா காந்தி விமான நிலையத்தின் டொமெஸ்டிக் பகுதியில் தனியார் விமானங்களுக்கான ஹாங்கரில் கார் நுழைந்து ஒரு லியட் ஜெட் விமானத்தருகில் நின்றது. அதன் கதவு திறந்திருக்க பைலட், 'குட்மார்னிங் மிஸ்டர் மிக்லானி' என்றான்.

சுரேகா அவன் அருகில் சென்று, ஹாய்! வாட்ஸ் யுர் நேம்?' என்றாள்.

'போஸ்.'

'போஸ் பாஸின் டாட்டருடன் பேச மாட்டான். வேலை போய் விடும்.'

'பயப்படாதே போஸ். நான் வேலை போட்டுத் தருகிறேன்' என்று அவன் கன்னத்தில் லேசாகத் தட்டினாள் சுரேகா.

போஸ் மரியாதையாகப் புன்னகை செய்துவிட்டு, அவர்கள் ஏறியதும் ஏணியை உள்வாங்கிக்கொண்டு, உள்ளே சென்று எஞ்சினை விசிலடிக்க வைத்தான்.

அப்பாவின் அருகில் வந்து சுரேகா உட்கார்ந்துகொண்டு, 'ஃபார்ச்சுன்' இதழைப் புரட்டினாள். மிக்லானி ஃபைல்களில் மூழ்க, விமானம் புறப்பட, சுரேகா முட்டை வடிவக் கண்ணாடியின் வழியே வெளியே பார்த்தாள். பாலம் ரன்வே விரைந்து கொண்டிருந்தது.

'அப்பா இரண்டுக்குள்ள ஒண்ணு தொடு' என்று விரல்களை நீட்டினாள்.

'டோண்ட் பி ஸில்லி, இப்படித்தான் புருஷனைத் தேர்ந்தெடுப்பாயா?'

'எல்லா விதத்திலும் சமமாக இருக்கிறார்களே.'

'ஏதாவது வித்தியாசம் இருக்கும், ஏதாவது குறை?'

'இல்லையே. அதானே என் டைலம்மா ராகேஷ் ஒரு ரத்தினம் என்றால், ப்ரமோத் ஆல் ரவுண்டர்.'

'இருவருக்கும் ஒரு மாட்ச் வைத்துப் பார். யார் ஜெயிக்கிறார்களா அவனைக் கட்டிக்கொள்.'

'அதுவும் ஒரு முறை வைத்துப் பார்த்தேனே?'

'என்ன ஆச்சு? ட்ராவா.'

'ட்ரா இல்லை டை!'

'லுக், ஏதாவது ஒரு விதத்தில யாரையாவது ஒருவனைத் தேர்ந் தெடுத்துத்தான் ஆக வேண்டும். உனக்கு என்ன வயசு கண்ணு?'

'பன்னிரண்டு வயசுக்கப்புறம் நான் வளரவில்லை என்று நீதானே சொல்வாய்.'

'எனக்கு மட்டும்' அவள் கன்னத்தைத் தட்டிக் கொடுத்து, மூக்கால் அவள் முகத்தில் உரசி விட்டு, 'உன் அம்மா என்ன சொல்கிறாள்?' என்றார்.

'உதவாக்கரை, உருதுக் கவிஞன் அல்லது தபலா வித்வான் யாரையாவது கல்யாணம் செய்துகொள். அப்போதுதான் உங்கப்பா அவனை பிஸினஸிலிருந்து விட்டு வைப்பார் என்கிறாள்.'

மிக்லானி சிரித்து, 'வாத்தியக்காரனாக இருந்தாலும் பரவா யில்லை, கல்யாணம் செய்துகொண்டால் சரி.'

விமானம் மேகங்களுக்கு மேல் நீல வானத்தில் மிதக்க சுரேகா, 'தபக்கென்று இந்த மேகப் பஞ்சுக்குள் குதித்தால் என்ன ஆகும்?' என்றாள்.

'நிமிஷத்தில் மரணம்.'

'சும்மா ப்ரமோத்துடன் பேச வேண்டும் போலிருக்கிறது பப்பா. திரும்ப டெல்லிக்குப் போகலாமே!'

'முடியாது, என்னை பம்பாயில் ட்ராப் பண்ணி விடு. வேண்டு மானால் டெல்லிக்குத் திரும்பி வந்து வண்டியை அனுப்பு.'

சுரேகா மவுனமாக இருந்தாள்.

'என்ன சொல்லு? ஃப்ளைட் ப்ளான் ஃபைல் பண்ண வேண்டும்.'

'இன்னும் தீர்மானிக்கவில்லை.'

'பெண்ணே வாழ்க்கையில் எதையாவது தீர்மானிக்கிறாயா சொல்?'

அன்றிரவு சுரேகா டயரியில் 'ஸெட் மாரிட் யங்கர்ள்' என்று எழுதி, 'ஆனால் யாரை???' என்று அடிக்கோடிட்டாள்.

அடுத்த வாரம் சுரேகா ராகேஷை கனாட் ப்ளேஸில் சந்தித்து அவன் யமாஹாவின் பின் ஸீட்டில் தொற்றிக்கொண்டாள்.

'சுரேகா, நான் என்ன செய்ய வேண்டும்? என்ன தப்பு செய்தேன்? ஏன் சஸ்பென்ஸ்? எதற்காக என்னை உதாசீனப்படுத்துகிறாய்? நான் எந்த விதத்தில் உனக்குத் தகுதியற்றவன் என்று சொல்?'

'ராகேஷ், ஏன் இப்படிக் கேட்கிறாய்?'

'ப்ரமோதைத் தேர்ந்தெடுத்து விட்டதாக எல்லாரும் சொல் கிறார்கள்.'

'தப்பு. நான் இன்னும் தீர்மானிக்கவில்லை.'

ராகேஷ் உற்சாகத்தில் கைகளை விட்டு விட்டு ஓட்டினான். 'அப்ப எனக்கு இன்னும் சான்ஸ் இருக்கிறதா என்ன செய்ய வேண்டும் சொல்? சுரு, புலிப் பால் வேண்டுமா, இல்லை ஒட்டகத்தின் நகம்?'

'எனக்கு இன்னும் கொஞ்சம் அவகாசம் வேண்டும்.'

அப்போது அவர்களுடனே ஒரு வெளிநாட்டு கார் வந்து மடக்கி நிற்க...

'ஹாய் சுரு!' என்று ப்ரமோத் வெளிப்பட்டான்.

'ஏய் ராகேஷ், என் வருங்கால மனைவியுடன் என்ன வம்புப் பேச்சு?'

‘எங்கே? கூட்டி வந்திருக்கிறாயா?’ என்று ராகேஷ் தேடினான்.

‘தட்ஸ் நாட் ஃபன்னி, இதோ இவள்தான் என் வருங்கால மனைவி.’

‘நோ ஃபியர்ஸ். நான்தான் இவள் மனைவி, ஸாரி கணவன்.’

‘பார்க்கலாமா?’

‘பார்க்கலாமா?’

இருவரும் ஒருவரை ஒருவர் முறைத்துப் பார்த்துக்கொண்டதில் நிஜமாகவே விரோதம் இருந்தாற்போல இருந்தது.

ப்ரேமாத், ‘சுரு. இன்றைக்கே நீ தீர்மானித்து விடு ரெண்டில ஒண்ணு சொல் சுரு!’

‘ப்ரமோத் ஐம் கன்ஃப்யூஸ்ட். இரண்டு பேரும் ஆளுக்கொரு துப்பாக்கி வாங்கிக்கொண்டு, முதுகுக்கு முதுகு தொட்டுக் கொண்டு, பத்தடி சென்று சட்டென்று திரும்பிச் சுட்டுக் கொள்ளுங்களேன். யார் பிழைத்திருக்கிறானோ...’

ராகேஷ், ‘எனக்குச் சம்மதம்தான். ஒரு சிக்கல். போலீஸ் என்னைக் கைது செய்து விடுவார்களே, கொலைக் குற்றத்துக்காக! ஜெயிலிலிருந்து திரும்பி வரும் வரை காத்திருப்பாயா கண்ணு?’

ப்ரமோத் சிரித்து, ‘துப்பாக்கியின் பிஸினஸ் மூளை எங்கிருக் கிறது சொல்ல முடியுமா ராக்கா?’

‘போடா போப்பட் லால்.’

‘போடா சௌபட் லால்.’

‘கத்து.’

‘கதே.’

இருவரையும் பார்த்துக் கை கொட்டிச் சிரித்தாள். ராகேஷ், ‘சுரு, யு ஆர் நாட் ஸீரியஸ். என்னால் இந்த அராத்துப் பயலுடன் வாதம் பண்ணிக்கொண்டிருக்க முடியாது. ஒரு வாரத்துக்குள் சொல்லி விடு. அமெரிக்கா போவதையெல்லாம் நிறுத்தி வைக்கிறேன்.’

‘நான் ஜெர்மனி போவதை நிறுத்தி வைத்திருக்கிறேன்.’

'ஜெர்மனியைத் தேசப் படத்தில காண்பிக்க முடியுமா உன்னால்?'

'உன்னால் டெல்லியைக் காண்பிக்க முடியுமா?'

'ஸ்டாப்! ராகேஷ், ப்ரமோத். ரெண்டு பேரும் கேளுங்கள். நீங்கள் நிசமாகவே சண்டை போடுகிறீர்களா, விளையாடுகிறீர்களா, தெரியவில்லை.'

'வி ஆர் சீரியஸ். டெட் சீரியஸ்.'

'என்னை அடைய உயிர்த் தியாகம் கூடப் பண்ணத் தயாரா நீங்கள்?'

'தயார்.'

'எது சொன்னாலும் கேட்பீங்களா?'

'எது சொன்னாலும்! நீ இல்லாமல் எனக்கு வாழ்வே இல்லை.'

'டிட்டோ!' என்றான் ப்ரமோத்.

'சொந்தமாக ஒரு கற்பனை கிடையாது பார் இவனுக்கு! இவனைக் கல்யாணம் பண்ணிக்கொண்டு எப்படிச் சமாளிக்கப் போகிறாய்?'

'இந்தப் பயல் குளிப்பதே இல்லை. உத்தரவாதமாகச் சொல்கி றேன். செண்ட் போட்டு உடல் நாற்றத்தை மறைக்கிறான்.'

'ப்ளீஸ், ப்ளீஸ் ராகேஷ், ப்ரமோத் கேளுங்கள். நீங்கள் என்னை விரும்புகிறீர்களா? என் பணத்தையா?'

'சம்பிரதாயமான கேள்வி.'

'நான் சொல்கிறேன். சுரு, நீ கட்டின பாண்டுடன் எல்லாவற்றையும் உதறித் தள்ளி விட்டு இப்போது வந்தாலும் நான் காப்பாற்றத் தயார்.'

'டிட்டோ. நானும் அவ்வண்ணமே.'

'அடேய்! ஏதாவது வேறு வாக்கியமாக அமைத்தாவது சொல்லடா சோம்பேறி.'

'நீ பத்மாஷ்.'

'இரண்டு பேருக்குமே என் சொத்தில் அக்கறையில்லையா?'

'அப்பா ஏதாவது அப்படிச் சொன்னாரா?'

'எப்படி?'

'எங்களைக் கல்யாணம் செய்துகொண்டால் சொத்து வராது என்று?'

'சொல்லவில்லை, இருந்தாலும்...'

'அப்போது பிரச்னையே இல்லையே, சொத்து வரட்டும், வராது போகட்டும். இப்போது பிரச்னை வேறு.'

'ரெண்டு பேரும் குத்துச் சண்டை போடுங்களேன்.'

'எப்படி ஜூடோவா? இல்லை பாக்ஸிங்கா? மூக்கில் அதிகம் ரத்தம் வராமல் பார்த்துக்கொள்கிறேன்.'

'வேண்டாம், இங்கிருந்து நூறு மீட்டர் ஓடுங்களேன்!' என்றாள்.

'யார் ஜெயித்தாலும் அவனைக் கல்யாணம் பண்ணிக் கொள்வாயா?'

'ஆம்.'

'இரு, ஷாட்ஸ் போட்டுக்கொண்டு வருகிறேன்.'

'நான் ஃபுல் பாண்ட்டிலேயே ஜெயிப்பேன். தொப்பைக்கு ஓட வராது.'

'இருவரும் ஓடிப் போய் அந்த மரத்தைத் தொட்டு விட்டு ஓடி என் னிடம் வர வேண்டும். முதலில் வருபவனுக்கு என் மணமாலை. எங்கே ஒன்... டூ... த்ரீ!'

அவர்கள் தலைதெறிக்க ஓட, சுரேகா சட்டென்று ப்ரமோத்தின் காரைக் கிளப்பிப் புறப்பட்டுப் போய் விட்டாள்.

'சே, பாவம்! இரண்டு பேரையும் பைத்தியமாக அடித்துக் கொண்டிருக்கிறாய்.'

'பப்பா, அது இல்லை என் நோக்கம். தீர்மானிக்கவே முடிய வில்லை. தட்டிக் கழிப்பதற்குத்தான் இம்மாதிரி ஓட்டப் பந்தயம், கத்திச் சண்டை என்று ஏதாவது சொல்லிக் கொண்டிருக்கிறேன்.

உண்மையில் இரண்டு பேரையுமே எனக்குப் பிடித்திருப்பதால் இந்த அவஸ்தை.'

'நான் தேர்ந்தெடுக்கட்டுமா?'

'சரி, நீ சொல்றதைக் கேட்கிறேன்.'

'இரண்டு பேருக்கும் ஸைக்கோமெட்ரிக் டெஸ்ட் ஒன்று இருக்கிறது. என்னுடைய பெங்காலி நண்பன் ஒருவன் நடத்துகிறான். இருவரையும் அந்தப் பரீட்சைக்கு உட்படுத்தி, யார் அதிகம் எண்ணிக்கை பெறுகிறார்களோ... ஆனால், ஒன்று அவர்கள் இதற்குச் சம்மதிக்க வேண்டும்.'

'நான் சொன்னால் எதற்கும் சம்மதிப்பார்கள்.'

'அப்படியெனில் அவர்களை வரவழை.'

'தேர் தே ஆர்.'

கிளப்பின் புல் தரையில் அவர்கள் பிரம்பு நாற்காலி போட்டு வீற்றிருக்க, ராகேஷும் ப்ரமோத்தும் அவளை நோக்கி வந்து புன்னகை செய்தார்கள்.

'ஹாய் சுரு, நீ என்ன எங்களை ஓட விட்டு, இங்கு வந்து உட்கார்ந்து விட்டாய்?'

'நான்தான் ஜெயித்தேன் சுரு' என்றான் ராகேஷ்.

'சீட்டிங்! சீட்டிங்!' என்றான் ப்ரமோத். 'நடுவில் என்னை இடறி விட்டு விட்டான்.'

'ராகேஷ், ப்ரமோத், ஸாரி! நான் விளையாட்டுக்குத்தான் அப்படி ஓடச் சொன்னேன்.'

'ஸார், பார்த்தீங்களா உங்கள் மகளை?'

'உட்காருங்கள்' என்று இருவருக்கும் நாற்காலி போடச் சொன்னார். 'இதுவரை விளையாடியது போதும் என்று எண்ணுகிறேன். ராகேஷ், ப்ரமோத் உங்கள் இருவரையும் சுரேகா படுத்துகிறாள் என்பது தெரியும்.'

'பரவாயில்லை ஸார்.'

'இருவருமே அவளுக்குத் தகுதியானவர்கள்தான்.'

'நான் கொஞ்சம் அதிகத் தகுதிக்காரன். எம்.பி.ஏ. பண்ணி விட்டு...'

'அதையெல்லாம் ஒரு புறம் வைப்போம் ராகேஷ். நீங்கள் இருவரும் ஒரு நிஜமான பரீட்சைக்குச் சம்மதிக்க வேண்டும்.'

'சம்மதம்' என்றனர் இருவரும்.

'என்ன பரீட்சை என்று கேட்கவே இல்லையே?'

'டயருக்குள் நுழைய வேண்டுமா? இவன் தொப்பை உள்ளே போக முடியாதே.'

'நீந்த வேண்டுமா? இவனுக்குத் தெரியாதே.'

'ஒரே நாளில் நீச்சல் கற்றுக்கொள்ளும் தகுதியுண்டு.'

'ஸ்டாப் இட். இந்தப் பரீட்சை அதெல்லாம் இல்லை. என் நண்பன் பட்டாச்சார்யா சைக்கோமெட்ரிக் இன்ஸ்டிட்யூட் நடத்துகிறான். எங்கள் கம்பெனி டாப் எக்ஸிக்யூட்டிவ்களுக்கு அவர்களை வைஸ் பிரசிடெண்டுகளாக்கும் முன் வைக்கும் அந்தப் பரீட்சையை உங்களுக்கும் நடத்த உத்தேசம்.'

'யார் அதிகமாக மார்க் வாங்குகிறார்களோ அவர்களுக்கு?'

'சுரேகா' என்று தன் மகளைப் பார்த்தார்.

'ஆம்' என்றாள்.

'ஐஸீ' என்றான் ராகேஷ். 'ரியல் டெஸ்ட்.'

'ஆம். ரியல் டெஸ்ட்.'

'அது எப்படிப்பட்ட பரீட்சை என...'

'ஒரு 'க்ளூ' கிடையாது. நாளை என் ஆபீஸ் வர வேண்டும். ஒரு தனி அறையில் உன்னிடம் ஒரு தாள் கொடுக்கப்படும்.'

'தண்ணீர், பால்பாயிண்ட் இதெல்லாம் உண்டா?'

'நாளை வந்து பாரேன்.'

'நான் வருகிறேன் முதலில்.'

'இரண்டு பேருக்கும் ஒரே நேரத்தில் பரீட்சை, ஒரே கேள்வித்தாள்.'

'ஒரே அறையிலா? காப்பி அடிப்பான்.'

'தனித் தனி அறையில் கம்ப்யூட்டர் திருத்தி மார்க் சொல்லி விடும். நாளை மாலைக்குள் ரிஸல்ட் தெரிந்து விடும்.'

'மாலை வரை ஆகுமா?'

'ஆம். சற்று நீண்ட பரீட்சை.'

'என்ன, சம்மதமா?' சுரேகா இருவரையும் கரிய விழிகளால் பார்த்தாள்.

'சம்மதமில்லாமல் என்ன? ராகேஷை எந்தப் போட்டியிலும் வெல்லக் கூடிய எனக்குத் தயக்கமேன்?'

'நோ ஃபியர்ஸ். இந்த மாதிரி சைக்கோ எல்லாம் எனக்குக் கேக்கில் நடப்பது போல.'

'நாளை தெரிந்து விடும்.'

'அப்பா, நான் கேள்வித் தாள் விநியோகத்துக்கு வரட்டுமா? இல்லை. காப்பியடிக்காமல் இருக்கிறார்களா என்று பார்க்கவா?'

'நீ வீட்டில் இரு. சாயங்காலம் ஆபீசுக்கு வா.'

மறுதினம் காலை சுரேகா ஓம் பத்தீக்குக்குப் போயிருந்தபோது நானூற்றைம்பது ரூபாய்க்கு ஒரு புத்தகம் வாங்கினாள். அங்கிருந்து வஸந்த் நகர் பங்களா போய்க் கொஞ்ச நேரம் நிர்வாணமாக நீந்தி விட்டு, லேசான பருத்தி உடை அணிந்து, கொஞ்சம் வோட்காவும் டொமாட்டோ ஜூஸும் கலந்து ப்ளடிமேரி உறிஞ்சினாள். சினேகிதி ஒருத்தியுடன் ஒரு மணி நேரம் போனில் பேசி விட்டு, 'ரெய்ன் மேன்' புதிய பிரதி வீடியோவில் பார்த்தாள். மௌர்யா ஷெராட்டன் போய் பஃபே லஞ்சில் கொஞ்சம் கொறித்து விட்டு, அங்கே இருந்த ப்யூட்டி பார்லரில் இருநூறு ரூபாய்க்கு ஃபேஷியல் செய்துகொண்டாள்.

நேராக கர்ஜான் ரோடு ஆபீஸில் இருந்த கார்ப்பரேட் கட்ட டத்தின் பதினான்காம் மாடிக்குப் போய் அப்பாவின் அறைக்குள் நுழைந்து, 'என்னப்பா, இருவரும் பரீட்சை எழுதிக் கொண்டி ருக்கிறார்களா?' என்றாள்.

'இல்லையே? ரெண்டு பேரையுமே காணோமே. வரவில்லையே!'

'பரீட்சைக்கு வரவில்லை?'

'இல்லை. தேதி சொல்ல மறந்து விட்டேன் போலும். கேள்வித் தாள், அறை எல்லாம் ரெடி பண்ணியிருந்தேன்.'

சுரேகாவுக்கு லேசாகக் கவலை பிறந்தது. 'என்ன ஆகியிருக்கும்? இருவரும் சொன்னதைக் கேட்பார்களே!'

'ஒருவேளை கோபித்துக்கொண்டு விட்டார்களோ என்னவோ.'

'இருக்காதே. இரண்டு பேருக்கும் கோபமே வராதே. நான் சொல்வதை வேத வாக்காக...'

'எதற்கும் கொஞ்ச நேரம் காத்திருந்து பார்த்துவிட்டு போன் பண்ணு.'

அவள் அதற்குச் சம்மதமில்லாமல் உடனே போன் செய்தாள்.

ராகேஷும் இல்லை. ப்ரமோத்தும் இல்லை.

'என்ன ஆகியிருக்கும்? ஏதாவது குத்துக் கித்துச் சண்டை போட்டுக்கொண்டு விட்டார்களா?'

'பொறுத்துப் பார்' இப்படிப் பேசிக்கொண்டிருக்கையிலேயே லிப்ட் திறந்து ராகேஷ், ப்ரமோத் இருவரும் நுழைந்தார்கள்.

'என்னய்யா ஆச்சு? ஏன் வரவில்லை? இன்றைக்குப் பரீட்சை என்று தெரியாதா?'

'தெரியும். பரீட்சை எழுதுவதில்லை என்று தீர்மானித்து விட்டோம்.'

'காரணம்?'

சுரேகா இருவரும் ஒரே மாதிரி வண்ணத்தில் ஒரே மாதிரி பாண்ட் சட்டை அணிந்திருப்பதைக் கவனித்தாள்.

'என்ன இது ரெண்டு பேரும் ஒரே டிரெஸ்?'

'காரணம் இருக்கிறது சுரு' என்றான் ராகேஷ். ப்ரமோத்தின் தோளில் கை போட்டான்.

ப்ரமோத், 'பாரு. நாங்கள் என்னதான் சண்டை போட்டாலும் நண்பர்கள். எங்களுக்கு இந்த மாதிரி நீ பரீட்சை வைப்பது கொஞ்சமும் பிடிக்கவில்லை. யாரைக் கல்யாணம் செய்து கொண்டாலும் அந்த விதியை ஒரு சைக்கோமெட்ரி டெஸ்ட்டும் ஒரு கம்ப்யூட்டரும் தீர்மானிப்பதை நாங்கள் விரும்பவே இல்லை. இது வாழ்க்கைப் பிரச்னை. உன் தீர்மானம் சுரேகா. எத்தனை நாள் வேண்டுமானாலும் எடுத்துக்கொள் முடிவுக்கு வர... ஆனால், முடிவு உன்னுடையதாக இருக்கட்டும். ஒரு கம்ப்யூட்டருடையதாக வேண்டாம். இருவரில் யாரைத் தேர்ந்தெடுத்தாலும் மற்றவனுக்கு ஏமாற்றம்தான். ஆனால், வெறுப்பு இருக்காது. ஒரு துளி கண்ணீர் சிந்தி விட்டு மற்றவன் க்ரேஸ் ஃபுல்லாக அதை ஒப்புக்கொள்வதாகத் தீர்மானித்து விட்டோம். இனி சுரேகா நீதான் தீர்மானிக்க வேண்டும். மிஸ்டர் மிக்லானி, நாங்கள் உங்களிடம் வேலை கேட்கும்போது பரீட்சை எழுதுகிறோம். உங்கள் பெண்ணைக் கேட்கும் போது அல்ல' என்றான்.

'எக்ஸலண்ட்!' கை தட்டினார். 'எக்ஸலண்ட்! எக்ஸலண்ட்! உங்கள் தீர்மானத்தை நான் மதிக்கிறேன். சுரு, அவர்கள் சொல்வது சரி. ஒரு கம்ப்யூட்டர் பரீட்சை வைத்து மாப்பிள்ளையைத் தேர்ந்தெடுக்க நினைத்தது மடத்தனம். ஸாரி, உங்கள் மனங்களைப் புண்படுத்தி விட்டேன். சுரு, அவர் சொல்வது போல் டேக் யுவர் டைம். ஆனால், நீதான் தீர்மானிக்க வேண்டும்.'

சுரேகாவைப் பிரமிப்பில் ஆழ்த்தி விட்டு இருவரும் விலகிச் சென்றனர்.

இரவு தண்ணீர் நிரப்பிய குலுக்கல் படுக்கையில் தூக்கமே இல்லை. ஸிடி ப்ளேயரில் கொஞ்ச நேரம் ஜார்ஜ் மைக்கேலின் 'ஃபாதர் ஃபிகர்' கேட்டுப் பார்த்தாள். மனம் நிலை கொள்ள வில்லை. பாத்ரூமுக்குப் போய் ஒரு மணி நேரம் தன்னைக் கண்ணாடியில் பார்த்துக்கொண்டாள். ஒரு மாண்ட்ராக்ஸ் அடித்தாள். சற்றே தெளிவாக இருந்தது.

'ராகேஷ், ப்ரமோத் யார் என் கணவன்? எப்படித்தான் தேர்ந் தெடுப்பேன்? எல்லா சுதந்தரமும் அப்பா அளித்திருக்கிறார். அம்மாவை ஜினிவாவில் கூப்பிட்டுப் பார்க்கலாமா?' என்று போன் செய்தாள். ரூமில் அடித்துக்கொண்டே இருந்தது.

தேர்ந்தெடுக்க வேண்டும். ரொம்பக் கஷ்டமான தீர்மானம். தந்தைக்கு டெலிபோன் செய்தாள்.

‘அலாவ்?’ என்று ஒரு பெண் குரல் கேட்டது.

‘அப்பாவுடன் பேச வேண்டும்.’

‘ஜூபி, போன், ஃபார் யூ! எ கர்ள்ஸ் வாய்ஸ்.’

சற்று நேரம் தன் விரல்களில் கைக்குட்டையைச் சுற்றிக்கொண்டிருக்க, அப்பாவின் குரல் களைப்பாக, ‘அலோவ்’ என்றது.

‘பப்பா, யார் அந்தப் பெண்?’

‘எந்தப் பெண்?’

‘போனில் இப்போது பேசினாளே.’

‘அதுவா... அது வந்து ஒரு ஃபிரண்ட். பிசினஸ் விஷயமாக...’ அப்பாவின் குரலில் குழறலைக் கவனித்தாள்.

‘உம். பேர் என்ன?’

‘ஹர் நேம் இஸ் நீட்டா சுரேகா! படுத்துக்கொள். என்னவா இருந்தாலும் காலையில் பார்த்துக்கொள்ளலாம். நீட்டாவுடன் முக்கிய பிசினஸ் விஷயமாகப் பேசிக்கொண்டிருக்கிறேன்.’

‘ஹர் பிஸினஸ் ஆர் யுவர் பிஸினஸ்?’ போனைத் தூக்கி எறிந்தாள். சற்று நேரம் படுக்கையில் படுத்துக்கொண்டு, விட்டத்தைப் பார்த்துக்கொண்டிருந்த போது, அவளுக்குக் கண்களில் தன்னிச்சையாகக் கண்ணீர் வழிந்து உடைகளை நனைத்தது. ஒரு கணத்தில் சுரேகா தன் திருமணத்தைப் பற்றித் தீர்மானித்து விட்டாள்.

மறுதினம் அதிகாலையில் சுரேகா ராகேஷுக்குப் போன் செய்து வரவழைத்தாள்.

‘ராகேஷ் தீர்மானித்து விட்டேன். உன்னைக் கல்யாணம் செய்து கொள்வதாக.’

இதைக் கேட்ட மாத்திரத்தில் ராகேஷ், ‘ய்ய்ய்யிப்பி’ என்று ஏறக்குறைய விட்டம் வரை எகிறிக் குதித்துக் கை குலுக்கி அவள் கன்னத்தில் முத்தமிட்டான்.

‘சில நிபந்தனைகளின் பேரில்.’

‘சொல்லு கண்ணே! எந்த நிபந்தனைக்கும் தயார்.’

‘கல்யாணம் ஆடம்பரமில்லாமல் ரிஜிஸ்தரார் ஆபீஸில்தான் நடக்க வேண்டும்.’

‘சம்மதம்.’

‘திருமணத்துக்குப் பின் நான் என்ன செய்தாலும் எங்கே போனாலும் கேட்கக் கூடாது. கேள்வியே கேட்கக் கூடாது.’

‘சம்மதம், சம்மதம்.’

‘எக்காரணத்தைக் கொண்டும் என்ன ஏது என எதையும் விசாரிக்கக் கூடாது. நான் சுதந்தரமாக வாழ்ந்து பழக்கப்பட்டவள். அதை ஒரு சடங்கில் இழக்க விரும்பவில்லை.’

‘சம்மதம், சம்மதம், கல்யாணம் எப்போது?’

‘வருகிற ஜுன் மாதம் பதினேழாம் தேதி. ஏற்பாடு பண்ணு. தேதியை அப்பாவிடம் சொல்லக் கூடாது. காதும் காதும் வைத்தாற்போல எளிமையான கல்யாணம். யாரிடமும் சொல்லாதே.’

‘இல்லை. இல்லை. மை காட்! என்னால் சந்தோஷத்தைத் தாங்கிக்கொள்ள முடியவில்லை. மூச்சுத் திணறுகிறது. இப்போது உதட்டில் முத்தமிடலாமா?’

‘ஜுன் வரை காத்திருக்க வேண்டும்.’

‘அணைத்துக்கொள்ள அனுமதி உண்டா?’

‘உண்டு.’

அவளை அணைத்து முகத்தின் அருகில் வாசனை பார்க்கும் போது மிக்லானி உள்ளே நுழைந்தார். ‘குட்மார்னிங் மிஸ்!’

இருவரும் அணைத்துக்கொண்டிருப்பதைக் கவனித்து, ‘ஸோ? கங்ராஜுலேஷன்ஸ்! சுரேகா, நீ தீர்மானித்து விட்டாய் என்று தெரிகிறது.’

‘ஆம். ஓ மைகாட்! ஸார், என்னால் என் சந்தோஷத்தைக் கட்டுப் படுத்தவே முடியவில்லை’ என்று வானத்தில் புரட்சிக்காரனைப் போல் காற்றைக் குத்தினான்.

‘கல்யாணம் எப்போது?’

ராகேஷ், 'அடுத்த...' என்று ஆரம்பிப்பதற்குள் அவள் முறைப் பதைக் கவனித்து, 'ரகசியம்! சொல்லக் கூடாது என்று என் அருமை மனைவிக்குச் சத்தியம் பண்ணிக் கொடுத்திருக்கிறேன்.'

'சரி, நான் என் மகளிடம் கேட்டுக்கொள்கிறேன். சுரேகா இந்தச் செய்தியை ப்ரமோத் எப்படி எடுத்துக்கொள்வான் என்று கவலையாக இருக்கிறது.'

ராகேஷ், 'நான் சொல்லிச் சமாதானப்படுத்துகிறேன்' என்றான்.

'வேண்டாம்' என்றாள் சுரேகா. 'தேர்ந்தெடுத்தவள் நான்தான் அவனிடம் சொல்ல வேண்டும்.'

'நீ என்ன சொல்கிறாயோ அதுவே வேத வாக்கு, சுரு.'

'ராகேஷ், வில் யு லீவ் அஸ் அலோன்? அப்பாவுடன் பேச வேண்டும்.'

'வித் ப்ளெஷர் சுரேகா' என்று புறப்பட்டான்.

அவன் போனதும், 'புரிகிறது, சரியான ஜால்ராவைத் தேர்ந் தெடுத்திருக்கிறாய்' என்றார்.

'எனக்குத்தான் உன்னைப் புரியவில்லை பப்பா.'

'என்ன புரியவில்லை? நான் ஒரு திறந்த புத்தகம்.'

'பப்பா, நேற்று போன் பண்ணியபோது கேட்ட அந்தப் பெண் குரல்...'

'அதுவா, அது வந்து... நீட்டா ஒரு பிஸினஸ்...'

'கமான், பொய் சொல்லாதே யார் அது? இரவு பதினோரு மணிக்கு என்ன பிஸினஸ் இருக்க முடியும்?'

'சுரு, ஒரு தந்தை என்ற ஸ்தானத்தில் உன்னிடம் உண்மை சொல்லத் தயக்கமாக இருக்கிறது. நீ என்னைப் பற்றி வைத்திருக்கும் ஒரு பிம்பத்தைக் கலைக்க விரும்பவில்லை. ஆனால், ஒரு விஷயம். பணக்காரனாகச் சில விலைகள் உண்டு. டயபடிஸ், ப்ளட் பிரஷர், பி.பி., அன்ஜைனா என்று பல்வேறு விஷயங்கள். அதற்கெல்லாம் அவ்வப்போது நிம்மதி தேவையாக இருக்கிறது. எங்கள் கார்ப் பரேட் நெருக்கடிகளுக்குக் கொஞ்சம் ஓய்வு நேரங்கள் தேவைப் படுகிறது.'

அவர் மழுப்பலைக் கொஞ்சம் கூட நம்பாமல், 'ஹூ இஸ் ஷி! அவளை நீங்கள் கல்யாணம் செய்துகொண்டிருப்பதாகக் கேள்விப்பட்டேன்.'

'ஒரு வகையில் ஸார்ட் ஆஃப்.'

'இரண்டு கல்யாணம் செய்துகொள்வது தப்பில்லையா அப்பா?'

'இரண்டு பேரையும் சந்தோஷமாக வைத்துக்கொண்டால் தப்பில்லை' என்று அவள் கன்னத்தில் தட்டி, 'ரொம்பக் கேள்வி கேட்கக் கூடாது, பி ஹாப்பி'என்றார். சென்றார்.

சற்று நேரம் அவர் போன திசையையே பார்த்துக்கொண்டிருந்த பின், ப்ரமோத்துக்குப் போன் பண்ணி வரவழைத்தாள்.

'ப்ரமோத், நான் உன்னைக் கல்யாணம் செய்துகொள்வதாகத் தீர்மானித்து விட்டேன்.'

ப்ரமோத் 'ய்யாஹூ!' என்று குதித்தான். 'மைகாட்! கை கொடு' கன்னத்தில் முத்தமிட்டான்.

'ஆனால் சில நிபந்தனைகள்.'

'என்ன சொல்லு. எந்த நிபந்தனைக்கும் தயார்.'

'கல்யாணம் ரகசியமாக இருக்க வேண்டும்.'

'சம்மதம்.'

'நான் எங்கே போகிறேன், எங்கிருந்து வருகிறேன். என்ன, ஏது என்று கல்யாணத்துக்கு அப்புறம் கேட்கவே கூடாது. நான் சுதந்தரமாக வளர்ந்தவள்.'

'சம்மதம், எப்போது கல்யாணம்?'

'ஜூன் மாதம் பதினெட்டாம் தேதி ஏற்பாடு பண்ணி விடு! காதும் காதும் வைத்தாற்போல.'

ப்ரமோத் அவள் கன்னத்தில் முத்தமிட மறுபடி முயற்சிக்க, 'எல்லாம் ஜூனில்' என்றாள்.

அவன் போனதும் சுரேகா தன் டயரியில் எழுதினாள். 'ஆண் பிள்ளைகள் மட்டும்தான் இரண்டு கல்யாணம் பண்ணிக் கொள்ளலாம் என்று என்ன நியதி?'

யாருக்கு?

9

அடுத்த எம்டி பதவி யாருக்கு என்பதுதான் வெப்ஸ்டர் கார்ப்பரேஷனின் ஆயிரத்து நானூற்று எண்பது சிப்பந்திகளிடமும் முதல் கேள்வியாக இருந்தது. தற்போது அதன் தலைமையில் இருக்கும் ரிச்சர்டு கிரிஃபித் என்ற வெள்ளைக்காரர் குணபாலன் அல்லது லீ இருவரில் ஒருவரைத்தான் வாரிசாக நியமித்து விட்டு, ஓய்வு பெறப் போகிறார் என்பது பரவலான வதந்தியாக இருந்தாலும், இருவரில் யாரைத் தேர்ந்தெடுக்கப் போகிறார் என்பது பற்றி கம்பெனியில் கடுமையாகக் கருத்து வேறுபாடுகள் இருந்தன.

கம்பெனி இருப்பது சிங்கப்பூரில். தொண்ணூற்று ஐந்து சதம் சொர்க்கத்தை நினைவுறுத்தும் சிங்கப் பூரின் செல்வச் சிறப்புடனும் மேம்பாட்டுடனும் வளர்ந்த பெரிய வியாபார கம்பெனி. வெ. கா. சிங்கப்பூர் டாலர்களில் முன்னூறு மில்லியன் டர்ன் ஓவர். அவர்கள் வாங்காதது இல்லை. விற்காதது இல்லை. கைனகாலஜிஸ்டுகள் பயன்படுத்தும் ரப்பர் கையுறையிலிருந்து எலக்ட்ரானிக்ஸ், கம்ப் யூட்டர் உதிரிகள், டிஸ்க் தகடுகள், 'பி.ஸி.'கள், பாலித்தின் வகையில் கோடி ரசாயனப் பொருள்கள், ஏ.பி.எஸ். பிளாஸ்டிக் - எதற்கு ரொம்ப டெக்னிக் கலாகப் போக வேண்டும்? எந்தச் சந்தர்ப்பத்தையும் விடாமல் எதையும் வாங்கி விற்கும் ஒரு மகா மெகா

162 | சுஜாதா

நிறுவனம். சிங்கப்பூர் போன்ற சுதந்தர துறைமுகத்தில் இம்மாதிரி கம்பெனிகளுக்குப் பெரிய லாபம் ஈட்டும் சாத்தியம் உள்ளது. கொரியா, தாய்வான், ஜப்பான் போன்ற நாடுகளின் அண்மை செல்வாக்கில் மிகவும் பயனடைந்தது. சிங்கப்பூரில் மேலும் இந்த நகரத்தில் கிடைக்கப் பெறும் சலுகைகள், தேர்ந்த தொழில் நுட்பங்கள் எல்லாமே நகரத்தின் செல்வாக்கையும் நகரத்தில் உள்ள கம்பெனிகளின் செல்வாக்கையும் உயர்த்தி யிருக்கிறதை நேரில் பார்க்கலாம்.

சாங்கி விமான நிலையத்திலிருந்தே இந்தச் சிறப்பு உங்களைத் தாக்கும். அதன் வாக்வேயில் நடக்காமல் நடந்துகொண்டு செல்லும்போது கண்ணைப் பறிக்கும் கண்ணாடி சன்னல் களுக்குள் முழுதாக டொயோட்டா கார் நிற்பது முதல் தாக்க மென்றால், எக்ஸ்ப்ரஸ் வேயில் ஏஸி டாக்ஸியில் செல்லும் போது இரு புறமும் பசுமையைக் கடந்து மத்திய பிஸினஸ் பிரதேசத்தில் நுழைந்து 'ஷென்ட்ன்வே'க்கு வந்தால் சாக்லெட் நிறத்தில் பளபளப்பான கிரானட்டில் இருபத்தெட்டு மாடிக் கட்டடம் வருகிறதே அதுதான் அடுத்த தாக்கம், வெப்ஸ்டர் கார்ப்பரேஷனின் தலைமையகம். அதன் பதினெட்டாம் மாடிக்கு மிட்ஸுபிஷியின் இன்னிசைக் கனவும் கம்ப்யூட்டரும் இயங்கும் லிஃப்டில் விரைந்து வந்து தானாகவே திறந்துகொள்ளும் கண்ணாடிக் கதவுகளைத் தாண்டிக் காத்திருந்தால், அந்த மெல்லிய சீனப் பெண் உங்களை கான்பரன்ஸ் அறையில் உட்கார வைப்பாள். சுற்றிலும் பார்த்தால் அந்த நவீன அலுவலகத்தில் கணத்தில் நிலவிய டென்ஷனை நீங்கள் உணர முடியாது. பரபரப்பு உள்ளுக்குள் பொதிந்து இருந்தது.

அடுத்தது யார்? லீயா? குணபாலனா?

இரண்டு பேரையும் பற்றி விவரித்தால் குணபாலனுக்குத்தான் அதிகத் தகுதி என்று உங்களுக்கு உடனே புரியும். குணபாலன் அந்த கம்பெனியில் பதினெட்டு வருடம் உழைத்தவர். ஆரம்பத்தில் ஒரு சிறிய அறையில் ஒரு டெலிபோனைப் பகிர்ந்து கொண்டு, ஒரே ஒரு கெமிக்கல் ஏஜென்ஸியாகத் தொடங்கிய காலத்தில் இருந்து லேஸ்ஸில் சேர்ந்து, கம்பெனியுடன் வளர்ந்து வைஸ் பிரஸிடெண்ட்டுக்கு உயர்ந்தவர். படிப்பு பெரிதாக இல்லை. பி.ஏ. வரை படித்தவர், அதன்பின் எம்.பி.ஏ. போன்ற அடையாளங்களுக்கெல்லாம் தேவையின்றி கிரிஃபித்தின் முழு நம்பிக்கைக்குப் பாத்திரமாகி, அவர் இங்கிலாந்து போயிருந்த

போது கம்பெனியை முழுதாகப் பார்த்துக்கொண்டவர். கம்பெனி இந்த நிலைமைக்கு வந்ததற்குக் காரணம் யார் என்று கிருஃபித்தைக் கேட்டால் தயங்காமல் குணபாலன்தான் என்று சொல்வார்.

மேலே கதையை நகர்த்துவதற்கு முன்பு குறிப்பு: இந்தக் கதை இன்றைய தினத்தைப் பற்றியது இல்லை. சில வருடங்களுக்கு முன் நடந்தது. எத்தனை வருஷம் என்பது கதையின் இறுதியில் தெரியும்.

லீயின் முழுப் பெயர் ரிச்சர்டு லீ. ஆனால், கிறித்தவனல்ல. சிங்கப்பூர் சீனர்கள் மேல்நாட்டுக்காரர்களுக்குச் சலுகையாக ரிச்சர்டு, மைக்கேல் போன்ற கிறித்தவப் பெயர்களை முன்னால் ஒட்டிக்கொள்வது வழக்கம். லீ சீனாக்காரன். சிங்கப்பூரில் இருபத்தாறு லட்சத்தில் இருபது லட்சம் மக்கள் சீனர்கள். அவர்களிடம்தான் பெரும்பாலான பணம் இருக்கிறது.

லீயுடன் ஒப்பிட்டுப் பார்த்தால் குணபாலன் கறுப்பு, குள்ளம். லீயின் நிறம் லேசான மஞ்சள் அல்லது வெள்ளை. குணபாலன் லீயை விட எட்டு வயது அதிகமானவர். நேரில் பார்க்கும் போது வயது வித்தியாசம் அதிகம் தெரியும். இருந்தாலும் இந்த வெளித் தோற்றங்கள் எல்லாம் கிரிஃபித்தின் தீர்மானத்தை எப்படியும் பாதிக்காது என்றுதான் பலரும் எண்ணினர். அண்மைக் காலத்தில் நடந்த கம்பெனி விருந்துகளில் எல்லாம் எனக்கு அடுத்தது குணபாலன்தான் என்று கிரிஃபித் அடிக்கடி சொல்லிக்கொண்டு வருவதை லீ புன்னகையுன் கேட்டுக்கொண்டிருந்தான். ஒருக் காலும் லீக்குச் சந்தர்ப்பம் வரும் என்று எவரும் எதிர்பார்க்க வில்லை. இருக்கிற வைஸ் பிரஸிடெண்டுகளிலேயே குண பாலன் சீனியர். லீயை வேலைக்காக, இண்டர்வ்யூ பண்ணியதே அவர்தான். அப்படி இருக்க, லீ தனக்குப் பெரிய பதவிக்குப் போட்டியாக இருப்பான் என்று குணா நினைக்கவே இல்லை.

லீ கெட்டிக்காரன். புன்னகையிலேயே அத்தனையையும் மழுப்பி விடுவான். போதாக் குறைக்கு, சீனத்தனமான சிறிய கண்களும் எப்போதாவதுதான் புன்னகைக்கும் சுபாவமும் அவன் உள்ளுக்குள் ஓடிய திட்டங்களைப் பூர்ணமாக மறைத்தன.

கிரிஃபித் ரிடையர் ஆவதற்கு ஒரு மாதம் இருக்கும்போது அந்த யுத்தம் தொடங்கியது. போர்டு மீட்டிங் முடிந்து ஒரு ஜப்பானிய

டெலிகேஷன் வந்திருந்தபோது கிரிஃபித் குணபாலனையும் லீயையும் அழைத்து ஜப்பானியர்களுக்கு அறிமுகப்படுத்தி வைத்தார். 'மிஸ்டர் லாக்க மோட்டா, மீட் மை சக்சஸர்' என்று சொல்லி குணபாலனைக் காட்ட, அவர், 'வெரி வெரி ஹாப்பி' என்று கை குலுக்கியபோது, லீயின் முகத்தில் மாறுதலை குணபாலன்தான் கவனித்தார். ஜப்பான்காரன் போனவுடன் 'குணா கொஞ்சம் இருங்கள்'என்று கிரிஃபித் சொல்ல, லீ, 'மிஸ்டர் கிரிஃபித் உங்களுடன் பேசலாமா?'

'என்ன ரிச்சர்டு?'

'குணபாலன் நியமிக்கப்பட்டு விட்டாரா? போர்டு அனுமதித்து விட்டதா?'

'இல்லை, போர்டில் இதை நான் இன்னும் தெரிவிக்கவில்லை. ஆனால் என்ன.. நான் சொல்வதை அவர்கள் ஏற்கத்தான் போகிறார்கள்.'

'எப்படி அதற்குள் நீங்கள் தீர்மானிக்கலாம், அடுத்த வாரிசு குணாதான் என்று?'

'வேறு யாராவது இருக்கிறார்களா என்ன?'

'ஏன், நான் இல்லையா? எனக்குத் தகுதியில்லையா?'

கிரிஃபித் பெரிய ஜோக் கேட்டவர் போலச் சிரித்தார். 'யூ மஸ்ட் பீ கிரேஸி ரிச்சர்டு!'

'ஐம் சீரியஸ் மிஸ்டர் கிரிஃபித்!'

'நீ எங்கே, குணா எங்கே?'

'எனக்கு ஏன் தகுதியில்லை என்று முன்கூட்டியே தீர்மானித் தீர்கள்?'

'உன்னைப் பற்றிப் பேச்சே இல்லையே!'

'ஏன்?'

'நீ... நீ வந்து... இந்த வேலைக்கு அனுபவம், வயது போதாது. ரொம்பச் சின்னவன்.'

'மிஸ்டர் கிரிஃபித். நீங்களே எத்தனை முறை சொல்லியிருக்கிறீர்கள், இது இளைஞர்களின் காலம் என்று.'

'வேறு சந்தர்ப்பத்தில் சொல்லியிருக்கிறேன். லுக், நீ ஏதாவது பெரிசாக ஆசை வைத்துக்கொண்டிருந்தால் ஸாரி, அந்த சோப்புக் கொப்புளங்களை உடைக்க வேண்டியது என் பொறுப்பு. அடுத்த தலைமைப் பொறுப்பு குணாதான். மேலே பேச வேண்டாம்' என்றார்.

'போர்டு தீர்மானிக்க வேண்டுமே.'

'போர்டு என் முஷ்டிக்குள் இருக்கிறது. போ, போய் வேலையைப் பார். அதிகப் பேராசை வேண்டாம்' என்றார்.

குணா எதுவுமே பேசாது பதினெட்டாவது மாடி சன்னலுக்கு வெளியே தெரிந்த சிங்கப்பூர் நதிப் பாலத்தையும் துறைமுகத்தில் சாக்லெட் பெட்டிகள் போல அடுக்கியிருந்த கண்டெய்னர்களையும் பார்த்துக்கொண்டிருக்க...

'குணா, என்ன பெரிய ஜோக்! பார்த்தியா!' என்றார் கிரிஃபித்.

'எனக்கு அப்படித் தோன்றவில்லை.'

லிஃப்ட்டில் லீயும் குணாவும் இறங்கும்போது, 'ஒரு நிமிஷம் ரிச்சர்டு.'

'என்ன?'

'ஆர் யு சீரியஸ்?'

'ஆம்.'

'உனக்குத் தலைமை ஏற்க ஆசையா?'

'ஆசையைப் பற்றிப் பேச்சில்லை. இது போர்டு தீர்மானிக்க வேண்டிய விஷயம். எப்படி கிரிஃபித் தனியாக இந்தத் தீர்மானத்தை எடுக்க முடியும்?'

குணா அவனைப் பார்த்துப் புன்னகை செய்ய முயற்சிக்க, பதில் கிடைக்கவில்லை.

'உன் உள்ளத்தில் இருப்பது என்ன? நமக்குள் மறைவு வேண்டாம். ஏனெனில், நான் பதவி ஏற்றபின் உன் ஒத்துழைப்பு தேவை!'

‘லுக்! மிஸ்டர் குணா! உங்கள் தகுதி பற்றியோ திறமை பற்றியோ எனக்குச் சந்தேகமில்லை. ஆனால், கம்பெனி விதிமுறை இருக்கிறது. போர்டு தீர்மானித்த பின்தான் அடுத்த வாரிசை அறிவிக்க வேண்டும். கிரிஃபித் போர்டில் ஒரு மெம்பர்! இன்னமும் எட்டுப் பேர் இருக்கிறார்கள். அவர்கள் சம்மதிக்க வேண்டாமா?’

‘அவர்கள் கிரிஃபித்தைத்தான் கேட்கப் போகிறார்கள். அவர் சொல்லும் பெயரை ஒப்புக்கொள்ளப் போகிறார்கள்.’

‘அப்படியா?’

‘ரிச்சர்டு, ஏதாவது மனத்தில் இருந்தால் சொல்லி விடு.’

‘குணா, வீண் பேச்சு வேண்டாம். நீங்கள் தேர்ந்தெடுக்கப்பட்டால் அடுத்த கணமே நான் ராஜினாமா கொடுக்கப் போகிறேன்.’

குணா புன்னகை செய்து, ‘அவ்வளவு தீவிரமாக இந்தப் பதவியை விரும்புகிறாயா? எடுத்துக்கொள்ளேன்.’

‘தகுதியிருப்பதால், என் தன்னம்பிக்கையில்தான் சொல்கிறேன். எனக்கு யாரும் தர்மம் செய்ய வேண்டாம்.’

குணா மீண்டும் புன்னகை செய்து விட்டுத் தன் சீட்டுக்குப் போனதும் சேர்மனுக்குப் போன் செய்தார்.

‘மிஸ்டர் கிரிஃபித், லிஃப்டில் இறங்குகையில் நான் லீயுடன் பேசினேன். அவன் இந்தப் பதவியை மிகவும் விரும்புகிறான்.’

‘நான்சென்ஸ். அவனைப் பற்றிப் பேச்சே இல்லை.’

‘தனக்குக் கிடைக்கா விட்டால் ராஜினாமா செய்து விடுவானாம்!’

‘செய்யட்டும். உடனே அது ஒப்புக்கொள்ளப்படும் என்று சொல். இந்த மாதிரி என் கையை முறுக்க முடியாது. நான் பழைய சிங்கம்.’

குணா வீட்டுக்கு வந்து தன் மனைவியிடம் லீயின் ஆசையைப் பற்றிச் சொன்னார். ‘காவேரி, அவனுக்கு இந்த மாதிரி ஆசை இருக்கிறதே வேடிக்கைதான். நான் வளர்த்த பிள்ளை மாதிரி நான் ரெக்ரூட் பண்ணிய ஆளு. எனக்கு பாஸா வர ஆசைப் படறான்னா, சீனத்துக்காரங்களுக்கே ஆசை அதிகம்தான்.’

மாலை செரங்கூன் ரோடில் இருந்த பெருமாள் கோயிலுக்குச் சென்று, சற்று நேரம் தியானத்தில் இருந்தார்.

'பெருமாளே, எனக்குத் தகுதியிருந்தால் இந்தப் பதவியைக் கொடு. லீ மேல் எனக்குத் தோன்றும் ஆத்திரத்தை எரித்து விடு. அவனுக்குத் தகுதியுள்ளது என்று போர்டு தீர்மானிக்குமானால், அதை நாகரிகமாக ஏற்றுக்கொள்ளும் மன அகலத்தை எனக்குக் கொடு.'

மறுதினம் அலுவலகத்தில் பற்பல வதந்திகள் நுழைந்து விட்டன. அடுத்தது லீதான் என்று சிலர் பேசிக்கொள்வதாகவும் கிரிஃபித்தைப் பற்றிய ரகசியங்கள் பல... கம்பெனி செலவில் போனதும், ஸ்விஸ் வங்கியில் அக்கவுண்ட் வைத்திருப்பதும் தெரியும் என்றும், அதை வைத்து ப்ளாக் மெயில் பண்ணி லீ அவரைச் சம்மதிக்க வைக்கப் போகிறான் என்றும் வதந்திகள்... குணாவுடைய செக்ரட்ரி ப்ரியாதான் அதைச் சொன்னாள்.

குணபாலன் தன் பெருந்தன்மையை இழக்காமல், 'அப்படியா, அப்படியா!' என்று கேட்டுக்கொண்டிருந்தார்.

'உங்களுக்கு மட்டும் கெடைக்கல. இந்த கம்பெனியில உள்ள அத்தனை பேரும் ரிஸைன் பண்ணிருவோம் ஸார்.'

'அப்படியா?'

'மெய்யாலதான் சொல்றேன் ஸார். சீனத்துக்காரங்களுக்கே லீயைப் பிடிக்கலை. ரொம்பக் கோபக்கார ஆசாமி! பெண்கவிடத்தில் மரியாதை கிடையாது.'

'ஆபீஸ்ல பெண்கள், ஆண்கள்னு வித்தியாசம் பார்க்கக் கூடாது ப்ரியா.'

'என்ன நீங்க? உங்க போட்டிக்காரனுக்கே பரிஞ்சுக்கிட்டு வர்றீங்க?'

'அவன் போட்டிக்காரன் இல்லை. அதனாலதான்.'

சேர்மன் தன் அறைக்கு வருமாறு விளித்திருந்தார். அவர் உள்ளே நுழைந்ததும், 'கமின் குணா, கங்கராசுலேஷன்ஸ்' என்றார் கிரிஃபித்.

'எதற்கு ஸார்?'

'நீங்கள் அடுத்த தலைவன் என்று போர்டு மெம்பர்கள் ஒவ்வொருவரையும் கூப்பிட்டுச் சொல்லி விட்டேன். அவர்கள் கேள்வி கேட்காமல் ஒப்புக்கொண்டு விட்டார்கள். புதன்கிழமை போர்டு மீட்டிங்கில் இதை அமல்படுத்தி விடலாம். நல்ல போட்டோ ஒண்ணு எடுத்துக்கொள்ளுங்கள். 'ஸ்ட்ரெய்ட் டைம்ஸ்'க்குக் கொடுக்க வேண்டும்.'

'முதலில் போர்டு மீட்டிங் நடக்கட்டும் ஸார்.'

'நீ இன்னமும் லீ வருவான் என்று எண்ணுகிறாயா?' என்று கிரிஃபித் சிரித்தார். 'காவேரி எப்படி இருக்கிறாள்? ரொம்ப நாளாச்சு பார்த்து, ஓய்வு பெற்ற பின் நிறைய கால்ஃப் ஆடப் போகிறேன். இங்கிலாந்து போய் ஒரு மாதம் இருந்து விட்டுத் திரும்ப வந்து விடுவேன்.'

'சிங்கப்பூரில்தான் ஓய்வா?'

'ஆம். இந்த இடம் என்னுடன் ஒட்டிக்கொண்டு விட்டது. இதை விட்டுப் பிரிவது கஷ்டம். சைனிஸ், மலாய், தமிழ் என்று எத்தனை இனம் இருந்தும் எல்லோரும் சண்டை போடாமல் இருப்பதற்குக் காரணம் என்ன என்று நினைக்கிறாய்?'

குணா யோசித்து, 'விட்டுக் கொடுக்கும் தன்மை' என்றார்.

'தப்பு! காரணம் சுபிட்சம். விட்டுக் கொடுக்கும் தன்மை உனக்கு இருக்கலாம். லீயிடம் எதிர்பார்க்காதே. அவன் இளைய சமுதாயத்தினன். முன்னுக்கு வர என்ன வேண்டுமானாலும் செய்வான். அதனால்தான் முன் கூட்டியே போர்டில் சொல்லி விட்டேன். குணா, எனக்கு லீயைப் பிடிக்கவில்லை. உனக்கு?'

'சொல்லத் தெரியவில்லை' என்றார் குணா.

புதன்கிழமை போர்டு மீட்டிங் ஒரு நாளுமில்லாமல் எட்டு மணி நேரம் நடந்தது. குணா தன் அறையில் கூட்டம் முடியும் வரை காத்திருந்தார். முடிந்த உடனே கிரிஃபித் போன் செய்து, தன் அறைக்கு வரச் சொன்னார்.

'குணா, ஸாரி! கொஞ்சம் சிக்கல்!'

தூண்டில் கதைகள் | 169

குணா மௌனமாகக் காத்திருக்க...

'எனக்கு ரொம்ப ஆச்சரியம். லீ போர்டு மெம்பர்களில் நால்வரை வளைத்துப் போட்டிருக்கிறான். எப்படி என்று புரியவே இல்லை. என்னையும் சேர்த்து நான்கு பேர் உனக்கு ஆதரவாகவும் நான்கு பேர் எதிராகவும் பேச, உன்னை நியமிப்பது இன்று முடியாத காரியமாயிற்று. ஒன்பதாவது மெம்பர் வராததால் இந்தப் பாடு. டோனி வந்திருந்தால் சிக்கல் இன்றோடு தீர்ந்திருக்கும். திங்கள் கிழமை மற்றொரு கூட்டம் கூட்டி இதைத் தீர்த்து விடுகிறேன். ஸாரி. ரொம்பத் தொந்தரவு இந்த லீயால்.'

குணா தன் அறைக்குத் திரும்பிய போது லீ காத்திருந்தான்.

'என்ன ஆயிற்றாம் போர்டு மீட்டிங்கில்?'

'லீ உனக்குத் தெரியாதா?'

'தெரியாது. அதனால்தான் கேட்கிறேன்.'

குணாவின் உதடுகள் துடித்தன. 'லீ, நமக்குள் பாசாங்கு ஏதும் வேண்டாம். உனக்கு போர்டு மீட்டிங்கில் நடந்தது அத்தனையும் தெரியும்.'

'மிஸ்டர் குணா, ஆனஸ்ட் ஐ டோன்னோ.'

'சரி சொல்கிறேன். போர்டில் பாதிப் பேர் சாதகமாகவும் பாதிப் பேர் எதிராகவும் ஓட்டளித்திருக்கிறார்கள். டோனி ஒருவர்தான் பாக்கி. இன்னும் தீர்மானமாகவில்லை.'

'டோனி ஒருவர்தானே பாக்கி! உங்களுக்கு நிச்சயம் கிடைத்து விடும். டோனிக்கு என்னைக் கண்டால் ஆகவே ஆகாது.'

குணா அன்றிரவு படுக்கையில் தூக்கமில்லாமல் புரண்டார்.

'ஒரு வாரமாகவே சரியாத் தூங்கலைங்க நீங்க. ஏதாவது உடம்பு சரியில்லையா?'

'இல்லை காவேரி. இந்த ஆபீஸ் சமாச்சாரம் ரொம்ப என்னைத் துளைக்குது.'

காவேரி எழுந்து உட்கார்ந்து அவரைக் கண் கொட்டாமல் பார்த்தாள். 'உங்களுக்கு இந்தப் பதவி நிசமாவே வேணாமா?'

‘சொல்லத் தெரியலை காவேரி. லீக்கு சான்ஸே இல்லைன்னு நெனைச்சேன். இப்ப என்னடான்னா எனக்குச் சமமா போட்டியா வந்துட்டான். இப்ப ஒரு ஆளு டோனின்னு இருக்கார், ஒன்பதாவது மெம்பர். அவர் ஓட்டில் இருக்குது தீர்மானம்!’

‘ஏங்க லீக்குக் கெடைச்சா உங்களுக்கு ஏதாவது ஒரு விதத்தில் அவமானமா?’

‘அவமானம் இல்லை காவேரி. வருத்தம். நான் இண்டர்வ்யூ பண்ண ஆளுக்கு நானே சேவகம் பண்றதா? அது தப்பில்லை.’

‘லீ வந்தா நீங்க ராஜினாமா கொடுத்துடணுமா?’

‘வேற பேச்சே இல்லை. தன்மானம் உள்ள எவனும் கொடுத் துருவான்.’

‘வேற வேலை கெடைக்குமா?’

‘அதைப் பத்தி யோசிக்கவே இல்லை. ஆரம்பத்தில் இருந்து இந்த கம்பெனியே மூச்சா இருந்துட்டேன். இந்த வயசில புதுசா ஒரு இடத்தில் வேலை பாக்கறது சாத்தியமில்லை.’

‘அப்ப ஒண்ணு செய்யுங்க. அந்த டோனிங்கறவரைப் போய்ப் பாருங்க. ஒரு காரியம் நடக்கணும்னு விருப்பப்பட்டா மட்டும் போதாது. அதுக்கேற்ற நடவடிக்கைகளும் எடுத்துக்கணும். அவரைத் தெரியுமில்லை.’

‘தெரியும்.’

‘அப்ப பார்க்கறதில என்ன தயக்கம்?’

‘என் வாழ்நாளிலேயே செய்ததில்லையே? ஒரு ஆளு கிட்ட ஒரு ஃபேவருக்குப் போனதில்லை.’

‘சலுகை இல்லைங்க. உங்க தகுதியைப் பத்தி நியாயமா எடுத்துச் சொல்லப் போறீங்க, அவ்வளவுதான்!’

ஜூராங் டவுனில் எச்.டி.பி.யின் ஐந்து அறை ஃப்ளாட்டில் இருந்தார் டோனி. மணியடித்து ஒரு மலாய் வேலைக்காரி திறந்து விட, டோனிக்கு என்ன வயது என்று சொல்வது கஷ்டமாக இருந்தது. பகுதி நேர டைரக்டராகப் பல கம்பெனிகளில் இருக்கிறார். பல காலமாகவே அவரைக் குணாவுக்குத் தெரியும்.

‘என்ன குணா, இதற்காக இத்தனை தூரம் என்னைத் தேடி வரவேண்டுமா? ஒரு போன் பண்ணியிருந்தால் போதாதா?’

‘இல்லை. போன் பண்ணுவது மரியாதையில்லை. மேலும் நேரில் பார்த்தால் சரியாக நிலைமையை எடுத்துச் சொல்லி விளக்கலாம் என்று...’

‘தேவையே இல்லை குணா. உன் தகுதியைப் பற்றி எனக்கு எவ்விதச் சந்தேகமும் இல்லை. உனக்குத்தான் என் ஓட்டு! புதன் கிழமை நான் இருந்திருந்தால் விவகாரம் அன்றோடு தீர்ந் திருக்கும். என்னைப் பொறுத்த வரையில் சந்தேகமே இல்லை. ஆனால், மற்ற போர்டு மெம்பர்களைப் பற்றி என்னால் உத்தர வாதமாகச் சொல்ல முடியாது!’

‘அவர்கள் நால்வர் எனக்குச் சாதகமாக ஓட்டுப் போட்டிருக் கிறார்கள்.’

‘அதாவது கிரிஃபித் உட்பட நான்கு பேர்.’

புதன் கிழமை போர்டு மீட்டிங் நடக்கையில் குணா ஆபீசில் இருக்க விருப்பமில்லாமல் காவேரியுடன் ஸெண்டோஸா போயிருந்தார்.

கேபிள் காரில் அந்தரத்தில் தொங்கிக்கொண்டு போகும்போது ஆபீஸ்தான் அவரை ஆக்கிரமித்தது. ‘பதவி ஏற்ற உடனே இந்தியா போக வேண்டியிருக்கும் காவேரி. ரொம்பப் பெரிய காண்ட்ராக்ட் ஒரு அமெரிக்க கம்பெனியோட சேர்ந்துகிட்டு.’

‘பதவி வரட்டும் முதல்ல.’

‘அதானே!’

‘எத்தனை வருஷமா கம்பெனிக்கு உழைச்சீங்க! இத்தனை வருஷம் சிங்கப்பூர்லே இருக்கோம். இதுதான் நாம ரெண்டு பேரும் தனியா செண்டோஸா வர்றது முதமுதலா.’

கோரல் பவழங்களிலும் கண்ணாடிப் பெட்டிக்குப் பின் அலைந்த வண்ண வண்ண மீன்களிலும், சிங்கப்பூர் சரித்திரத்தை விவ ரிக்கும் அருங்காட்சிகளிலும் அவர் கவனம் செல்லவே இல்லை. இந்நேரம் முடிந்திருக்க வேண்டும். தீர்மானித்திருப்பார்கள். கிரிஃபித் உடனே கூப்பிடுவார். ‘குணா எங்கே போயிட்டே?’

'என்னங்க, சொல்லச் சொல்லக் கேக்காம, கவனமில்லாம என்னவோ யோசனை! இதுக்கு வீட்டிலேயே இருந்திருக்கலாமே!'

'காவேரி என்னால பதட்டத்தைக் கட்டப்படுத்த முடியலை. இங்க எங்கயாவது ஃபோன்... ஆபீசுக்குப் போன் பண்ணியே ஆகணும், இந்நேரம் தீர்மானிச்சிருப்பாங்க.'

அவளை ஒரு 'ஃபன் வோர்ல்டு' நாற்காலியில் உட்கார வைத்து விட்டு, ரெஸ்டாரண்டிலிருந்து போன் செய்தார்.

'ஸாரி ஸார். மிஸ்டர் கிரிஃபித் போர்டு மீட்டிங் முடிந்ததுமே வீட்டுக்குச் சென்று விட்டார்.'

'மீட்டிங் எப்போது முடிந்தது?'

'பிற்பகல் இரண்டு மணிக்கே முடிந்து விட்டது.'

'என்ன தீர்மானமாயிற்றாம்?'

'ஏதும் மிஸ்டர் கிரிஃபித் சொல்லவில்லை.'

அடுத்து ப்ரியாவுக்கு போன் பண்ணினார்.

'ஸார். உங்களுக்கு மூன்று முறை ஃபோன் பண்ணி விட்டேன் வீட்டில.'

'என்ன சொல்லு ப்ரியா?'

'மிஸ்டர் லீ உங்களோடு பேச விரும்பினார்.'

'அது கிடக்கட்டும், போர்டு மீட்டிங் என்னவாயிற்று சொல்!'

'சரியா தெரியவில்லை. ஆனால், மிஸ்டர் லீ தேர்ந்தெடுக்கப் பட்டு விட்டதாகப் பேசிக்கொள்கிறார்கள். எதற்கும் நீங்கள் கிரிஃபித்தைக் கேட்கலாம். அவரும் ஒரு முறை உங்களுக்கு போன் செய்தார்.'

போனை வைத்து விட்டுப் பொம்மை போல அவர் நடந்து வருவதைக் காவேரி பார்த்து, 'போனாப் போறதுங்க இப்ப என்ன ஆச்சு? அது என்ன தலை போற விஷயமா?' என்றாள்.

'லீக்கு ஆயிருச்சாம் காவேரி.'

'போனாப் போகுதுங்க.'

தலையைப் பிடித்துக்கொண்டு உட்கார்ந்தார். 'எப்படி அதை நான் ஒத்துக்க முடியும்! சொல்லு காவேரி? அனுபவம், திறமை இரண்டும் இருந்தும் என்னை அவங்க ஏத்துக்கலைன்னா என்ன அர்த்தம்? நான் ஒரு தமிழன்கிறதால தானே? சைனாக்காரன் கடைசியில புத்தியைக் காட்டிட்டானாம்! பார்த்தியா, இதில் ஒரே ஒரு நியாயமான ஆளு வெள்ளைக்காரன் கிரிஃபித்தான். அவர் தான் நேர்மையுள்ளவர்.'

'அவரையே போய்ப் பார்ப்போம்.'

'நான் ராஜினாமா செய்யணும் காவேரி.'

'கிரிஃபித்தைப் போய்ப் பார்த்தால் போதும். அதற்குப் பிறகு யோசிக்கலாம்.'

கிரிக்கெட் கிளப்பில் பச்சைக் கம்பளம் விரித்தாற்போல மைதான விளிம்பில் பிரம்பு நாற்காலியில் அரை டிராயரில் கிரிஃபித் உட்கார்ந்துகொண்டு, பியர் அருந்திக்கொண்டிருந்தார். 'ஆ குணா, கம், கம் ஜாய்ன் மி.'

குணா மரியாதையாக உட்கார, 'போர்டு மீட்டிங்கில் நடந்தது தெரியுமோ? இட்ஸ் எ ஷேம்.'

'கேள்விப்பட்டேன்.'

'நான் ராஜினாமா செய்து விட்டேன்.'

'ஸார், நீங்களா?'

'ஆம்! நான் சொல்வதைக் கேட்காத, என் வார்த்தைக்கு மதிப்புத் தராத இந்த போர்டு, என்னை அவமதித்த இந்த போர்டில் மேற்கொண்டு பணி செய்ய எனக்கு விருப்பமில்லை. சே! என்ன, இந்த லீ இருக்கிறானே மகா எத்தன்.'

'டோனி எனக்குச் சாதகமாக ஓட்டுப் போடவில்லையா?'

'டோனி போட்டான். ஆனால், மற்ற மெம்பர்களிலிருந்து இருவரைப் பிடித்து வளைத்துப் போட்டு விட்டான். கட்சி மாறி விட்டனர். எல்லாமே சைனிஸ் கிளிக். இந்த கம்பெனி குட்டிச் சுவராகப் போகிறது. குணா, அது எந்த வித்திலும் உன் உழைப்புக்கும் திறமைக்கும் குறை சொல்வது இல்லை. மரியாதைக்கும்

174 | சுஜாதா

யோக்கியத்துக்கும் இடமில்லாமல் நாய் நாயைத் தின்னும் வியாபாரமாகி விட்டது. இல்லாவிட்டால் இன்று போர்டு அவ்வாறு நடந்திருக்காது. குணா, நான் மிகவும் வருத்தப் படுகிறேன். மன்னித்து விடு. என் மனச்சாட்சி இடம் கொடுக்காத தால் ராஜினாமா செய்து விட்டேன். முடிந்தவரை முயன்று தோற்று விட்டேன்.' காவேரியைப் பார்த்து, 'காவேரி, உன் கணவன் திறமை மிக்கவன். ஆனால்,...'

'அதிர்ஷ்டமில்லைன்னு சொல்லுங்க.'

கிளப்பை விட்டு விலகும்போது காவேரி, 'உங்களுக்குக் கிடைக் கலைன்னு இவர் எதுக்குங்க ராஜினாமா கொடுக்கணும்?' என்றாள்.

'இவர்தான் நிசமாவே பெரிய மனுசன் காவேரி. வா மனசு ரொம்பக் கலக்கமா இருக்குது. பெருமாள் கோயிலுக்குப் போகலாம்.'

கற்பூர வெளிச்சத்தில் பகவானைக் கேட்டார். 'ஐயா, நான் என்ன தப்புத் தண்டா செய்தேன்? என்ன பாவம் செய்தேன்? மனச் சாட்சிக்கு விரோதமில்லாம கம்பெனிக்குக் கடுமையா உழைச் சதுக்கு இதுதான் பரிசா? மதிப்புக் கொடுக்கலை, ஏன் எனக்குக் கெடைக்காம பண்ணிட்டீங்க? நான் உன்னைச் சின்னப் பிள்ளை யிலிருந்து வணங்கினதுக்கு ஒரு எழவும் அர்த்தமில்லையா? எல்லாமே வியர்த்தமா? வீணா? சொல்லுய்யா! சும்மா பார்த்துட்டே இருக்கீங்களே!'

இருட்டில் பெருமாள் லேசாகச் சிரிப்பது போல இருந்தது

மறுதினம் ஆபீஸ் போனதும் பல பேர் அவரைப் பரிவுடன் பார்த்தார்கள். ப்ரியாவின் கண்களில் நீர் திரையிட அதைப் பார்க்க விருப்பமின்றி அவசரமாக அறைக்குள் நுழைந்து, தன் லெட்டர் ஹெட்டில் ஒரு வரி ராஜினாமா கடிதத்தை எழுதிக் கையெழுத் திட்ட போது போன் ஒலித்தது. 'ஜஸ்ட் எ மினிட் சார், எம்டி மிஸ்டர் லீ பேச விரும்புகிறார்.'

'மிஸ்டர் குணா, லீ ஹியர், உங்களைச் சந்திக்க விருப்பம்.'

'நானே உன்னைச் சந்திக்க விரும்பினேன்.'

'ப்ளீஸ் கம்.'

கிரிஃபித் இடத்தில் லீ. ஒரு குழந்தை பெரிய சோபாவில் உட்கார்ந்திருப்பது போலப் பொருத்தமில்லாமல் இருந்தது.

'வெல்' என்று அவரைப் பார்த்துக் கையை நீட்டினான். குணா கையை நீட்ட மறுத்தார். 'இன்னும் கோபமா? கங்கராஜுலேட் பண்ண விருப்பமில்லையா குணா? நடந்ததை மறப்போம். எனக்கு உங்களுடைய ஒத்துழைப்புத் தேவை. இந்த இந்திய காண்ட்ராக்ட்டுக்கு உங்களை விட்டால் யாரும் இல்லை. மிகப் பெரிய காண்ட்ராக்ட். நீங்கள் உடனே இந்தியாவுக்குப் பயணப் பட வேண்டும்.'

குணா ராஜினாமா கடிதத்தை நீட்டிக்கொண்டிருந்ததை அப்போதுதான் லீ பார்த்தான்.

'என்ன இது?'

'பாரேன்.'

படித்து விட்டு, 'திஸ் இஸ் ரிடிக்யுலஸ். நான் ஒப்புக்கொள்ள மாட்டேன். உங்கள் ஒத்துழைப்பு, உங்கள் அனுபவம் எல்லாமே எனக்குத் தேவையாக இருக்கிறது.'

'ஸாரி, என்னால் தன்மானத்துடன் இந்த கம்பெனியில் இருக்க முடியாது.'

'குணா ஏன் இதை இத்தனை பெரிசா எடுத்துக்கொள்கிறீர்கள்? என்ன ஆகி விட்டது இப்போது? வெல்வதும் தோற்பதும் வாழ்க்கையில் சகஜமில்லையா? ஒரு தேர்வு என்றால் ஒருவர்தான் வெல்ல முடியும். இரண்டு பேருக்கு முதல் ஸ்தானத்தில் இடம் கிடையாது அல்லவா?'

'லீ, என்னிடம் நீயே சொன்னாயே. எனக்குக் கிடைக்கவில்லை யென்றால், அடுத்த கணமே ராஜினாமா செய்து விடுவேன் என்று.'

'அது விளையாட்டுக்காகச் சொன்னேன்.'

'இல்லை. தீவிரமாகத்தான் சொன்னாய். அதைப் பற்றிக் கவலை யில்லை. இந்த கம்பெனி மிகப் பெரியது. இது பெரிதாகி என் போன்றவர்கள் இருந்தாலும் பிரிந்தாலும் கம்பெனியின் சுபிட்சம் பாதிக்கப்படாது. கங்கராஜு லேஷன்ஸ்! உனக்கு என்

நல்வாழ்த்துகள். எனக்குப் பொறாமை ஏதும் இல்லை. வருத்தம் தான். என் தீர்மானம் அசைக்க முடியாதது. அது கூடச் செய்ய வில்லையெனில் கிரிஃபித் என்ற மகானுக்கு நான் நம்பிக்கைத் துரோகம் செய்வதாகும்.'

'பரவாயில்லை. ஒரு கன்ஸல்டண்டாகவாவது இருக்க விருப்பமா? ரீடெய்னர் போட்டுக் கொடுக்கச் சொல்கிறேன்.'

'இல்லை. இன்று மாலையோடு எனக்கும் இந்த கம்பெனிக்கும் உள்ள உறவு துண்டிக்கப்படுகிறது.'

லீ அவரிடம், 'இது ஒரு அவசர முடிவு என்று எண்ணுகிறேன். இந்தக் கடிதத்தை நான் செயல்படுத்தாமல் ஒரு மாதம் வைத்திருக்கப் போகிறேன். அதற்குள் மனம் மாறினால் மீண்டும் தாராளமாக நீங்கள் வரலாம். அதுவரை உங்கள் அறை, மேசை எல்லாமே காத்திருக்கும். யோசித்து உங்கள் குடும்பத்துடன் கலந்தாலோசித்து முடிவு சொல்லுங்கள். மாற்றுங்கள்.'

'மாற்றமே இல்லை.'

அன்றிரவு முதன்முதலாக ரொம்ப நாள் வைத்திருந்த ஸ்காட்ச் பாட்டிலை எடுத்துக் கணிசமாக ஊற்றிக்கொண்டு குடித்தார்.

'என்னங்க இது!' என்று பிரமிப்புடன் காவேரி கேட்டாள்.

'தூக்கம் வரலை காவேரி. வேற வேலைக்கு மனு போடவா!'

'இல்லை. நம்ம கிராமம் தஞ்சாவூர் பக்கத்தில் என்னவோ பேர் சொல்றாங்களே, அங்கேயே போயிரலாமா?'

'எங்க முப்பாட்டான் ராஃபின்ஸ் காலத்தில் ரப்பர் தோட்டத்தில் வேலை செய்ய இங்க வந்தவராம். நம்ம தேசம் இதுதான்! காவேரி, இந்தியால நம்மால வாழ முடியாது. என்ன என்னவோ கனாக் கண்டுக்கிட்டு இருந்தேன். ஒரு பெரிய காண்ட்ராக்டுக்காக இந்த வாரம் இந்தியா போக வேண்டியிருந்தது. பதவி ஏற்ற உடனே முதல் காரியமா எம்டியா, இந்தியா போய் வரலாம்னு எல்லாம் அதிக ஆசைப்பட்டேன். பெருமாளு நல்லா குட்டிட்டாரு! அய்யா, இரு இரு! இந்த மாதிரி நீ துரோகம் செய்வேன்னு நான் கனவில்கூட நெனைக்கலை. அய்யா உன்னைத் தினம் தவறாம கும்பிட்டனில்லை...'

‘போனா போவுதுங்க. அவரு ஏதாவது நல்லது வெச்சிருப்பாரு. கடவுளை நிந்தனை பண்ணாதீங்க.’

‘எல்லாம் பொய்யி, எல்லாம் வேஸ்டு. எல்லாம் கல்லு. சாமியாவது ஒண்ணாவது?’

‘அப்படியெல்லாம் பேசாதீங்க. போதுங்க. நிறையவே சாப்ட்டுட்டிங்க.’

தள்ளாடிக்கொண்டிருந்தவரை ஸ்திரப்படுத்தி, காவேரி காட்டமாகக் காபி கொண்டு வந்து தர, அதைக் குடித்ததும் சற்று போதை தெளிந்து அவள் கூந்தலை வருடி ஆதரவாகப் பார்த்தார். ‘ஸாரி, ரொம்ப கன்னா பின்னான்னு பேசிட்டனில்லை. இப்ப சரியாப் போச்சு. விஷம் எறங்கினாப்பல ஏமாற்றம் எறங்கிப் போச்சு.’

‘போனா போவுதுங்க.’

‘அந்த இந்தியா காண்ட்ராக்ட்டை நெனைச்சாத்தான் எனக்கு வருத்தமா இருக்குது. லீ குட்டிச் சுவராக்கிருவான். அவன் போயிருப்பான் இப்ப. ஒரு வருஷக் காலமா டெண்டர் போட்டு, டிஸ்கஷன் எல்லாம் பண்ணி பெர்ட்டிலைஸர் கெமிக்கல் ஒண்ணுக்கு ரா மெட்டிரியல்...’

‘மறந்துருங்க. ஐயோ, நீங்கதான் ராஜினாமா செய்துட்டிங்களே!’

‘அதானே!’ சற்று நேரம் மவுனம் நிலவியது.

‘இந்தியால எங்கங்க?’

‘போபால்ன்னு ஒரு இடத்தில் யுனியன் கார்பைடு கம்பெனியோடு டிஸ்கஷன்.’

‘போனா போவுதுங்க! அவனே போய்ச் சேரட்டும்.’

இது நடந்தது...

1984 நவம்பர் மூன்றாம் தேதி.

பெய்ரூட்

பெய்ரூட்டுக்கு நேராக ஃப்ளைட் இல்லை. நிக்கோனியா ஸைப்ரஸ்ஸில் இறங்கிக்கொண்டு அங்கிருந்து ஜூனியே செல்லக் கப்பலுக்குப் பத்து மணி நேரம் இருந்தது. விமான நிலையத்துக்கு ஜான் வந்திருந்தான். ஜான் என்பது அவன் நிஜப் பெயரல்ல என்பது சதீஷுக்குத் தெரியும். நிஜப் பெயர் கேட்கப் போவதில்லை. இந்த வியாபாரத்தில் கேள்வியே கேட்கக்கூடாது. எல்லாருக்குமே பொய்ப் பெயர்கள். எல்லாமே பொய்தான், சில விஷயங்களைத் தவிர. காலாஷ்னிக்கோவ் ரைஃபிள்கள் நிஜம். பெய்ரூட் தெருக்களில் சிந்தும் இளைஞர்களின் ரத்தங்கள் நிஜம்.

ஜானை மூன்றாவது முறை சந்திக்கிறான். 'போன தடவை பார்த்ததற்கு, நீ தலை முடி இன்னமும் உதிர்ந்து தொப்பை ஜாஸ்தியாகியிருக்கிறாய்.'

ஜான் சிரிக்காமல், 'டாலர்' என்றான் சுருக்கமாக.

'நான் பெய்ரூட் வரை வரவேண்டுமா?'

'ஆம். அங்கேதான் வியாபாரம்.'

'எத்தனை ரைஃபிள்கள் வேண்டும்?'

'எத்தனை இருக்கிறதோ அத்தனை.'

'விலை?'

10

'நீ சொல்லும் விலை. பேரமே இல்லை. தீவிரமான தட்டுப்பாடு' என்றான். ஜான் இந்த யுத்தத்தில் வெறும் வியாபாரியா என்று சந்தேகம். பார்த்தால், லெபனான் கிறிஸ்தவன் போலத்தான் உடலமைப்பு, சருமம நிறம் எல்லாம்.

ஈஸ்டர்ன் ஸ்டார் ஓட்டலில் இருவரும் லாபியில் வீற்றிருக்க, போர்ட்டர் அவன் பெட்டியை அறைக்கு எடுத்துச் செல்ல, 'நான் போய் போட்டுக்கு ஏற்பாடு பண்ணிவிட்டு வரவா?'

'ஒரு நிமிஷம் ஜான்.'

'என்ன?'

'பெய்ரூட் வராமல் இந்த வியாபாரத்தை முடிக்க முடியாதா? இங்கேயே வைத்துக்கொள்ளலாமே?'

'முடியாது, உனக்கு ஏன் தயக்கம்?'

'சண்டை நடக்கும் இடத்திலிருந்து விலகியே வியாபாரம் செய்ய விரும்புகிறேன். அவ்வளவுதான்.'

'லுக். உன்னைப் பாதுகாப்பது எங்களுக்கு அவசியம். நீ செத்துப் போனால் எப்படி எங்களுக்குத் துப்பாக்கிகள் கிடைக்கும்? உன்னைப் பத்திரமாக அழைத்து வருவதற்கென்றே ஸைப்ரஸ் வந்திருக்கிறான். ஆனால், வியாபாரம் அங்குதான். கர்னல் உன்னைப் பார்க்க விரும்புகிறார்.'

ஜான், 'சாவ்' என்று சொல்லிவிட்டுப் புறப்பட்டுச் சென்றான்.

சதீஷ் தன் அறைக்குச் சென்று, திரைகளை விலக்கி, நீல வானத்துடன் போட்டியிடும் கடும் பச்சைக் கடலையும், கடற்கரையில் வெண்மணல் விளிம்பில் நீச்சலுடைப் பெண்களையும், அவர்கள் அலை நோக்கி ஓடுகையில் மார்பகங்கள் குலுங்குவதையும் கவனித்தான். அவனுள் கிளர்ச்சி புறப்பட்டுத் தன் கால்கு லேட்டரை எடுத்து அதில் பதிவாகியிருந்த ஒரு போன் நம்பரைத் தேடி, அதை அறையிலிருந்த போனில் ஒற்றினான். 'சதீஷ் ஹியர்.'

'ஓ! ஹௌ ஆர் யு மிஸ்டர் சதீஷ்? எப்போது வந்தீர்கள்?'

அந்தக் குரலில் பணிவும் ஆணவமும் கலந்து ஒலித்தது.

'இப்போது வந்தேன். அனுப்புகிறாயா?'

‘உடனே... அன்ஜலா?’

‘ஆம்.’

‘வழக்கமான ஓட்டல்தானே? லவுஞ்சுக்கு வந்து அழைத்துச் சென்றால் நல்லது. ஓட்டலில் தனியாக அனுமதிக்க மாட்டார்கள்.’

‘பத்து நிமிஷத்தில் கீழே வருகிறேன்.’

‘பை! ஹேவ் எ நைஸ் டைம் மிஸ்டர் சதீஷ். ஏதாவது புகார் என்றால் எனக்கு போன் செய்யவும்.’

‘அன்ஜெலா என்றால் புகார் இருக்காது.’

போனை வைத்துவிட்டுக் கண்ணாடியில் பார்த்துக்கொண்டான். எங்கிருந்து எங்கே... தனக்கு நடப்பது எதிலும் நம்பிக்கை இல்லாமல் ஆச்சரியமாக இருந்தது. பம்பாயில் காட்டன் மார்க்கெட்டில் ஒரு போன் அருகில் சதா எண்கள் பேசிய கச்சடா குமாஸ்தாவாக இருந்தவன்... இன்று எத்தனை மில்லியன் டாலர்! ‘அன்று மட்டும் மஸ்தானின் வரவேற்பை ஏற்றிருக்கா விட்டால்!’

உடை மாற்றிக்கொண்டு லவுஞ்சுக்கு வந்தான். மத்திய தரை வெயிலில் பழுப்பான பெண்கள் பெரிய ஹாட்டுகள் அணிந்து கொண்டு உலவிக்கொண்டிருக்க, அன்ஜெலா ஒரு பி.எம். டபுள்யூவில் வந்து இறங்குவதைப் பார்த்தான். சீமாட்டி போல இருந்தாள். காதில் ஜிர்க் கோனியத் துளி பளபளத்தது. ‘ஹாய் சதீஷ்!’ என்றாள்.

கண்ணாடிக் கதவைத் திறந்தவன் கையில் சன்னமான ஒரு நோட்டை அழுத்திவிட்டு, சதீஷ் அவள் மேலங்கியை வாங்கிக் கை கோத்துக்கொண்டு, அறைக்கு அழைத்துச் சென்றான். உள்ளே நுழைந்து படுக்கையில் உட்கார்ந்து மேலங்கியை விலக்கிவிட்டு, ஏஸியைச் சற்றுக் குறைத்து, கண்ணாடியில் பார்த்து, தேன் நிறக் கூந்தல் கற்றையைச் சரி பண்ணிக் கொண்டாள்.

‘எத்தனை நாள் ஸைப்ரஸில்?’

‘மாலை புறப்படுகிறேன்.’

‘முழு நாளைக்கு என்று மேடம் சொன்னாள்!’

'அதனால் என்ன?'

'திரும்ப எப்போது?'

'நாளைய மறுதினம்.'

ரூம் சாவியைப் பார்த்து, 'ஃபோர் ஸிரோ ஃபைவ்' என்று ஷாம்பேன் ஆர்டர் செய்தாள். அப்புறம் உள்ளூர்த் தின்பண்ட சமாச்சாரங்கள். சதீஷுக்குப் பெயர்கூட வாயில் நுழையாது. எல்லாம் ஆர்டர் செய்துவிட்டு, லாவண்டர் வாசனை கலந்து கன்னத்தில் ஒரு முத்தத்தைத் தீற்றினாள். அவனை ஒரு கையால் வீழ்த்தி மார்பை அழுத்தினாள்.

'லாட் ஆப் டைம் சதீஷ்' என்றாள். 'இதில் ஒரு கையெழுத்து போட்டுவிடு.'

'ஸிஸ்டமாட்டிக்' என்றான். 'ரூம் சர்வீஸ்' அவள் ஆர்டர் செய்த பண்டங்களைக் கொண்டு வைத்து விலகியதும், 'பிஸி கூட வைத்திருக்கிறோம்' என்று தலை மயிரை விடுவித்தாள்.

'அதில் என் பெயர் இருக்கிறதா?'

'முதல் வரிசையில்! சதீஷ் எங்கள் டீலக்ஸ் கஸ்டமர். ஆமாம். உன் தொழில் என்ன? கம்ப்யூட்டர் கேட்கிறது.'

'வியாபாரம்.'

'என்ன வியாபாரம்?'

'என் தொழிலைப் பற்றிப் பேச நான் உன்னை அழைக்கவில்லை. உன் தொழிலைத் தொடங்கு.'

'என்ன வேணும் உனக்குச் சொல்லு?'

'என்ன கொடுப்பாய்?'

'அனைத்தையும்.'

'என்ன செய்வாய்? கொஞ்சம் மாதிரி காட்டு.'

'ஸிட்' என்றாள். அவனைப் படம் வரையப் போகிறவளைப் போல சைஸ் பார்த்தாள். படுக்கையில் அவன் அருகில் இல்லாமல் கீழே கார்ப்பெட்டில் அமர்ந்தாள். அவன் கண்களையே பார்த்தாள்.

'தியானமா? இந்தியாவில் அதிகமாகவே செய்திருக்கிறேன்.'

'ஷ் ஷ்! சும்மா இரு' என்று அவன் சட்டைக் காலரின் இடை வெளியில் தன் விரலை ஓட்டினாள். லேசாக நகம் கீறியது. இந்தக் கையால் அவன் மார்புப் பொத்தானைத் தளர்த்தி பனியனுக்குள் தேடினாள்.

'என்ன தேடுகிறாய்?'

'ஹார்ட் ரேட் 135க்கு மேல் அதிகம் போகக் கூடாது.'

'இப்போது என்ன தேடுகிறாய்?'

'கேள்வி கேட்காதே!' எழுந்து திரும்பித் தன் கவுன்ஜிப்பை அவனுக்கு அர்ப்பணித்தாள்.

கண்ணாடி வழியாக அவள் முன்புறம் தெரிய, 'சோம்பேறித் தனமாக இருக்கிறது. நீதான் எல்லாவற்றையும் நீக்குவாயாம்' என்றாள்.

'என்ன என்னவோ அணிந்திருக்கிறாய். எனக்கு ஏதும் தெரியாதே?'

'சொல்லித் தருகிறேன்.'

'இந்த ஜிப்பிலிருந்து தொடங்கலாமா?'

'சரி.'

'அதன்பின் இந்தக் கொக்கி?'

'ஆம்.'

'அதன்பின் இந்த ப்ரஸ் பட்டன்?'

எப்போது அவள் அறை வெளிச்சத்தைக் குறைத்தாள் என்று தெரியவில்லை. ஏதோ ஒரு விதத்தில் இன்னும் கொஞ்சம் வைத்திருக்கிறாள் என்ற பிரமையைச் சதா ஏற்படுத்த, 'அன்ஜெலா, யு ஆர் கிரேட்' என்றான். 'உன்னைத் தங்கத்தில் செதுக்கலாம்.'

அவளை அலுக்காமல் படுக்கையில் உட்கார்த்திவைத்து மெள்ளச் சாய்க்க, 'ரொம்பக் குளிராக இருக்கிறது. போர்த்திக்கொள்ள லாமா?' என்றாள்.

சரி என்று அவன் கையைப் பற்றிச் சில ஆச்சரியமான பகுதிக்கு எடுத்துச் செல்லப் போர்வைக்குள் நுழைந்துகொண்டபோது...

டெலிபோன் ஒலித்தது.

அதை வெறுப்புடன் எடுத்து, 'ஹலோ யாராயிருந்தாலும் சரி, அப்புறம்.'

'ஜான் பேசுகிறேன். லவுஞ்சிலிருந்து மேலே வருகிறேன். தி போட் இஸ் ரெடி.'

'ஷ்ஷிட்' என்று எழுந்தான்.

'என்ன?'

'நான் புறப்பட வேண்டும்.'

'இன்னும் ஆரம்பிக்கவே இல்லை!'

'அன்ஜெலா, ஒரு காரியம் செய். 'டேக் தி டே ஆஃப்' நாளை மறுதினம் இதே ஓட்டலுக்கு வரப்போகிறேன். அப்போது சந்தித்து இதைத் தொடர்வோம்.'

அறையின் மணி ஒலித்தது.

அன்ஜெலா எழுந்து அடுத்த அறையின் பெட் ரூமைத் திறந்து செல்ல, வீட்டின் முன் பகுதிக்கு வந்து திறக்கு முன் திரும்பிப் போர்வையை ஒரு முறை நீக்கி விட்டுச் சிரித்தாள். 'வேஸ்ட்!' என்றாள்.

முன்னறையில் ஜான் ஜாக்கெட் அணிந்து அவசரத்தில் இருந்தான். 'பாக் அப், புறப்படு' என்றான்.

'சாயங்காலம்தான் போட் என்றாய்?'

'இல்லை, இன்னும் ஒருமணி நேரத்தில் இருக்கிறது. இருட்டு வதற்குள் ஜுனேய் போய்விட வேண்டும்.'

அன்ஜெலா உள்ளறையிலிருந்து எட்டிப் பார்த்து,'சதீஷ், யு ஹேவ் எ சிகரெட்?'

ஜான் அவளை உணர்ச்சியில்லாமல் பார்த்து ஒரு சிகரெட்டை எறிந்தான்.

‘நான் புகை பிடிப்பதில்லை.’

‘புறப்படு. இதற்கெல்லாம் நேரமில்லை.’

நிகோஸியாவின் தெருக்களில் டாக்ஸி வேகமாகச் செல்ல, ஜான், ‘இந்த முறை என்ன விற்கிறாய்?’ என்றான் சிகரெட் பற்ற வைத்துக்கொண்டு.

‘என்ன வேணும் சொல்? பிஸ்டல், ரைஃபிள், மெஷின்-கன், மார்ட்டார், பஜூக்கா, ஏன், பீரங்கிகூட!’

‘எந்த நாட்டுச் சரக்கு?’

‘எல்லா நாடுகளும். அமெரிக்க எம். 16லிருந்து ரஷ்ய டுஷ்கா வரை.’

ஜான் ஒரு முறை அவனைத் திரும்பிப் பார்த்து, ‘சதீஷ் ரொம்ப வளர்ந்துவிட்டாய். இந்தத் தொழிலிலேயே மிகப் பெரிய வியாபாரி இப்போது நீதானாம்?’ என்றான்.

‘ஏதோ கடவுள் கிருபை.’

‘நிறையச் சம்பாதித்துவிட்டாயா?’

‘ஆம்.’

‘பின் ஏன் இந்த மரண வியாபாரத்தைத் தொடர்கிறாய்?’

‘நீ ஏன் தொடர்கிறாய்?’

‘எனக்கு ஒரு இயக்கம், கொள்கை இருக்கிறது!’

‘எனக்கு இதில் இருக்கும் அபாயம் கவர்ச்சிகரமாக இருக்கிறது. ஸ்டாக்கில் விளையாடிப் பணம் பண்ணுவதில் ‘த்ரில்’ இல்லை.’

‘த்ரில்லைத் தேடுபவன் ஆயிரம் டாலர் விலை மகளை அறைக்கு அழைக்கமாட்டான்.’

‘ஏன்?’

‘அவளை அடைவதில் எந்த ஆபத்தும் இல்லையே!’

‘எனக்கு ஒரு ஆபத்துடன் விளையாடினால் போதுமானது.’

அந்தச் சிறிய கப்பலில் சுமார் பன்னிரண்டு மணி நேரம் பிரயாணம் செய்ய வேண்டியிருந்தது சதீஷுக்கு. முன்பெல்லாம் கடற் பிரயாணம் குமட்டும். இப்போது டெக்கில் காப்டனுடன் பியர் குடித்துவிட்டு, உல்லாசமாகப் பாடும் அளவுக்குப் பழகி விட்டான். காப்டனைப் பார்த்தால் துருக்கியன் போல இருந்தது. படகில் அதிகம் பேர் இல்லை. பெரும்பாலும் பெய்ரூட்டின் லெபனீஸ் கிறிஸ்தவர்கள் போலத்தான் இருந்தார்கள். அவர்கள் அதிகம் பேசாமல், முடங்கிக்கொண்டிருந்தார்கள். பெரும் பாலும் இருட்டில்தான் பிரயாணம். இறுதியில் 'அக்வா மரினா' என்கிற டூரிஸ்ட் ஸ்தலத்தருகில் இருக்கும் சிறு துறைமுகத்துக்கு வந்து சேர்ந்தபோது, அவர்களுக்காக இரண்டு பேர் காத்திருந் தார்கள். மௌனமாக ஒரு கறுப்பு காருக்கு அழைத்துச்சென்று, சுமார் முப்பத்தைந்து நிமிஷம் டிராபிக்கே இல்லாத நேரான ரோடில் சென்று, இறுதியில் மலைப் பாதையில் கார் ஏறி, சர்ச் தெரிந்தது. அதன் அருகில் ஒரு தனியான வீட்டில் நின்ற உடனே ஒரு பட்லர் கதவு திறந்து, ஒரே ஒரு மேசை போட்டுச் சுற்றிலும் நாற்காலிகள் அமைந்திருந்த அறையில் அனுமதிக்கப்பட்டான். யாரும் பேசவில்லை. யாருக்காகவோ காத்திருந்தார்கள். கொஞ்ச நேரத்தில் கர்னல் மார்ஷல் என்று அழைக்கப்பட்டவர் வந்ததும் மற்றவர் எழுந்திருக்க-

அவருக்குச் சுமார் ஐம்பது வயதிருக்கும். இடது கன்னத்தில் தழும்பு இருந்தது. கண்களில் ஒரு நூற்றாண்டு சோகம் தெரிந்தது. உதடுகள் மிக மெலிதாக இருந்தன. அவர் கை குலுக்கல் விண்ணென்று இருந்தது.

'மிஸ்டர் ஸாட்டிஷ், வெல்கம் டு பெய்ரூட்' என்றார்.

தன்னிச்சையாக எழுந்தான்.

'உட்கார்' என்று அவர் கையமர்த்த அறையில் அனைவரும் உட்கார்ந்தார்கள்.

'மிஸ்டர் ஸாட்டிஷ், இந்த இடத்துக்கு நீங்கள் முன்பு வந்திருக் கிறீர்கள்!'

'ஞாபகம் இருக்கிறது. அப்போது கர்னல் ஸிம்ஸன் என்பவரைச் சந்தித்தேன். இப்போது எங்கிருக்கிறார்?'

'ஸிம்ஸன் இறந்துவிட்டார்.'

யாரும் பதில் சொல்லவில்லை. ‘அப்போது பகல் வேளையில் வந்தேன். மலை உச்சியில் மொரொனைட் சர்ச் ஞாபகம் இருக்கிறது.’

‘மிஸ்டர் ஸாட்டிஷ், சர்ச்சைப் பற்றிப் பேச நேரமில்லை. துப்பாக்கிகளைப் பற்றிப் பேசுவோம். நீங்கள் எப்படித் துப்பாக்கிகளை அனுப்புவீர்கள்?’ என்று கேட்டார் கார்னல் மார்ஷல்.

‘அது எந்தக் கை துப்பாக்கி என்பதைப் பொறுத்தது’ என்றான் சதீஷ்.

‘ரைஃபிள்கள், ஏ.கே. 48 எம். 6 எதுவும்...’

‘எத்தனை வேண்டும்?’

‘எத்தனை கொடுக்க முடியும்?’

‘எத்தனை பணம் இருக்கிறது உங்களிடம்?’

‘எப்போது பணம் வேண்டும்?’

‘இப்போது.’

‘பத்து மில்லியன் வரை போக முடியும். எப்போது துப்பாக்கி வரும்?’

‘நாளை இரவு?’

‘எங்கிருந்து?’

‘பல்கேரியா. இவர்களுக்குத்தான் டாலர் அதிகம் தேவை.’

‘எப்படி வரும்?’

‘கடல் மார்க்கமாக.’

‘ஜான், போன தடவை இந்த ஆசாமியின் சப்ளை எப்படி?’

‘உயர்தரம்!’ என்றான் ஜான். ‘வாக்கைக் காப்பாற்றக் கூடியவன் என்று பஜாரில் பெயர். விலைதான் அதிகம்.’

‘நானும் பிழைக்க வேண்டாமா?’ சிரித்தான் சதீஷ்.

யாரும் மருந்துக்குக் கூடச் சிரிக்கவில்லை.

‘எப்படிப் பணம் கொடுக்கவேண்டும்?’

‘வழக்கம்போலத்தான். ஸ்விஸ் பாங்க் அக்கவுண்டில் பணம் சேர்ந்த உடனே தகவல் எனக்கு வந்துவிடும். எல்.ஸி. எண்ட் யூஸர் சர்ட்டிபிகேட் போன்ற மேம்போக்கு விஷயங்கள் எல்லாம் நான் கவனித்துக்கொள்வேன். அக்வா மரினாவில் படகில் வந்து சேர்ந்துவிடும். படகில் வருவதை வாங்கிக் கடத்திக்கொள்ள வேண்டியது உங்கள் பொறுப்பு.’

‘சரி மேற்கொண்டு என்ன நிபந்தனைகள்!’

‘வேறு ஏதும் இல்லை. என்னைத் திரும்ப நிக்கோஸியா வரை பத்திரமாகச் சேர்த்துவிடுவது உங்கள் பொறுப்பு. நிக்கோஸியா போனதும்தான் எனக்குத் தகவல் தொடர்புகொள்ள முடியும். உங்கள் உள்நாட்டுப் போரில் கலந்துகொள்ள எனக்கு எந்தவித விருப்பமும் இல்லை.’

‘சரி சம்மதம்’ என்று எழுந்து கைகுலுக்கி விட்டு அவர் விலக, ‘அதிகாலை புறப்படலாம்.’

‘ராத்திரி எங்கே தங்குவது?’

‘அழைத்துச் செல்கிறேன்’ குரலைக் கேட்டதும்தான் அவள் பெண் என்று தெரிந்தது. மற்றவர்களைப் போல் பாட்டில் பச்சையில் ஆண் பிள்ளை சட்டை போட்டுச் சுருக்காக முடி வெட்டியிருந்தாள். அந்தப் பெண்ணின் மெல்லிய உதடுகளி லிருந்து கர்னலின் மகள் என்று அனுமானித்தான். ‘இன்றிரவு எங்கள் விருந்தினராகத் தங்குங்கள். எங்கள் இயக்கத்துக்கு உதவுவதால்.’

அவள் பின் சென்றான். வீடு பல விஸ்தாரமான அறைகளைக் கொண்டிருந்தது. மின் பல்புகள் போதவில்லை. எல்லாமே மஞ்சளாக, மங்கலான ஓர் அமானுஷ்யத் தன்மையில் இருந்தன. அவள் அறை மாணவத்தனமாகப் பெண்மை மிளிரக் களேபரமாக இருந்தது. சுவரில் வான் பாஸ்டன் புகைப்படம் ஒட்டியிருக்க...

‘உனக்கு ஃபுட்பால் பிடிக்கும் போல’ என்றான்.

‘எப்போதோ!’

‘இப்போது?’

‘தினம் போராட்டம், தெருக்களில் துப்பாக்கி சூடு.’

‘எத்தனை தினம் சண்டை போடுவீர்கள்?’

‘1975லிருந்து போட்டுக்கொண்டிருக்கிறோம். தெருவில் துப்பாக்கிச் சுடுவது பழக்கமாகிவிட்டது.’

‘யாருக்கும் யாருக்கும் சண்டை என்றே சில சமயம் புரிவதில்லை.’

‘கிறிஸ்தவர்கள், முஸ்லிம்கள், பாலஸ்தீனியர்கள், எல்லாச் சண்டைகளிலும் கிறிஸ்தவர்கள் பொது.’

‘உனக்குத் துப்பாக்கி சுடத் தெரியுமா?’

‘பன்னிரண்டு வயதிலிருந்து.’

‘இப்போது என்ன வயது?’

‘இருபத்து ஒன்று.’

‘உன்னைப் பார்த்தால் பதினெட்டுக்கு மேல் சொல்ல முடியாது.’

‘முகஸ்துதி என்னிடம் உதவாது.’

‘நிஜம் பெண்ணே! என்றைக்காவது ஒருநாள் இந்த நகரத்தில் துப்பாக்கி ஒலி ஓய்ந்து, அமைதி நிலவி, அந்த சர்ச்சில் உன் கல்யாணம் நடக்கத்தான் போகிறது.’

‘உன் மாதிரி வியாபாரிகள் இருக்கும் வரை, அது நடக்கவே போவதில்லை.’

‘இன்றைக்கு என்னைக் கல்யாணம் செய்துகொள்வேன் என்று சொல். இந்த வியாபாரத்தை நிறுத்திவிடுகிறேன்.’

அவள் அவனைக் கரிய விழிகளால் நிமிர்ந்து பார்த்து, ‘உன் வியாபார வெற்றியின் காரணம் புரிகிறது’ என்றாள்.

சிவப்பு ஒயின் கொண்டு வைத்தாள். ரொட்டித் துண்டும் சாக்லேட் பட்டைகளும் ஒரு ப்ளாஸ்டிக் தம்ளரில் யோகர்ட்டும் கொண்டு வந்து, ‘இதுதான் டின்னர்’ என்றாள்.

‘பசியில்லை, இது போதும்.’

அவன் சாப்பிட்டுக்கொண்டிருக்கும்போது தன் சட்டைப் பித்தான்களைத் தளர்த்தி, தரையில் உட்கார்ந்துகொண்டு கித்தார் வாசித்தாள். இங்கிருந்து பார்க்கும்போது பெண்தான் என்பதை உறுதிப்படுத்தும் அத்தனை அடையாளங்களும் தெளிவாகத் தெரிய, மெள்ளத் தன் நாற்காலியை விட்டு இறங்கி, அவள் அருகில் போய் உட்கார்ந்துகொண்டு, தோளின் மேல் கை வைத்தான். அவள் அவன் கையை அந்நியமாகப் பார்த்து, 'ஒரு நிமிஷத்துக்குள் கையை எடுக்காவிட்டால் சுடவேண்டி வரும்' என்றாள்.

அதிர்ச்சியடைந்து சட்டென்று விலகிக்கொண்டான்.

காலையில் பெய்ரூட் வேறு மாதிரி இருந்தது. தெருக்களில் அதிகம் போக்குவரத்து இல்லை. நடப்பவர்கள் அனைவரும் நிழல்களில் விரைந்தனர். ஜான் அவனை அழைத்துக்கொண்டு ஜீப்பில் இழுத்துக்கொண்டு சென்றான். 'நீ ஸைப்ரஸ் போய்ச் சேர்ந்த உடன் பணம் கட்டிவிட்டதற்கு அத்தாட்சியாக டெலக்ஸ் வந்துவிடும்.'

'ராத்திரியே செய்தி போய் பல்கேரியாவில் இருந்து முதல் துப்பாக்கிப் பெட்டிகள் வந்து சேர்ந்துவிடும்.'

'ஏமாற்று ஏதும் இல்லையே?'

'சே! என்ன ஜான், நீ என்னுடன் நிக்கோஸியாவில் கூட இருக்கப் போகிறாய். துப்பாக்கிகள் வந்து சேர்ந்த விவரம் தெரிந்ததும் தான் என்னைவிட்டு விலகப் போகிறாய். நான் எப்போதாவது இதற்கு முன் ஏமாற்றியிருக்கிறேனா? நாணயம்! அதுதான் என் வெற்றிக்குக் காரணம்.'

ஜான் முதன் முறையாகச் சிரித்தான். கர்னல் அவனிடம் ஒரு காகிதத்தில் எழுதியிருந்ததைக் காட்டி, 'இந்த எண்ணுக்குப் போன் செய்தால் பணம் வந்த விவரம் தெரிய வரும். ஸேரா உன்னைக் கப்பல் வரை கொண்டு விடுவாள்.'

ஸேராவா அவள் பெயர்! அதே உடையில்தான் இருந்தாள். முகம் கழுவியிருக்கிறாள் அல்லது குளித்திருக்கிறாள். இடுப்பில் துப்பாக்கி செருகியிருந்தது. சதீஷ் சப்ளை செய்த துப்பாக்கி. ஜீப்பில் அலட்சியமாக உட்கார, ஜான் விலகிக்கொண்டு, 'நான் உன்னை ஸைப்ரஸில் தேவையிருந்தால் பார்ப்பேன்' என்றான்.

‘தேவையிருக்காது. குறிப்பிட்ட நேரத்தில் சரக்கு உங்கள் கதவடியிலேயே கொடுக்கப்படும்.’

‘பார்க்கலாம்.’

ஸேரா சட்டென்று ஜீப்பைக் கிளப்பியதில் ஓர் உதறு உதறியது. ‘ஈஸி’ என்றான் சதீஷ்.

பெய்ரூட் பேய் நகரம்போல இருந்தது. விண்ணை விரும்பும் கட்டடங்களின் தூர நவீனம் அருகே சென்றதும் கலைந்து, ஷெல் அடித்த இருள் பொந்துகள் எலும்புக் கூடுகள் போல நின்றுகொண்டிருந்தன. அவ்வப்போது யாராவது குறுக்கே பயத்துடன் ‘டோன்ட் ஷூட்’ என்று கத்திக்கொண்டே ஓடினர். தன் மெடீவல் சரித்திரத்தின் மதப் போர்களை இருபதாம் நூற்றாண்டில் மறுபடி ஒத்திகை பார்த்துக்கொண்டிருக்கும் பெய்ரூட்டின் சுவர்களில், பழைய சினிமாக்களின் போஸ்டர் கந்தல்கள் மேல் பாலஸ்தீனியர்களைப் போருக்கு அழைக்கும் துப்பாக்கி தூக்கிய போஸ்டர்கள் படபடத்தன. எப்போதாவது பொறியும் துப்பாக்கி சத்தங்கள்தான் நிம்மதியைக் கலைத்தன.

‘மௌனமே பயமாக இருக்கிறது.’

ஸேரா ஓட்டிக்கொண்டு, ‘கவலைப்படாதே!’ என்றாள்.

‘எப்படிக் கவலைப்படாமல் இருக்க முடியும்! எந்த நேரமும் துப்பாக்கி வெடிக்கும் போல இருக்கிறதே!’

‘துப்பாக்கிகள் நீ கொடுத்ததுதானே!’ பேசிக்கொண்டே இருக்கையில், ஒரு சந்து திரும்பியதுமே சாலையின் குறுக்கே ஓடி, ஒருவன் மெஷின் துப்பாக்கியால் குண்டுகளை ‘ரட்டடட்டட்டட்’ என்று தெளித்தான். ஸேரா ஜீப்பைத் திருப்புகையிலேயே சதீஸின் தலையையும் மடக்கினாள். சதீஷ் பொறி கலங்கிப் போய் ஏறக்குறைய படுத்துக்கொள்ள, ஒரு கையால் சுட்டுக்கொண்டே, ஒரு கையால் ஓட்டிக்கொண்டே ஸேரா ஜீப்பை ஒரு கட்டடத்தின் உள் ஏறக்குறையத் திணித்துவிட்டாள். ‘எழுந்திரு, ஓட வேண்டும்’ அவள் பின்னே பதைப்புடன் ஓட, அது ஏதோ பாங்க் கட்டடம் போல இருந்தது. நாற்காலிகள் கவிழ்ந்து கஜானாக்கள் உடைக்கப்பட்டிருந்தன. பின்னால் அவர்களைத் துரத்தும் குண்டு சத்தம் சதீஷை நடுங்கவைத்தது. ஸேராவின் வேகத்துக்கு ஈடு கொடுக்க முடியவில்லை.

'அப்பா' என்று அவர்கள் பெருமூச்சு விடுவதற்குப் பதினைந்து நிமிடம் ஓடவேண்டியிருந்தது. ஸேரா அவனைக் கைப்பிடித்துத் தரதரவென்று இழுத்தாள்.

மூச்சிரைக்க, 'ஸேரா! ஸேரா! ஒரு நிமிஷம் நிற்கவேண்டும். உயிர் போய்விடும்' என்றான்.

ஸேரா லேசாகத்தான் களைத்திருந்தாள். பச்சைக் கண்களால் சாலையைக் கூர்மையாகப் பார்த்து, 'இனி பயமில்லை' என்றாள்.

'எப்படித் தெரியும்?'

'கிறிஸ்தவர்கள் பிரதேசம் இது. நாம் கடந்தது யாருக்கும் சொந்தமில்லாத நோ மான்ஸ் லாண்ட்.'

'துறைமுகம் எத்தனை தூரம்?'

'பயப்படாதே, உடன் வருகிறேன். இத்தனை துப்பாக்கி விற்கிறாய். ஒரு துப்பாக்கிக்கு இப்படிப் பயப்படுகிறாயே!'

'விற்பது வேறு, துப்பாக்கியின் எதிரே நிற்பது வேறு ஸேரா. உன்னால்தான் நான் தப்பித்தேன். உனக்கு எப்படிக் கைம்மாறு...'

'பெரிய விஷயமல்ல. தினம் தினம் இந்தக் கதைதான். அதோ துறைமுகம்.'

'நான் போய்க்கொள்கிறேன்' என்றான் சற்றே அவமானத்துடன்.

'இல்லை, கப்பல் புறப்படும் வரை பத்திரமாகப் பார்த்துக் கொள்ளுமாறு என் தந்தை பணித்திருக்கிறார். நீ எங்களுக்குத் தேவையான ஆசாமி.'

ஸேராவின் பச்சைக் கண்களில் தெரிந்தது ஆணவமா, அலட்சியமா வகைப்படுத்த முடியவில்லை. கப்பல் விலக அவள் 'ஜெட்டி'யின் அருகில் நின்றுகொண்டு அவனையே கண் கொட்டாமல் பார்த்துக்கொண்டிருந்தாள். இவன் கையை அசைத்ததற்கு மறு கையசைப்போ, புன்னகையோ இல்லை. துப்பாக்கியைச் சற்றே உயர்த்திய நிலையில் நின்றுகொண்டிருந்தாள்.

நிக்கோஸியா வந்ததும் ஓட்டலுக்குப் போனபோது அவன் வருகையை எதிர்பார்த்து ஒரு மெஸேஜ் காத்திருந்தது.

'அவசரமாகப் பார்க்கவேண்டும் - ஸார்க்கிஸ்' என்று எழுதிப் போன் நெம்பர் கொடுத்திருந்தது. 'ஸார்க்கிஸ்' என்ற பெயர் ஞாபகத்தில் இடறியது. அறைக்குச் சென்று குளித்துவிட்டு, போன் செய்தான்.

'சதீஷ் ஹியர், அன்ஜெலா நான் திரும்ப வந்தாச்சு.'

'ஹலோ சதீஷ். உடனே வருகிறேன். உனக்காகத்தான் காத்திருக் கிறேன். என்ன உடை அணிந்துகொள்ளட்டும்?'

'கறுப்பு.'

'உள்ளாடை?'

'வேண்டாம்.'

'பர்ஃப்யூம்.'

'ஷானல்.'

'ஷாம்பெய்ன் ஆர்டர் செய்து வை. நேரத்தை வீணாக்காமல் வந்த கணத்திலிருந்தே தொடங்கிவிடலாம்.'

'சரி, காத்திருக்கிறேன், வா.'

குளிக்கும்போது ஸேரா கரையில் நின்றுகொண்டு அவனைக் கண்கொட்டாமல் பார்த்த பார்வை குழப்பியது. அன்ஜெலாதான் இப்போ நிஜம். அன்ஜெலாதான்.

கர்னல் கொடுத்த போன் எண்ணுக்குத் தொடர்புகொண்டு, 'சுத்தீன்' என்றான்.

'கர்னல் சொன்னார். பணம் ஏற்பாடு செய்யப்பட்டுவிட்டது. பாங்கிலிருந்து, ஓட்டலுக்கு டெலக்ஸ் வரும்.'

'வந்த உடன் துப்பாக்கிகள் போய்ச் சேரும். அதுவரை நான் ஸைரஸ்ஸை விட்டு நகரமாட்டேன்.'

'நகர முடியாது, பல்கேரியாவில் யார்?'

'டெக்ஸிம் என்ற அரசாங்க ஏஜெண்ட். அந்நியச் செலாவணிக்கு ஆவலாக இருக்கிறார்கள்.'

‘டெலக்ஸ் வந்ததும் போன் செய்வாய் ராத்திரிக்குள். வரவில்லையெனில், நான் கர்னலைத் தொடர்புகொள்ள வேண்டும்.’

‘சரி.’

சதீஷ் போனை வைத்துவிட்டு ஓட்டலின் சில்க் கவுனை அணிந்துகொண்டு, ஒரு ஸ்காட்ச் ஊற்றிக்கொண்டு, அன்ஜெலா சொன்னதுபோல ஷாம்பெய்ன் ஆர்டர் செய்தான். படுக்கையில் உட்கார்ந்துகொண்டு, டிவியைச் சத்தமில்லாமல் வைத்துப் பிம்பங்களின் நடனத்தைப் பார்த்தான். டெலக்ஸ் வரும். பத்து மில்லியன் டாலர் கைமாறும். இவன் ஒரு சங்கேத டெலக்ஸ் அனுப்ப, பல்கேரியாவில் இருந்து க்ரேட் க்ரேட்டாக கலாஷ் நிக்கோவ் ரைஃபிள்கள் கப்பல் ஏறும். அக்வா மரினாவில் ராத்திரி போய் இறங்கி...

எல்லாம் விரல் சொடுக்கில் பணம், டாலர், டாய்ஷ் மார்க் செய்யும் சாகசம், போதும்! பணம் பண்ணியது போதும்! ஓய்வு பெற்றுக்கொள்ள வேண்டியதுதான்.

ஷாம்பெய்ன் கொண்டு வைத்துவிட்டு, கையெழுத்து வாங்கிக் கொண்டு வெயிட்டர் செல்ல, அன்ஜெலா வரும் நேரம் என்று கீழே போக ஆயத்தமாக இருக்கும்போது அறையின் மணி மறுபடி ஒலித்தது.

திறந்து பார்த்தபோது, ‘மிஸ்டர் ஸட்டிஷ்!’ பரிச்சயமில்லாத குரல் இருட்டில் கேட்டது.

‘ஸாரி, ஐம் நாட் ஃப்ரீ.’

‘மை நேம் இஸ் ஸார்க்கிஸ்.’

‘ஸாரி மிஸ்டர் ஸார்க்கிஸ். ஐம். நாட்...’ சொல்வதைக் கேட்காமல் ஸார்க்கிஷ் கதவுக்குள் நுழைந்து, ‘அஞ்சு நிமிஷத்துக்கு மேல் ஆகாது.’

‘திஸ் இஸ் ப்ரிப்பாஸ்ட்ரஸ்.’

‘நான் வியாபாரம் பேச வந்திருக்கிறேன். ஹ்யுபர்ட் ஜீலியன் என்னை அனுப்பினார்.’

அந்தப் பெயர் அவன் போக்கை மாற்றியது. ஜீலியன் இவர்களுக் கெல்லாம் தாதா. ‘கம் இன்! எனக்கு அதிகச் சமயமில்லை. ஒருவரை எதிர்பார்க்கிறேன்.’

'ஐந்து நிமிஷத்தில் சொல்ல வந்ததைச் சொல்லிவிடுகிறேன். உங்களைப் பற்றிக் கேள்விப்பட்டிருக்கிறோம்.'

'நீங்கள் பாலஸ்தீனிய இயக்கமா?'

'ஆம். எங்களுக்கு ஆயுதம் வேணும். ஸாரி, எங்களுக்கும் ஆயுதம் வேணும்.'

'பணம் இருக்கிறதா?'

'எத்தனை பணம் வேணும்?'

'குந்தர் லைன்ஹாவுஸர் என்பவரிடம் வாங்கி வந்தோம். இந்த முறை உங்கள் பெயரைச் சொல்லியிருக்கிறார் அவரும்.'

'இருக்கட்டும். என்ன ஆயுதம் வேண்டும்?'

'பிஸ்டல்கள், ரைஃபிள்கள், எது உங்களால் தர முடியுமோ அது!'

'எதுவும் என்னால் தர முடியும். இப்போதுதான் பத்து மில்லியனுக்கு வியாபாரம் பண்ணிவிட்டு வருகிறேன். அத்தனை பணம் இருக்குமா?'

'அத்தனை பணம் எங்களிடம் இல்லை.'

'அதற்குக் குறைந்து நான் வியாபாரம் பேசுவதில்லை. உங்கள் இயக்கம் எது?'

'நீங்கள் பத்து மில்லியன் டாலர்களுக்கு ரைஃபிள் சப்ளை செய்தவர்களுக்கு எதிரான கட்சி!'

'பணம் இல்லாமல் இந்தப் போரை நடத்தமுடியாது. தெரியுமல்லவா?'

'நன்றாகத் தெரியும்.'

'மன்னிக்கவும், எனக்குக் கிறிஸ்தவர்கள், முஸ்லிம், பாலஸ்தீனியர்கள், இன்னும் யார், ஆர்மினியர்கள், எல்லாரும் ஒன்றுதான். யாருக்கு எது வேணுமோ அது தருவேன். ரஷ்யா, அமெரிக்கா, பெல்ஜியம், பல்கேரியா எந்த நாட்டிலிருந்து எது வேண்டுமானாலும் தருவேன். ஆனால், ஒரே ஒரு நிபந்தனை! பணம்!'

'பணம்தான் இல்லை உடனே கொடுக்கும்படியாக. கணக்கு வைத்துக்கொண்டு...'

தூண்டில் கதைகள் | 195

‘ஸாரி மிஸ்டர்... என்ன பெயர் சொன்னீர்கள்?’

‘ஸார்க்கிஸ்’ என்றான் தாடியை நீவி விட்டுக்கொண்டு.

‘இந்த வியாபாரத்தில் கை மேல் காசு வேண்டும். பெரிய தொடர் சங்கிலி இது. நான் இதில் ஒரு சிறு பல் சக்கரம் போல. பணம் ஒன்றுதான் எங்களை நகர்த்தும்.’

அவன் தன் பையிலிருந்து ஒரு பிஸ்டலை எடுத்தான்.

‘இதுகூட நான் சப்ளை செய்ததுதான்’ என்றான் சதீஷ். அதை வாங்கிப் பார்த்துவிட்டுக் கொடுத்தான்.

‘கிறிஸ்தவர்களிடமிருந்து பறித்தது.’

‘என்ன வேணும் சொல்லுங்கள்? சுடுஷா ராக்கெட் வேண்டுமா? க்ரினேடு வேண்டுமா?’

‘ஏதும் வேண்டாம்’ என்று பிஸ்டலை சதீஷின் மேல் குறி பார்த்தான்.

‘ஜாக்கிரதை! லோடு ஆகியிருக்கிறது.’

‘எங்களிடம் பணம் இல்லை. எங்களால் துப்பாக்கி வாங்க முடியாது. ஆனால், துப்பாக்கி வாங்குவதற்குப் பதில் துப்பாக்கி விற்பவரை நீக்கிவிட முடியும்.’

‘புரியவில்லை.’

அவன் அதன் விசையைத் திருக, ‘ட்டப்’ என்று அவன் காதில் சத்தம் வெடித்தது. மார்பைப் பிடித்துக்கொண்டு சதீஷ் சரிய, ஸார்க் கிஸ் ஓட்டல் அன்பளிப்பான பழக் கூடையில் இருந்து திராட்சைக் கொத்தில் ஒன்றை எடுத்துக் கடித்து, ஷாம்பெய்ன் லேசாக உறிஞ்சிவிட்டுப் புறப்பட்டான். கிளம்பும்போது உள்ளே வந்த அன்ஜெலாவைப் பார்த்து, ‘அறை கொஞ்சம் கறையாக இருக் கிறது. ரூம் சர்வீஸைக் கூப்பிட்டுச் சுத்தம் செய்யச் சொல். தேர் இஸ் ஷாம்பெய்ன் ஆன் தி டேபிள்!’ என்று அன்ஜெலாவைக் கன்னத்தில் தட்டிவிட்டு, மெள்ள லிஃப்ட்டை அடைந்து காத்திருந்து, இறங்கிப் பதற்றமில்லாமல் நடந்து சென்று மறைந்தான்.

சதீஷ், அன்ஜெலாவின் அலறலைக் கேட்குமுன் இறந்து போனான்.

11

வானில் ஒரு...

பெங்களூரிலிருந்து டெல்லிக்கு ஒரு நாளைக்கு இரண்டு ஃப்ளைட் இருந்தாலும் தினம் வெயிட்டிங் லிஸ்டுதான். ஃப்ளைட் கிளம்ப அரை மணி இருக்கும்போது வெயிட்டிங் லிஸ்ட் கூப்பிட, கவுண்டர் அருகில் சுண்டல் கொடுக்கும் இடம் போல் கூட்டம் அப்பி ஆளுக்கொரு டிகெட்டை விசிறிக்கொண்டிருக்க, களைத்துப் போன ஏர்லைன்ஸ் சிப்பந்தி, 'ராமகிருஷ்ணன் பட்டாபி ராமன், நெவாஸ்கர், பி. ரமாதேவி!' என்று பெயர் களைக் கூப்பிட்டுக்கொண்டிருக்கும்போது, அந்த இளைஞன் ஓடி வந்து மற்றவரை விலக்கி, 'ஸார் கன்பர்ம்ட் டிக்கெட் ஸார்' என்று தன் டிக்கெட்டைச் சிப்பந்தியின் மூக்கு முன் நீட்டினான்.

'என்ன ஸார், இப்ப வர்றீங்க? 'நோ ஷோ' போட்டுர வேண்டியதுதான்.'

'ப்ளீஸ்! வர்ற வழியில் கார் ப்ரேக்டவுன்.'

'எல்லாரும் அதையே சொல்றாங்க' என்று அலுத்துக் கொண்டு, டிக்கெட் கொடுக்க, 'எனி பாகேஜ்?'

'ஒன் ஸூட்கேஸ் ப்ளீஸ்.'

அவன் கொடுத்த பெட்டிக்குள் இன்னும் ஒன்றரை மணி நேரத்தில் வெடிக்கப் போகிற வெடிகுண்டு வைத்திருந்தது.

அதை வாங்கி எடை பார்த்து, சீட்டுக் கட்டி கன்யேவரில் வைக்க, மெல்ல அந்த ரப்பர் பெல்ட்டில் பெட்டி நகர்ந்து விமானத்தில் ஏற்றுவதற்கு முன், பயணிகள் அடையாளம் காட்டுவதற்காக 'பெல்லட்'டுகளுக்ருகே வைக்கப்பட்டது. அது போவதைக் கண் கொட்டாமல் பார்த்து விட்டுச் சற்றே சுதாரித்த அந்த இளைஞனைக் கூர்ந்து கவனிக்கலாம். தலை வார மாட்டான் என்பதும், நகங்கள் கடித்துக் கடித்துச் சிதிலமாக இருப்பதும் தெரிய, இங்குமங்கும் கண்ணாடி மூலம் பெரிய கண்களால் பார்ப்பதும், நிமிடத்துக்கொரு முறை கடிகாரத்தைப் பார்ப்பது மாக இருந்தான். நிறைய வியர்த்து, கைக்குட்டை, காலர் ஓரம் எல்லாம் நனைந்திருந்தது. போர்டிங் கார்ட் வாங்கிக்கொண்டு ஸீட் நம்பரைப் பார்த்தான். இருபத்து ஏழு. அவனுடைய அதிர்ஷ்ட எண்.

பாதுகாப்புச் சோதனையில் மெட்டல் டிடெக்டரால் அவனைத் தடவி போர்டிங் கார்டில் ஸீல் குத்த, விமானத்தை நோக்கி நடக்கும்போது ஏர்லைன்ஸ் சிப்பந்தி, 'எக்ஸ்க்யூஸ் மீ, ப்ளீஸ் ஐடென்டிஃபை யுர் பாகேஜ்!'

கொஞ்சம்தான் தயங்கினான். அந்தச் செங்கல் நிறப்பெட்டி காத்திருந்தது. இந்த நிமிடத்தில் கூட அது என்னுடையது இல்லை என்று சொல்லித் தப்பித்து விடலாம். ஆனால்... ஆனால்...

'இதோ இதுதான் என் பெட்டி.'

சிப்பந்தி அதன்மேல் பால் பாயிண்டினால் பெருக்கல் குறி போட்டு, அதைப் பெல்லட்டில் ஏற்றி வைத்தபோது அதன் உள்ளுக்குள்ளே இருந்த சிறிய க்ளாக் மெக்கானிஸத்தை 'டிக் டிக்'கை யாரும் கேட்கவில்லை.

டிராக்டரால் இழுக்கப்பட்டு பெட்டி ஏர்பஸ் விமானத்தில் ஏற்றப்பட்டதைப் பார்த்துக்கொண்டே இருந்தான்.

அவன் பெயர் சேதன்.

சேதன் விமானப் படிக்கட்டேறி ஹோஸ்டஸின் புன்னகையை மதிக்காமல் இருபத்தேழாம் வரிசையில் போய் உட்கார்ந்து கொண்டு, 'ஸ்வாகத்' இதழை எடுத்துக்கொண்டு கவனமில் லாமல் புரட்டினான். கால் பட்டனை அழுத்தி, தண்ணீர் கேட்டான். அருகில் வீற்றிருந்தவர் அவனை ஒரு வஸ்துவைப்

போலப் பார்த்தார். அவருடைய பெல்ட்டையும் சேர்த்துக் கட்டிக்கொள்ள முயற்சி செய்து விட்டு, ஓர் அசட்டுப் புன்னகையில் மன்னிப்புக் கேட்டு, கைக்கடிகாரத்தைப் பார்த்தான். இன்னும் ஒரு மணி இருபது நிமிஷம்.

'காபின் ரூம் ஆர்ம் ஆல் டோர்ஸ் ப்ளீஸ்' பைலட்டிடமிருந்து ஆணை பிறக்க, விமானக் கதவுகள் மூடப்பட்டு எஞ்சின் சுழலும் ஒலி கேட்கத் தொடங்க, சேதன் பிரமாதமாக வியர்த்துப் பக்கத்து சீட்டில் கூட வழியும் அளவுக்கு நனைந்திருந்தான்.

ஹோஸ்டஸ் அவன் அருகில் வந்து 'ஆர் யு ஆல்ரைட் ஸார்?' என்றாள்.

'நோ ப்ராப்ளம். நோ ப்ராப்ளம்' என்றான். பக்கத்து வரிசைப் பெண் குழந்தை கரிய கண்களுடன் எட்டிப் பார்க்க, திடுக்கிட்டான்.

'இந்தப் பெண் என்ன பாவம் செய்தாள்?'

சேதன் சீட்டுக்கு இருபது வரிசை முன்னால் ஏழாம் நம்பர் வரிசையில் இருந்த ராஜ் நாராயணன் என்பவரைக் கவனிக்கலாம்.

சேதனுக்கு நேர் எதிராக டிப் டாப்பாக ஆடை அணிந்து, சீட்டின் மேல் இருக்கும் படிப்பு விளக்கைப் பொருத்திக்கொண்டு, மீடியா லாப் என்ற புத்தகத்தைப் புரட்டி அடையாளம் வைத்திருந்த பக்கத்தில் இருந்து படிக்கத் தொடங்கியபோது, பையிலிருந்து ஒரு பால்பாயிண்ட் போன்ற வஸ்துவை எடுத்து, அதன் தலையை அழுத்த அதிலிருந்து 'தி டைம் இஸ் டூ ட்வெண்ட்டி' என்ற குரல் வந்தது. பக்கத்தில் வீற்றிருந்தவர் ஆச்சரியப்பட்டுத் திரும்ப ராஜ் நாராயண் புன்னகை செய்து, 'இது பால்பாயிண்ட் மற்றும் பேசும் கடிகாரம். நான் கண்டுபிடித்தது. என் பெயர். ராஜ். நான் ஒரு இன்வெண்டர்' என்று கையைக் கேட்டுக் குலுக்கினார்.

எக்ஸிக்யூட்டிவ் க்ளாஸைக் கடந்து காக்பிட் பிரதேசத்துக்கு வந்தால், விமானத்தின் காப்டன் மேத்தா 'ஸ்டார்ட் அப் க்ளியரன்ஸ்' வாங்கிக்கொண்டு, ஆல்ட்டி மீட்டரை அமைத்துக் கொண்டு இருந்தார். மேத்தா இருபது வருடம் அனுபவமுள்ள பைலட். சீக்கிரமே ரீஜனல் டைரக்டராகப் போகிறார். கணக்கில்லாத டேக் ஆப். கணக்கில்லாத லாண்டிங் செய்தவர். எப்போதும் நிதானத்தை இழக்காதவர்.

இன்று?

விமானம் மெள்ள மெள்ள பெங்களூரின் கிழக்கு மேற்கு ரன்வேயை நெருங்க, 'காபின் க்ரூ அட் யுவர் ஸ்டேஷன்ஸ் ஃபார் டேக் ஆஃப்' என்று மேத்தாவின் குரல் ஒலித்தது.

ஹோஸ்டஸ் சேதனுக்கு எதிரே தாற்காலிக ஸீட்டில் உட்கார்ந்து கொண்டு தன்னைப் பிணைத்துக்கொள்ள, ஏர் பஸ் விமானம் இரையுண்ட பறவை போல ஓடி லேசாகி லேசாகி முக்கால் ரன்வேயில் வான் நோக்கி ஜிவ்வியது.

விமானத்தில் மொத்தம் இருநூற்று ஐம்பது பேர் இருந்தார்கள்.

ராஜ் நாராயண் ஸீட் பெல்ட் 'நோ ஸ்மோக்கிங்' விளக்கை அணைத்ததும், தன் பைக்குள் தேடி சிகரெட் எடுத்து, அதை ஹோல்டரில் பொருத்திப் பக்கத்தில் இருப்பவரிடம் பாக்கெட்டை நீட்டினார். அவரும் புன்னகையுடன் ஒன்று எடுத்துக்கொள்ள, ராஜ் நாராயண் தன் லைட்டரை ஒரு முறை க்ளிக்கினதும் 'ஜன கண மண' கேட்டது.

'என்ன இது?'

'தேசிய லைட்டர்.'

'இது உங்கள் தொழிலா?'

'எது?'

'விநோதங்கள் தயாரிப்பது.'

'ஆ. என் பேரில் நாற்பத்தாறு பேட்டண்ட் இருக்கிறது. இதைப் பாருங்கள். இது என்ன?'

'பென்சில்?'

'தப்பு. தர்மா மீட்டர், தொடுங்கள்.'

பக்கத்து ஸீட்காரர், தயக்கத்துடன் தொட, 'உங்கள் உடல் உஷ்ணம் தொண்ணூற்று ஒன்பது' என்று குரல் கேட்டது.

'ரிமார்க்கபிள்! இதை நீங்கள் நிறையச் செய்து விற்கலாமே?'

'இதைப் போய்ச் சொல்கிறீர்களே! இன்னும் எத்தனை கண்டுபிடிப்புகள் தெரியுமா? ஒரு ஸோலார் கார், விண்ட் பைக், பெட்ரோல் ஸேவர், எத்தனை! என்னைப் புரிந்துகொள்ள மினிஸ்ட்ரியில் ஆள் இல்லை.'

சேதன் கால் பட்டனை அழுத்தி ஹோஸ்டஸை வரவழைத்துத் தண்ணீர் கேட்டான். கொடுத்துவிட்டு கால் பட்டனை அணைத்து விட்டு, காபினுக்கு சென்று, 'இருபத்தேழு ஸி-அந்த ஆள் இதுவரை ஒரு காலன் தண்ணீர் குடித்து விட்டான்' என்றாள்.

'அவனைப் பார்த்தால் சந்தேகமாக இருக்கிறது' என்றாள் சக ஹோஸ்டஸ்.

'எனக்குப் பயமாக இருக்கிறது! ஸ்டிவர்டிடம் சொல்லலாமா? இல்லை காப்டனிடம்?'

'வேண்டாம் ஒருவேளை ஹார்ட் அட்டாக்கோ என்று எனக்குத் தோன்றுகிறது. வியர்வையைப் பார், வெள்ளம்! எதற்காக?'

கிம்மி என்று அழைக்கப்பட்ட அந்த விமானப் பெண் சேதனை நெருங்கி, 'எக்ஸ்க்யூஸ்மி ஸார். ஆர் யூ ரியலி ஆல் ரைட்?'

சேதன் புன்னகை செய்து, 'நோ ப்ராப்ளம்! எனக்கு ஒரு கிளாஸ் தண்ணீர் கொண்டு வந்து கொடுத்தால் போதுமானது' என்றான். விரல்கள் தபலா வித்வான் போல நடுங்கின.

'ராஜ், நீங்கள் இப்போ எதற்கு டெல்லி செல்கிறீர்கள்?'

'இன்வென்ஷன்ஸ் ப்ரமோஷன் போர்டு மற்றும் ஏர்போர்ட் அத்தாரிட்டி அதிகாரிகளுக்கு என் கண்டுபிடிப்பு ஒன்றைக் காட்டப் போகிறேன்.'

'என்ன கண்டுபிடிப்பு?'

ராஜ் தன் பையில் இருந்த வஸ்துவைக் காட்டி, 'கால்குலேட்டர் இல்லை இது. பாம் டிடெக்டர்.'

'அப்படியென்றால்?'

'இப்போது இந்த ப்ளேனில் பாம் வைத்திருக்கிறது. வெடிகுண்டு வைத்திருக்கிறது என்று பேச்சுக்கு வைத்துக்கொள்வோம். அதை இது கண்டுபிடித்துச் சொல்லி விடும்.'

'ஆச்சரியம். இந்த மாதிரி சாதனத்துக்கு இந்தக் காலங்களில் ரொம்ப வரவேற்பு இருக்குமே?'

'ஆம்! அதனால்தான் ரொம்ப ஜாக்கிரதையாக இதை அறிமுகப் படுத்த விரும்புகிறேன். எவனாவது என் கண்டுபிடிப்பை காப்பி

அடித்து விட்டால், கோடிக்கணக்கில் பணம் பண்ணி விடுவான். என்னாலேயே இந்தக் கண்டுபிடிப்பை நம்ப முடியவில்லை.'

சேதன் எழுந்து டாய்லெட் அருகில் நின்றபோது, ஹோஸ்டஸைப் பார்த்து அரை மனதாகப் புன்னகை செய்ய, அவள் கண்களில் கலவரம் அதிகமாகியது. 'திஸ் மான் இஸ் நாட் கிம்.'

கேப்டன் மேத்தா விமானத்தை 'க்ருய்ஸிங் ஆல்டிட்'யூடில் கொண்டு விட்டு, அதை ஆட்டோ பைலட்டுக்கு மாற்றிச் சுதாரித்துக்கொண்டு, மெட் ரிப்போர்ட்டைப் பார்த்தார். 'நல்ல டெய்ல் விண்ட்ஸ் குமார். இருபது நிமிஷம் முன்னாலேயே டெல்லிக்குப் போய் விடலாம்.'

ஹோஸ்டஸ் காப்பி கொண்டு கொடுத்தபோது, 'எவ்ரி திங் ஓகே மிஸ்' என்றார்.

'ஒரு பயணி கொஞ்சம் நெர்வஸாக இருக்கிறார். இருபத்தேழாம் வரிசை.'

'முதல் பயணமாக இருக்கும்.'

'அப்படித் தோன்றவில்லை.'

ராஜ் அந்தச் சின்ன அட்டை போல இருந்த கருவியை ஆர்வத்துடன் சக பிரயாணிக்கு விளக்கிக்கொண்டிருந்தார். 'ஒரு லித்தியம் ஸெல் போதுமானது. அதில் ஒரு க்ளாக் அனலைஸர் அக்கோஸ்டிக் ஸிக்னேச்சர் அனலைஸர் என்று எத்தனையோ சமாசாரம் இருக்கிறது.'

'இது என்ன செய்யும்?'

'ஆன் பண்ணிவிட்டு இப்படி அப்படிக் காட்ட வேண்டும். அருகாமையில் பாம், வெடிகுண்டு ஏதாவது இருந்தால் இதில் உள்ள பீப்பர் பீஈஈப் என்ற சத்தம் போடும்.'

'இப்போது போடுகிறதே, அது போலவா?'

'அது போலத்... என்ன? இது இப்போ சத்தம் போடுகிறதா?'

'ஆம்.'

கருவி பீஈஈ என்று பிடிவாதக் குரல் கொடுத்துக்கொண்டிருந்தது.

சக பயணி, 'ஸம் திங் ராங். உங்கள் கருவி இந்த விமானத்தில் வெடிகுண்டு வைத்திருக்கிறதாகச் சொல்கிறது. அபத்தம்!' என்றார்.

ராஜ் அந்தக் கருவியை அசைத்து, அணைத்து, குலுக்கி, தட்டி மறுபடி ஆன் செய்தார். மறுபடி பீஈஈஈப் என்று ஒலித்தது. சின்னதான குரல்தான். ஆனால், ஏதோ ஒரு விதத்தில் அது அச்சுறுத்தியது.

'இம்பாஸிபிள்' என்று ராஜ் அதைச் சற்று முன்னே கொண்டு போக, அதன் பீஈஈஈப் அதிகரித்தது. மேலே கொண்டு வரக் குறைந்தது. காலருகில் வைத்துப் பார்க்க, இன்னும் ஒலி அதிகரிக்க, 'நோ என்னால் நம்ப முடியவில்லை.'

'என்ன?' என்றார் சக பயணி நடுங்கும் குரலுடன்.

'இந்தக் கருவியின்படி இந்த விமானத்தில் ஒரு வெடிகுண்டு வைத்திருக்கிறது. அதுவும் இந்த ஸீட்டுக்குக் கீழே ஹோஸ்டில் இருக்கிறது.'

'அது எப்படிச் சாத்தியம்! உங்க கருவி பழுதடைந்திருக்க வேண்டும். சரியாக டிஸைன் பண்ணவில்லையோ என்னவோ?'

'இல்லையே. புறப்பட்டு வரும் முன்தானே 'செக்' பண்ணி னேன். எல்லாம் சரியாகத்தானே இருந்தது. ஒரு நிமிஷம்' என்று அதன் பொத்தான்களைத் தொட்டு,

'ஸெல்ப் டெஸ்ட் பண்ணிப் பார்க்கிறேன்' என்றார். கருவி 'ஸெல்ப் டெஸ்ட் ஒகே' என்றது.

'சரியாகத்தான் இருக்கிறது.'

'என்ன ஸார் புரளி கிளப்பி விடுகிறீர்கள்?'

'புரளி இல்லை.'

'இதற்கு என்ன அர்த்தம்!' என்று கைக்குட்டையை எடுத்து வியர்வையைத் துடைத்துக்கொண்டு கேட்க,

'நிச்சயம் இந்த விமானத்தில் ஒரு பாம் இருக்கிறது!'

'ஐயோ! என்ன ஸார் சொல்கிறீர்கள்? ஒருவரை நிம்மதியாகப் பிரயாணம் செய்யவிடாமல் என்ன ஒரு அதிர்ச்சி தருகிறீர்கள்? சரியாகப் பாருங்கள் ஸார்.'

ராஜ் மீண்டும் மீண்டும் தன் கருவியைப் பொருத்திப் பொருத்தி அணைத்து அணைத்துப் பார்க்க, அது ஒவ்வொரு முறையும் பிடிவாதமாகப் பீஈஈஈப் என்றுதான் எச்சரித்துக்கொண்டிருந்தது.

'இப்போது என்ன செய்வது?'

'கலவரப்பட வேண்டாம். லெட் மி திங்க், லெட் மி திங்க்...'

ராஜ் தன் ஸீட்டின் மேலிருந்த கால் பட்டனை அழுத்தினார். சிவப்புப் பவழம் போல அது ஒளிர, அதைக் கவனித்து ஹோஸ்டஸ் கிம்மி அங்கு வந்து, 'எஸ் ஸார்?' என்றாள்.

'மிஸ் எனக்குக் காப்டனைப் பார்க்க வேண்டும்.'

'ஸாரி ஸார், ஃப்ளைட் டெக்கில் யாருக்கும் அனுமதி இல்லை.'

'ரொம்ப முக்கியமான விஷயம்.'

'என்னவென்று சொன்னால் அவரிடம் போய்ச் சொல்கிறேன்.'

'ஒரு காகிதத்தில் எழுதிக்கொடுக்கிறேன்' என்று தன் ப்ரீஃப் கேஸிலிருந்து ஒரு மஞ்சள் காகிதத்தை எடுத்துத் தன் பால் பாயிண்டைத் திறந்து, அது மணி சொன்னதை நிராகரித்து, 'காப்டன் பேர் என்ன?' என்றார்.

'காப்டன் மேத்தா.'

'டியர் காப்டன் மேத்தா, என் பெயர் ராஜ் நாராயண். நான் ஒரு விஞ்ஞானி.

இந்த விமானத்தில் ஒரு வெடிகுண்டு இருக்கிறது.

உடனே உடனே இறங்க வேண்டும். சத்தியம்! பொய்யில்லை. எல்லோர் நலமும் கருதி.

ராஜ்'

என்று கையெழுத்திட்டு அதை மடக்கி, 'இதை காப்டனிடம் கொடுத்து விடு. ரொம்ப அவசரம்' என்றார்.

காப்டன் மேத்தா ஐ.என்.எஸ்ஸில் இணைந்திருந்த விமானத்தின் பல்வேறு மீட்டர்களை ஒரு நோட்டம் விட்டு, திருப்தியுடன் சுற்றிலும் பார்த்தார். வெளிர் நீல வானத்தில் வெகு தூர மேகத் தீற்றல்கள். ரொம்ப அமைதியான பயணம் என்று மனத்தில் எண்ணிக்கெண்டபோது, 'காப்டன்' என்று ஹோஸ்டஸ் உள்ளே வந்து அந்தக் காகிதத்தை நீட்ட,

'என்ன கிம்மி?'

'ஒரு பயணி இதை உங்களிடம் கொடுக்கச் சொன்னார். அவசரம் என்றார்.'

அந்தக் கடிதத்தை அவர் பிரித்து, படித்து, யோசித்து, 'ஆசாமி எப்படி இருக்கிறார்?'

'புரியவில்லை.'

'தோற்றம் எப்படி?'

'பார்த்தால் கனவான் போலத்தான் இருக்கிறர். ஒழுங்காக உடையணிந்துகொண்டு ஒரு கம்பெனி எக்ஸிக்யூட்டிவ் போல.'

'யாரோ ஒரு பயணி மிகவும் படபடப்பாக இருப்பதாகச் சொன்னாயே?'

'அது வேறு ஒருத்தர், இருபத்தேழாம் வரிசையில்.'

'இப்போது அந்த ஆசாமி எப்படி இருக்கிறார்?'

'வியர்த்து விறுவிறுத்து அடிக்கடி தண்ணீர் கேட்டுக்கொண்டு.'

'இந்தக் கடிதத்தைக் கொடுத்தவர் வேறு ஆள்?'

'ஆம்! அதில் என்ன எழுதியிருக்கிறது?'

'சொல்கிறேன்' காப்டன் மேத்தா ஹெட்ஸெட்டைக் கழற்றி ஸீட்டின் மேல் வைத்தார்.

'குமார், கொஞ்சம் பார்த்துக்கொள்' என்று கோ பைலட்டிடம் சொல்லிவிட்டு, காப்டன் மேத்தா எழுந்து ராஜ் நாராயண் இருந்த வரிசைக்கு வந்தார். 'குட் ஆப்டர் நூன். நீங்கள்தான் சீட்டு அனுப்பினீர்களா?' மேத்தா, ராஜ் நாராயணை அளவிடுவது போலப் பார்த்தார். தோற்றத்தில் நம்பிக்கை இருந்தது. கண்களில் உண்மையான கலவரம் இருந்தது.

‘ஆம் காப்டன். விஷயம் அவசரம்.’

‘எப்படிச் சொல்கிறீர்கள்?’

ராஜ் நாராயண், ‘காப்டன், உங்களுக்குக் கலவரம் ஏற்படுத்துவதற்கு மன்னிக்கவும். இந்தக் கருவி நான் கண்டுபிடித்தது. இது ஒரு விதமான ‘ஸிக்னேச்சர் அனலைஸர்’ என்று பெயர். விமானத்தில் வெடிகுண்டு இருந்தால், இதோ பாருங்கள். இந்த மாதிரி பீஈஈஈஈப் என்று சத்தம் போடும். எனக்குச் சந்தேகமாக இருக்கிறது.’

‘எனக்கு இந்த விஞ்ஞான விஷயங்கள் எல்லாம் புரியாது.’

‘சுருக்கமாகச் சொன்னால், நீங்கள் கால தாமதம் செய்யாமல் உடனே இந்த விமானத்தை இறக்க வேண்டும்.’

‘மிஸ்டர் ராஜ் நாராயண், நீங்கள் சொல்லும் கூற்றின் நிஜத்தை எப்படி... என்று...’

‘காப்டன், இதையெல்லாம் அநாவசியமாக விவாதித்து நேரத்தை வீணாக்க வேண்டாம். உடனே இறக்க ஏற்பாடு செய்யுங்கள். நான் உத்தரவாதம்!’

காப்டன் மேத்தா மறுபடி ராஜ் நாராயணனையும் அந்தக் கருவியையும் பார்த்து, ‘இந்த விமானத்தில் ஏற்றப்பட்ட ஒவ்வொரு பொருளும், பெட்டியும் உடைமையும் பயணிகளால் அடையாளம் காட்டப்பட்ட பின்தான் ஏற்றப்பட்டது என்பது தெரியுமல்லவா உங்களுக்கு?’

‘தெரியும். ஆனால், பாம் இருக்கிறது. எப்படியோ வந்திருக்க வேண்டும். யாராவது ஒரு பைத்தியக்காரன் அல்லது கிறுக்கன் உடன் கொண்டுவந்திருக்கலாம்.’

கிம்மி, ‘அந்த இருபத்தேழாம் வரிசைக்காரர்!’ என்றாள்.

‘ஒரு நிமிஷம்’ என்று மேத்தா அங்கிருந்து மெள்ள மெள்ள சேதனை அணுகினார்.

‘குட் ஆஃப்டர் நூன்.’

சேதன் சந்தேகத்துடன் மேத்தாவைப் பார்த்தான்.

‘உடம்பு சரியில்லையா?’

'எல்லாம் சரிதான்.'

'உங்கள் பெயர்?'

'எதற்கு?'

மேத்தா அவன் கலைந்த தலையையும் வெள்ளம் போல வியர்த்திருந்ததையும் இப்போது புதிதாக நடுங்கத் தொடங்கி விட்ட விரல்களையும் பார்த்தார்.

'மிஸ்டர், யுர் கேம் இஸ் அவுட்.'

'என்ன சொல்கிறீர்கள்?'

'நீங்கள் கொண்டு வந்ததைக் கண்டுபிடித்தாகி விட்டது!'

'நான்சென்ஸ்! என்ன சொல்கிறீர்கள் என்றே புரியவில்லை.'

மேத்தா அவனைத் தகிக்கிறாற் போலப் பார்க்க, அந்தப் பார்வையைத் தாங்க இயலாமல் அவன் கண்கள் தாழ்ந்தன.

அந்த வரிசையை விட்டு விலகும்போது பக்கத்தில் இருந்த பயணி, 'எனிதிங் ராங் காப்டன்?' என்றார்.

'நத்திங், நத்திங்' என்று மீண்டும் ராஜ் நாராயணனின் இருக்கைக்கு வந்தார். 'மிஸ்டர் ராஜ். நீங்கள் சொல்வது எல்லாம் பொய் என்று மட்டும் நிரூபணமாகி விட்டால் என்ன செய்வது உங்களை?'

'எனக்குத் தண்டனை கொடுங்கள். நஷ்ட ஈடு கேளுங்கள். கைது பண்ணுங்கள். என்னை என்ன வேண்டுமானாலும் செய்யுங்கள். ஆனால், இறக்குங்கள் ப்ளீஸ். இத்தனை பேரின் உயிரைப் பணயம் வைக்க வேண்டாம்!'

'லுக்! இப் இட் இஸ் எ ஃபால்ஸ் அலார்ம் யு ஹாட் இட். உன்னை அப்படியே உயிரோடு வேக வைத்து விடுவார்கள்.'

'தயார் நான்.'

காப்டன் மேத்தா அந்தக் கருவியை மறுபடியும் நம்பிக்கை இல்லாமல் பார்த்து விட்டுத் திரும்பத் தன் இருக்கைக்குச் சென்று ஏரியா கண்ட்ரோலைக் கூப்பிட்டார்.

'விமானத்தில் ஒரு வெடிகுண்டு இருப்பதாக எச்சரிக்கை இருக்கிறது. திரும்ப வருகிறோம். எமர்ஜென்ஸி லாண்டிங்குக்கு

ஏற்பாடு செய்யவும். தீ அணைப்புப் படைக்குச் சொல்லவும். மேலும் ஒரு பயணியைக் கைது செய்ய போலீஸ் படையினருக்கும் ஏற்பாடு செய்யவும்.'

'ராஜர்' என்றது ரேடியோ பதில்,

'மன்னிக்கவும். இரண்டு பயணிகளைக் கைது செய்ய வேண்டும்.'

'ராஜர்.'

'கிம், அந்தப் படபடப்பான பயணியின் ஸீட் நம்பர் என்ன சொன்னாய்?'

'இருபத்தேழு ஸி காப்டன்.'

'அவன் மேல் ஒரு கண் வைத்திருக்கவும்.'

விமானத்தின் ஸ்பீக்கரில் மேத்தாவின் குரல் அழுத்தமாக ஒலித்தது. 'லேடீஸ் அண்ட் ஜென்டில்மன், திஸ் இஸ் யுவர் காப்டன் ஸ்பீக்கிங். ஒரு இயந்திர சம்பந்தமான கோளாறினால் நாம் மீண்டும் பெங்களூர் செல்கிறோம். இன்னும் நாற்பது நிமிடத்தில் இறங்கி விடுவோம். கலவரப்படவோ, கவலைப் படவோ தேவையே இல்லை. ஒரு விதமான சந்தேகத்தின் பேரில் எச்சரிக்கைக்காக இந்த நடவடிக்கை. உங்களுக்கு இதனால் ஏற்படும் அசௌகரியத்துக்கு வருந்துகிறேன்.'

அறிவிப்பைக் கேட்டதும் பிரயாணிகள் மத்தியில் சலசலப்பு ஏற்பட்டு, ஒருவரை ஒருவர் பார்த்துக்கொண்டு கேள்வி கேட்கத் தொடங்கினார்கள். சேதனைப் பல பேர் உற்றுப் பார்க்க, அவன் அசட்டுத்தனமாக இங்குமங்கும் பார்த்தான். 'எனக்கு ஒன்றும் தெரியாது!'

ஹோஸ்டஸிடம் சிலர் வந்து, 'எனிதிங் ராங்?'

'நத்திங், நத்திங்.'

'பின் ஏன் திரும்புகிறோம்?'

'டெக்னிக்கல் ஃபால்ட்' என்றாள் முப்பதாவது முறையாக.

'ஏதாவது ஹைஜாக் சமாசாரமா? இதோ இவன்தானா!'

'இல்லை, நீங்கள் போய் உட்காருங்கள்!'

'இல்லை, ஏதாவது வெடிகுண்டு விபத்தா?'

'அப்படியெல்லாம் இல்லை. நீங்கள் அமைதியாகப் போய் உட்கார்ந்தால் மற்ற பயணிகளைக் கவனிக்க முடியும்.'

'ஆம். அப்படித்தான் காப்டன் சொல்லியிருக்கிறார்.'

சேதன் தன் கைக்கடிகாரத்தைப் பார்த்துக்கொண்டான்.

நாற்பது நிமிஷம் என்றால் அது வெடிக்க எத்தனை நிமிஷம் இருக்கிறது?

அருகில் இருந்த குழந்தை அவனைப் பார்த்துப் புன்னகை செய்ய, 'வாட்டர் ப்ளீஸ்!'

சேதன் திரும்பிப் பார்த்தபோது பல பிரயாணிகளும் கால் பட்டன் அழுத்த, பணிப் பெண்களுக்கும் சமாளிப்பது கஷ்டமா யிருந்தது. பலபேர் தண்ணீர் கேட்டுக்கொண்டிருந்தார்கள். சிலர் காபி வேண்டும் என்று அடம் பிடித்தார்கள்.

பலர் அதட்டலாகப் பேசிக்கொண்டிருந்தார்கள்.

பெங்களூர் விமான நிலையத்தின் ரன்வே விளிம்பில் ஆறு தீ வண்டிகள் காத்திருந்தன. பற்றாக்குறைக்கு நகரத் தீயணைப்புப் படையினரின் வண்டிகளுக்கும் சொல்லியிருந்தார்கள். ரன்வே கிளியர் செய்யப்பட்டு நிலையத்தின் அருகே பறந்துகொண்டி ருந்த விமானங்கள் அனைத்தையும் விலக்கி, எல்லோரும் காத்திருந்தார்கள். ஆம்புலன்ஸ் ஆறு வண்டிகள் காத்திருந்தன. உயர் போலீஸ் அதிகாரிகள், விமான நிலைய அதிகாரிகள் எல்லோரும் நிலையத்தில் பரபரப்புடன் காத்திருக்க, விமானம் மெள்ள மெள்ள இறங்கியது.

அதன் வயிற்றில் விதைத்திருந்த வெடிகுண்டு மெள்ள மெள்ளக் கணங்களை விழுங்கிக்கொண்டிருக்க...

டிக்...டிக்...டிக்...

விமானத்தில் ராட்சச டயர்கள் ரன்வேயில் தேய்த்துக் குதித்து, ரப்பர், தீய்ந்து ஸ்திரப்பட, மேத்தா உடனே அதை ரிவர்ஸ் ப்ராப்பில் போட்டு வேகம் குறைத்தார்.

'டிஸ்ஆர்ம் தி டோர்ஸ் அண்ட் ரிலீஸ் எமர்ஜென்ஸி எக்ஸிட்ஸ்!' என வெடித்தார்.

ஊளையிட்டுக்கொண்டு ஆம்புலன்ஸும் தீ வண்டிகளும் பின் தொடர விமானம் நின்றதும், அதன் உள்ளே பொதிந்திருந்த சறுக்குப் படிகள் விடுதலை பெற்று ரன்வேயில் விழ, பயணிகள் ஒவ்வொருவராக அதில் வழுக்கி வழுக்கி வெளியே அனுப்பப் பட்டனர்.

பயணிகள் முண்டியடித்து விமானத்தில் இருந்து இறங்கினார்கள்.

'லேடீஸ் அண்ட் ஜென்டில்மன் நோ பானிக்! நோ பானிக்! ப்ளீஸ்!' மெள்ள மெள்ள ஒவ்வொருவராக இருநூற்றைம்பது சொச்சம் பேரையும் வெளியேற்றப் பத்து நிமிடம் ஆயிற்று.

கேப்டன் மேத்தா கடைசியில்தான் வெளியே வந்தார்.

'வாட்ஸ் ராங் கேப்டன்? என்ன ஆச்சு?' எஞ்சினியரிங்கிலிருந்து வந்திருந்த அதிகாரி கேட்க...

'வேர் இஸ் தட் மேன்! வேர் இஸ் ஹி? ராஜ் நாராயண்!'

'இங்கேயே இருக்கிறேன் காப்டன். நான் என் பொறுப்பிலிருந்து விலக மாட்டேன்.'

'இந்த ஆசாமிதான் எல்லாவற்றுக்கும் காரணம்! விமானத்தில் வெடிகுண்டு இருக்கிறது என்று ஏதோ ஒரு கருவியை வைத்துச் சொன்னார். மிஸ்டர் ராஜ், இது மட்டும் போலியாக இருந்தால் யு ஆர் இன் ஃபர் பிக் ட்ரபிள், வேர் இஸ் யுவர் பாம்?'

'ஒருவரையும் வெளியே அனுமதிக்க வேண்டாம். எல்லோரையும் 'லவுஞ்'சில் இருக்கச் சொல். பயணிகளை விசாரித்து விட்டுத்தான் அனுப்ப வேண்டும்' என்றார் போலீஸ் அதிகாரி.

'மிஸ்டர் ராஜ் நாராயண், வாருங்கள் பாம் எங்கே இருக்கிறது என்று சொன்னீர்கள்?'

முன் பக்கத்து ஹோல்டில் தன் பையிலிருந்து அந்தக் கருவியை எடுத்து விமானத்தின் அருகில் அவர் செல்ல, மற்ற பேர் தயங்கித்தான் பின்சென்றார்கள்.

'இதோ இங்கே.'

'பாம் ஸ்குவாடைக் கூப்பிட்டிருக்கிறோம். ஜாக்கிரதை, ஜாக்கிரதை!'

சேதனின் பெட்டி கண்டுபிடிக்கப்பட்டு, அது திறமையாக விமானத்திலிருந்து நீக்கப்பட்டு, பத்திரமான இடத்துக்குக் கொண்டு செல்லப்பட்டு, பாம் ஸ்குவாடினால் அதன் ஃப்யூஸ் நீக்கப்பட்டுச் செயலிழக்கப்படு முன்... விமானத்தின் புல்வெளியில், தூரத்தில் பத்திரமாக...

டுமீல் என்று வெடித்தது.

சேதன் கைது செய்யப்பட்டான்.

பத்திரிகைகளில்...

இருநூற்றைம்பது பயணிகள் மயிரிழையில் தப்பினர் என்று அலறும் தலைப்பில் செய்தி வந்திருந்தது. ராஜ் நாராயணனின் போட்டோவும் பிரசுரித்திருந்தது.

டாக்டர் ராஜ் நாராயண் 'ஒரு மாதிரியான விஞ்ஞானி.'

'என்னிடம் நாற்பத்தேழு கண்டுபிடிப்புகள் இருக்கின்றன. அரசாங்கம் ஆதரவு தராமல் தவித்துக்கொண்டிருந்தேன். தற்செயலாக எனக்கு இந்த வாய்ப்பு கிடைத்தது. இனியாவது அவர்களுக்கு என் கண்டுபிடிப்பில் நம்பிக்கை வரும் என எதிர்பார்க்கிறேன்!'

அதே செய்தித்தாளின் மறுகோடியில் இண்டர்நேஷனல் ஏர் போர்ட் அத்தாரிட்டியின் உயர் அதிகாரி, ராஜ் நாராயண் கண்டு பிடித்துள்ள பாம் டிடெக்டர் கருவியை உடனடியாக ஒவ்வொரு விமான நிலையத்திலும் ஆர்டர் செய்யப் போவதாகவும், விமானப் பத்திரம் குறித்த சாதனங்களில் ஆராய்ச்சிக்கு அவர் கேட்டிருந்த நாற்பது லட்சம் ரூபாய் மான்யத் தொகையை அரசு உடனே கொடுக்கப் போவதாகவும் செய்தி வந்திருந்தது.

இந்தச் செய்திக் குறிப்பு டைம், நியூஸ் வீக் போன்ற வெளிநாட்டு பத்திரிகைகளிலும் வந்திருந்தது. இண்டியா டுடே, 'ட்ராமா இன்மிட் ஏர்' என்று அட்டைப் படக் கட்டுரை எழுதி, சேதனின் பூர்வீகத்தை அலசியிருந்தது. சர்வதேச சிவில் விமானக் கழகத்தில் இருந்து டாக்டர் ராஜ் நாராயண் கனடா, மான்ட்ரியாலுக்கு அழைக்கப்பட்டிருந்தார்.

போலீஸ் நிலையத்தில் சேதன் எதுவும் பேசவில்லை. எதைக் கேட்டாலும் ஏன் அப்படிச் செய்தாய் என்று திரும்பத் திரும்பக்

கேட்டபோது, 'இயக்கத்துக்காக, இயக்கத்துக்காக!' என்றுதான் சொன்னான்.

என்ன இயக்கம் என்று சொல்லவில்லை. அவன் ஒருவேளை பைத்தியமாக இருக்கலாம் என்று நிம்ஹான்ஸிலிருந்து ஒரு டாக்டர் அவனைப் பார்க்க வந்திருந்தார். 'சேதன் நீ செய்த காரியத்தின் தீவிரம் தெரியுமா?'

'தெரியும். அனைவரும் உயிரிழந்திருப்பார்கள்.'

'நீயும் உயிரிழந்திருப்பாய்.'

'ஆம்! பரவாயில்லை.'

'எதற்காக அப்படிச் செய்தாய்? உன் உயிரையே பணயம் வைத்தாய். இது ஒரு முறையில் கொலை, தற்கொலை. இரண்டுமே சேர்ந்த அவ்வளவு தீவிரமான குற்றத்தைச் செய்யக் காரணம் என்ன?'

'இயக்கம்! எனக்குச் சாவில் அக்கறையில்லை. எவன் செத்தால் என்ன? எவன் வாழ்ந்தால் என்ன? எங்கள் லட்சியம் நிறைவேறும் வரை கொன்றுகொண்டே இருப்போம். என் சகோதரர்கள் அங்கே சாகிறார்கள்!'

சேதன் பஞ்சாப் தீவிரவாதியா, ஈழமா, இல்லை போடோவா, இல்லை பாலஸ்தீனியனா, எது எப்படி என்று அவர்களால் இதுவரை கண்டுபிடிக்க முடியவில்லை. போலீஸ் லாக்கப்பில் ரிமாண்ட் செய்யப்பட்டு, மாஜிஸ்ட்ரேட் முன் அவன் வழக்கு தாக்கல் செய்யப்பட்டு, ஜுடிஷியல் லாக் அப் பெற்று, அவனை மத்தியச் சிறைச்சாலைக்கு அழைத்துச் சென்றனர்.

அடுத்த வாரம் அவன் அண்ணன் என்று சொல்லிக்கொண்டு சேதனைப் பார்க்க ஓர் இளைஞர் சிறைச் சாலைக்கு வந்தான். அருகில் யாரும் இல்லை என்று தெரிந்ததும் சேதன், 'ராஜீவ் என்ன ஒரு வாரமா ஆளையே காணலை? என்னைக் கை கழுவி விட்டுட்டீங்களோன்னு...'

'சேச்சே, பத்திரமா வர வேண்டியிருந்ததப்பா.'

'எல்லாம் ஆச்சுல்ல?'

'ஆச்சு.'

'சந்தோஷம்தானே?'

'சந்தோஷம்தான். ஆர்டர் கிடைச்சுருச்சு. பெரிய ஆர்டர் எக்ஸ் போர்ட் என்க்வய்ரி கிடைச்சுருச்சு. நாற்பது லட்சம் ரூபா ஸாங்ஷன் பண்ணிட்டாங்க. ஆராய்ச்சிக்கு!'

'ராஜ் நாராயண் என்ன சொல்றாரு?'

'மன்னிக்கச் சொன்னாரு. கனடா போயிருக்காரு. இயக்கம் இயக்கம்னே சொல்லிக்கிட்டிருக்கச் சொன்னாரு. நல்ல வக்கீலா வெச்சு உன்னை ஒரு வருஷத்துக்கு மேல் போடாமல் பார்த்துக்கறேன்னு சொன்னாரு.'

'நீ ஜெயில்லேருந்து திரும்பி வந்த மறுநாளே ஒப்பந்தத் தொகை கொடுக்கப்படும்னாரு. இந்தா பழம்.'

'நல்ல வக்கீலா பார்த்து வெக்கச் சொல்லுப்பா. கொசுத் தொல்லை தாங்கலை! இப்பவாவது ஒழுங்கா கருவியை அமைக்கச் சொல்லு. டேய் அது நிஜமாவே வேலை செய்யுதா?'

'எது?'

'அதான் வெடிகுண்டு கண்டுபிடிக்கிற சாதனம்?'

'வேலை செய்யுதோ இல்லையோ, வித்தாச்சு!'

க்ளாக் ஹவுஸில் புதையல்!

12

தெற்கு உத்தர வீதியில் இருந்த அந்த வீடு கண் முன்னால் செங்கல் செங்கல்லாகப் பாழாகிக் கொண்டிருந்தது. ஒருகாலத்தில் செல்வச் சிறப்பாக இருந்ததற்கு அதன் மேல் மாடியில் வைத்திருந்த காலி கடிகாரக்கூண்டு சாட்சி சொல்லிக் கொண்டிருந்தது. சீரங்கத்தில் முதன்முதல் அத்தனை பெரிய கடிகாரம் அமைத்து, போவார் வருவோர் எல்லாம் அண்ணாந்து மணி பார்க்கும் அளவுக்குப் பிரசித்தி பெற்றதால், அந்த வீட்டுக்கே க்ளாக் ஹவுஸ் என்று பெயர். க்ளாகோஸ் என்று நாளடைவில் வந்தது.

தைத் தேர் உற்சவத்தின்போது பெருமாள் அங்கு கருட வாகனத்தில் வருவார். நிதானமாக நின்று சேவை தந்து விட்டுப் போவார். தீப்பந்த வெளிச் சத்தில் தங்க முலாம் பூசப்பட்ட கருடனின் பிரதான மூக்குக்குப் போட்டியாகப் பார்த்தசாரதியின் மூக்கு நீட்டிக்கொண்டிருக்க, மார்பு வரை பட்டுச் சால்வை போர்த்திக்கொண்டு, மஞ்சள் காப்பும் துளசியும் வாங்கிக்கொண்டு, பெருமாள் சேவிப்பார் ஜே. பார்த்தசாரதி. இப்போது அதே வீட்டில் ஒரு மூலையில் முடங்கிக் கிடக்கிறார்.

எழுபத்தெட்டு வயது. இருப்பினும் அவரைச் செலுத்துவது யாதென்று இன்னமும் யாருக்கும் அர்த்தமாகவில்லை. மூக்கு மட்டும் பாக்கியிருக்க,

கன்னம் குறுகிப் போய் பொய்ப் பல் செட் பொருந்தாமல் போய் விழுந்து விட்டாலும் கண்களில் ஓர் எதிர்பார்ப்புப் பிரகாசமும் இருந்தது. வலது காது மந்தம். நெற்றியில் எழுபது வருட ஸ்ரீ சூர்ணச் சுவடு, கயிற்றுக் கட்டிலில் உட்கார்ந்துகொண்டு ஒரு பழைய கழுகு போலத்தான் இருந்தார்.

யாருக்கோ, எதற்கோ காத்திருப்பது போலக் காத்திருக்கக் காத்திருக்க அவரைச் சுற்றி அந்த வீடு மராமத்து இல்லாமல் ஷீணித்துக்கொண்டிருந்தது. அங்கங்கே பழைய காரை பெயர்ந்து செங்கற்கள் தெரிய ஆரம்பித்தன. முன் வாசலில் இருந்த சுமார் முப்பது படிகளின் விளிம்பில் சில செடிகள் தைரியம் பெற்று முளைக்கத் தொடங்கிவிட்டன. ஜே.பி. அந்த வீட்டின் கிழக்குப் பகுதியில் ஓர் அறையில் முடங்கிக் கிடந்தார். ஒரு தகரப் பெட்டி, பாஸ் புக், பழைய பார்க்கர் பேனா, கரிய மசியக் கூடு, ரத்னா ஸ்டுடியோவில் எடுத்த பழைய பழுப்பு போட்டோக்கள், ஜே.பி. இன்ஸ்பெக்டர் ஆஃப் ஸ்கூல்ஸாக இருந்தபோது அவருக்கு வாசித்தளிக்கப்பட்ட வரவேற்புப் பத்திரங்கள், எக்கோ ரேடியோ, சாவி கொடுக்கும் கிராமபோன், அரியக்குடி ராமானுஜ ஐயங்கார் இசைத் தட்டுகள்.

இவற்றுக்கு நடுவே புராதன ஜே.பி. யாருக்காகக் காத்திருக்கிறார் என்று பலர் பலதும் பேசிக்கொண்டார்கள். மூன்று மகன்கள் இருப்பதாகவும் ஒவ்வொருவரும் 'பிரில்லியெண்ட்' என்றும், ஒவ்வொருவரும் ஒவ்வொரு தேசத்தில் இருப்பதாகவும், அவர்கள் சீரங்கம் வரச் சான்ஸே இல்லை என்றும் பேசினார்கள். இரண்டு மனைவிகளும் உயிருடன் இருப்பதாகவும் இரண்டாம் மனைவி உறையூரிலிருந்து வருஷம் ஒருமுறை வைகுண்ட ஏகாதசியின்போது வந்து போவாள் என்றும் சொன்னார்கள். அவருக்குப் பன்னிரண்டு பேரன் பேத்திகள் என்றார்கள். துப்பாக்கி வைத்திருக்கிறார் என்றார்கள். இவ்வாறு பேருக்குப் பேர் அவரைப் பற்றிய விவரங்கள் மாறினாலும் ஒரு விஷயத்தில் எல்லாரும் ஒரு மனதாகச் சொன்னார்கள். க்ளாக் ஹவுஸில் புதையல் இருக்கிறது. அதனால்தான் அவர் பூதம் போல அதைப் பாதுகாத்து வருகிறார் என்று.

ஜே.பி. தினம் சாயங்காலம் கயிற்றுக் கட்டிலை வெளியில் கொண்டு வந்து போட்டுக்கொண்டு, பழுப்பான காகிதத்தை எடுத்துக் கண்ணுக்கருகில் வைத்து, பார்த்துக்கொண்டு ஏதோ விரல் விரலாகக் கணக்குப் போடுவார். அதைப் பல பேர்

புதையல் ரகசியத்தைக் கணக்குப் போடுகிறார். இன்னமும் அது புரிபடவில்லை என்று விளக்கம் தந்தார்கள். புதையலின் உள்ளடக்கத்தைப் பற்றியும் கருத்து வேறுபாடுகள் இருந்தன. ஒரு சிலர் ராமானுஜர் காலத்தில் முஸ்லிம் படையெடுப்பின் போது அவசரமாக நீக்கப்பட்டு ஒரு குடத்தில் பத்திரப்படுத்தப் பட்ட பெருமாள் நகைகள் என்றும், இப்போது அவர் அணிந்து கொண்டிருக்கும் நீலமேகத்தின் 'ஒரிஜினல்' அந்தப் புதையலில் இருக்கிறதாகவும் சொன்னார்கள்.

எப்படியோ! ஜே.பி தினம் தினம் அந்தப் பழுப்புக் காகிதத்தைத் தன் பெட்டியிலிருந்து எடுத்துக் கூர்ந்து பார்த்து, தவறாது இருட்டும் வரை கணக்குப் போடுவார்.

ஜே.பிக்கு ராத்திரி கோயிலிலிருந்து ததியோன்னமும் அரவணையும் வந்து விடும். அதைச் சாப்பிட்டு விட்டுப் படுத்து விடுவார். காலை மட்டும் ஒரு பரிசாரகன் வந்து பத்தியமாகத் தளிகை பண்ணி விட்டுப் போவான். அதற்கு அவனுக்கு மாதம் ஐம்பது ரூபாய் சம்பளமும், தை மாதத்தில் வாழைத் தார், நெல், ஒரு வேட்டி என்றும் கிடைக்கும். பரிசாரகன் பேர் ரங்கநாதன். இவன்தான் மைக்கேலை அழைத்து வந்தான்.

சீரங்கத்தில் இப்போதெல்லாம் வெள்ளைக்காரர்கள் வந்தால் கோயிலில் யாரும் கண்டுகொள்ள மாட்டார்கள். ஆனால், உத்தர வீதியில் தனிப்பட்ட வெள்ளைக்காரன் வர, அறையில் தட்டு வேட்டி கட்டி, மார்பில் அழுக்குப் பூணூலுடன் ரங்கநாதனால் அழைத்து வரப்பட்டதைச் சிறுவர்கள் வேடிக்கைப் பார்த்துப் பின்தொடர, அவர்களை விரட்டினான். செய்தி உத்தர வீதி முழுவதும் பரவி அலமேலு, எச்சுமி என்று பற்பலர் வாசலில் வந்து எட்டிப் பார்க்க, மைக்கேல் முகமெல்லாம் ரத்தமாகச் சிவந்து போய், அடிக்கடி ஹாட்டை எடுத்துக் கைக்குட்டையால் சொட்டைத் தலையைத் துடைத்துக்கொண்டு, நேராக க்ளோகோஸுக்கு வந்தான்.

ஜே.பி கயிற்றுக் கட்டிலில் படுத்துக்கொண்டு நிஷ்டையில் இருப்பது போல் இருந்தார்.

'மாமா! உங்களைத் தேடிண்டு வெளி தேசத்தில் இருந்து யாரோ வந்திருக்கா!' என்று இடது காதருகில் சொன்னான்.

'யார்ரா?'

'மிஸ்டர் பாழ்த்த ஸாரதி?' என்று மைக்கேல் கை குலுக்கினான்.

'யாரு?' என்று திகைத்து கலங்கிய கண்களால் மைக்கேலைப் பார்த்தார். நாற்பத்தைந்து வயதிருக்கும். சந்தன கலர் ஸூட் அணிந்து தங்கப் பல் தெரிய சிரித்தான். ஜே.பியின் நொய்ந்த கையைக் குலுக்கினான்.

'உங்கள் மகன் சாரங்கபாணி அனுப்பி வைத்தார் என்னை. என் பெயர் மைக்கேல் எடிங்டன்.'

'மாமா, உங்களைப் பார்க்கத்தான் வந்திருக்கானாம்.'

'கத்தாதடா! அங்கிருந்து சேரை இழுத்துப் போடு' என்றார்.

ரங்கு உள்ளேயிருந்து ஒடிசலான ஒரு நாற்காலியை எடுத்துப் போட, ஜே.பி எழுந்து பொட்டலமாக உட்கார்ந்தார்.

'வாட் ஃபர் யு ஹவ் கம்' என்றார் ஜே.பி.

'உங்கள் மகன் சாரங்கபாணி ஒரு கடிதம் கொடுத்தான். நான் யுனெஸ்கோவுக்காகச் சீரங்கத்துக்கு வந்திருக்கிறேன். யுனெஸ்கோ அதிகாரத் தொல்பொருள் ஆராய்ச்சியாளன்.'

ஜே.பி அந்தக் கடிதத்தை வெளிச்சத்தில் படித்தார். தமிழில் எழுதியிருந்தது.

மான்செஸ்டர், ஜூன் 18

அன்புள்ள அப்பாவுக்கு,

சாரங்கன் அனேக தெண்டன் சமர்ப்பித்த விஞ்ஞானபனம். இப்பவும் இந்தக் கடிதத்தைக் கொண்டுவரும் மைக்கேல் எடிங்டன் என்பவர் ஒரு யுனெஸ்கோ நிபுணர். இவரிடம் நம் வீட்டில் இருக்கும் அந்தப் பழைய காகிதத்தைப் பற்றிச் சொல்லியிருக்கிறேன். பார்க்க விரும்புகிறார். காட்டவும். இங்கு நானும் ஸெராவும் உன் பேரன் ஜார்ஜ் ரங்காச்சாரியும் சௌக்கியம்.

பின்குறிப்பு: மைக் நிபுணன். அந்தக் காகிதத்தில் எழுதியிருப்பதைத் துல்லியமாகப் படித்து விடுவான். அவனுக்குக் கிரந்த லிபிகூடத் தெரியும்.

அன்புடன் சாரங்கன்.

அவர் முழுதும் படிக்கக் காத்திருந்தான் மைக்கேல். ஜே.பி படித்து முடித்ததும் 'உங்களிடம் ஏதோ பழைய ஸ்க்ரிப்ட் இருப்பதாக...'

ஜே.பி ரங்கனைப் பார்த்து, 'ரங்கு, போடா.'

'இருக்கேன் மாமா. நாம் பாட்டுக்கு ஒரு ஓரத்தில.'

'போடான்னா!' என்று அதட்டினார்.

அவன் மைக்கேலிடம் காசு எதிர்பார்த்தான் போல. சற்று ஏமாற்றத்துடன் போனான்.

ஜே.பி மைக்கேலை உட்காரச் சொன்னார். அவர்களைச் சுற்றிலும் சின்னப் பையன்கள் கூட்டம் கூடி மைக்கேலின் கண்களைப் பார்த்து, 'பச்சை கண்ணு' என்று விமரிசித்துக் கொண்டிருக்க, மைக்கேல் மிகவும் அவஸ்தைப்பட்டான். 'கேன் வி கோ இன்' என்றான்.

ஜே.பி மெள்ள எழுந்து அவனைத் தன் அறைக்கு அழைத்துச் செல்ல, மைக்கேல் அந்த அறையில் இருந்த புராதன வஸ்துகளை ஆர்வமாகப் பார்த்தான்.

'உன்னிடம் அந்தக் கடிதத்தைக் காட்டுவதற்கு முன் சாரங்கன் புதையலைப் பற்றி ஏதாவது சொன்னானா மிஸ்டர் எடிங்டன்?'

'கால் மி மைக்.'

'கால் மி ஜே.பி.'

'ஜே.பி ஈஸி நேம்.'

ஜே.பி அவனைக் கிராமபோன் அருகில் உட்கார வைத்துவிட்டு, 'ரங்கு, காப்பி கொண்டு வாடா' என்றார். ரங்கு ஓர் ஓரத்தில்தான் காத்திருந்தான்.

'பீப்பிள் ஆர் க்யுரியஸ்' என்றான் மைக்.

'மைக். என் பேர் பார்த்தசாரதி. என் தாத்தாவின் பேரும் பார்த்தசாரதி.'

'சொல்லுங்கள்.'

'அவர் இறந்து போனபோது மிகச் சிறுவன். என் அப்பாவைச் சின்ன வயசிலேயே இழந்தேன். தாத்தாதான் என்னை வளர்த்தார். அவர் பிரிட்டிஷ் அரசில் ரெவின்யூ இன்ஸ்பெக்டராக இருந்தார். சிக்கனமாக நிறைய பணம் சேர்த்தார். இந்த வீடு க்ளாக் அவுஸ் அவர்தான் கட்டியது. சிதிலமாக இருந்ததை வாங்கி விரிவுபடுத்திக் கட்டினார். இடித்துக் கட்டும்போது அவருக்கு அந்தத் தகவல் கிடைத்ததாம்.'

'என்ன தகவல்?'

'இந்த வீட்டில் புதையல் இருப்பதாக.'

'என்ன புதையல்?'

'அது பற்றி விவரமே இல்லை. தாத்தாவுக்குத் தெரிந்திருந்ததா, இல்லையா என்பதே சந்தேகமாக இருக்கிறது. புதையலைப் பற்றி அவர் என்னிடம் ஒருமுறைதான் சொன்னார். அதுவும் செத்துப்போகும் தருணத்தில்.'

'அப்படியா, சொல்லுங்கள்?'

'இதோ இந்த அறையில்தான் இருந்தார். பங்காக்கள் ஆடிக் கொண்டிருக்க ஒரு பெட்ரோமாக்ஸ் விளக்கு வைத்திருந்தது. அப்போதெல்லாம் மின்சாரம் சீரங்கத்துக்கு வரவில்லை. தாத்தா தலைமாட்டில் நிறையப் புத்தகம் வைத்திருப்பார். பாதாம், முந்திரி போல வஸ்துகள் நிறைய வைத்துக்கொண்டு கொறிப்பார்...'

மைக் கொஞ்சம் ஆயாசமாக ஒரு கொட்டாவியை மென்று, கைக்கடிகாரத்தைப் பார்த்துக்கொண்டான்.

'மைக், ஆர் யு இன் ஹர்ரி?'

'நாட் அட் ஆல். சொல்லுங்கள்.'

'தாத்தா இறக்கும் தருவாயில் இருக்கிறார் என்பது எனக்குச் சரியாகத் தெரியவில்லை. யார் யாரோ வந்து போய்க் கொண்டிருக்க, என் மாமா துரைஸ்வாமி அய்யங்கார் என்று இருந்தார். அவர் கூப்பிட்டார். தாத்தா என்னைப் பார்க்க விரும்புகிறார் என்று.

'நான் போனதும் தாத்தா என் கையைப் பற்றிக்கொண்டு அந்த அலமாரியைக் காட்டினார். ரொம்பச் சிரமத்துடன் அலமாரியில் இருக்கும் புத்தகத்தை எடு என்றார். அது எங்கள் வம்சத்துக்கு முக்கியமான நாலாயிரத் திவ்யப் பிரபந்தம் என்னும் நூல்.'

'தெரியும். ஒன்பது பத்தாவது நூற்றாண்டு தெய்வீக இலக்கியம்.'

'அந்தப் புத்தகத்தை என் கையில் கொடுத்து, சன்னலைக் காட்டி அங்கே இருக்கிறது என்று காதோடு சொன்னார். எனக்குப் புரியவில்லை. 'புத்தகத்தில் இருக்கு' என்றார். சன்னலைக் காட்டினார்.

'எனக்கு அவர் சொன்னதும் கை விரல்கள் நான்கை விரித்து நான்கு என்று காட்டியதும் நான்கு லட்சமா, என்ன கணக்கு என்று புரியவில்லை. 'தலைக்குக் கீழாக' என்று திருப்பித் திருப்பிச் சொன்னார். புத்தகத்தை எடுத்து அதைப் பிரிக்கும்போது அவர் பிராணன் போய்விட்டது. எனக்குத் திகைப்பாக இருந்தது.'

மைக் இப்போது சுவாரஸ்யப்பட்டவனாக, 'புத்தகத்தில் என்ன இருந்தது?' என்றான்.

அவர் காட்டிய புத்தகத்தை நான் அப்படியே பத்திரமாக வைத்திருக்கிறேன்.'

'அதற்குள்தான் கடிதம் இருந்ததா?'

'ஆம்.'

'பார்க்கலாமா?'

ஜே.பி மெள்ள எழுந்து தகரப் பெட்டியை, பூணூலில் மாட்டி யிருந்த சாவி போட்டுத் திறந்து, அதிலிருந்து இன்னொரு சாவியை எடுத்து பீரோவிலிருந்த பழுப்புக் கவரை எடுத்துக் கொடுக்கும்போது அவர் விரல்கள் நடுங்கின. 'ஜாக்கிரதை காகிதம் பொடியாகி விடும் நிலையில் இருக்கிறது.'

பழைய காலத்துத் தபால் கவர் அது. கவருள் இருந்த, ஏறக்குறைய இலைப் பழுப்புக்கு வந்து விட்ட ஒரு காகிதத்தில கீழ்க்கண்டவாறு தமிழில் எழுதியிருந்தது.

'ராணி தலை கீழே புதையல் கொண்டு ராணி தலைகீழ்.'

'தமிழ் படிக்கத் தெரியுமா மைக்?'

'படிக்கத் தெரியும். ஆனால், பேச வராது. இது யார் ராணி?'

'அதைத்தான் நாற்பது வருஷமாக ஆராய்ந்து கொண்டிருக் கிறேன். இந்த வீட்டை எங்கள் தாத்தா வாங்குமுன் இது விஜயரங்க சொக்கநாதர் என்ற ஒரு அரச பரம்பரையின் வீடாக இருந்ததாக பிரிட்டிஷ் ரிக்கார்டுகள் சொல்லுகின்றன. அவருக்கு ருத்ர மாதா, ருத்ராம்பா என்று இரண்டு ராணிகள். அவர்களிடம் மிகுந்த செல்வங்களும் நகைகளும் இருந்ததாகவும், முஸ்லிம் படையெடுப்பின்போது ஒருத்தி இறந்தபோது, அத்தனையும் அவள் தலைமாட்டில் புதைத்து விட்டதாகவும் செய்திகள் கிடைத்துள்ளன.'

மைக்கேல் ஆழ்ந்த சிந்தனையில் இருந்தான். 'ராணி தலை கீழே என்பது தப்பான தமிழ் அல்லவோ? தலைக்குக் கீழே என்று இருக்க வேண்டுமல்லவா? இருமுறை எதற்கு எழுதியுள்ளது?'

'தமிழில் இந்தச் சுதந்தரங்கள் உண்டு.'

மைக்கேல் சன்னலுக்கு வெளியே பார்த்தான். 'இந்த வீட்டில் எங்காவது இருக்கிறது என்று...'

'நிச்சயம் இருக்கிறது. பெருமாளுக்குச் சொக்கநாதர் போட இருந்த மற்றொரு நீலமேகத்தைப் பற்றியும் குறிப்பு உள்ளது. அதுவும் நகைகளில் சேர்ந்து புதைந்திருக்க வேண்டும்.'

'வீட்டைத் தோண்டிப் பார்த்துவிட்டீர்களா?'

'இல்லை, தயக்கமாக இருக்கிறது. வீடு, பெரிய வீடு. நான் தனியாள். மற்றவர்கள் உதவியை நாடினால் இந்த வீட்டைப் பற்றிய வதந்திகள் அதிகம் ஆகிப் பேராசைக்காரர்கள் ரொம்ப வும் நஷ்டம் பண்ணி மொய்த்து விடுவார்கள். தனியாகத் தோண்டும் திறனில்லை. அதனால்தான் முதலில் எங்கே புதைந்திருக்க வேண்டும் என்று கண்டுபிடிக்க முடிந்தால் அப்புறம் தோண்டலாம், அதற்கான குறிப்புக் காகிதத்தின் பின் புறம் இருக்கிறது பார்!'

மைக் அந்தப் பழுப்புக் காகிதத்தைத் திருப்ப, அதில் 8-12-6 என்று எழுதியிருந்தது. 'இதற்கு என்ன அர்த்தம்?'

‘இது புதைத்த இடத்தைக் கண்டுபிடிக்கக் குறிப்பு என்று எண்ணுகிறேன், எனக்குச் சரியாகப் புரியவில்லை.’

‘எட்டு அடி, பன்னிரண்டு அடி, ஆறடி என்று ஒவ்வொரு மூலையில் இருந்தும் அளந்து பார்த்தால்?’

‘பார்த்து என்ன செய்வது, எத்தனை இடத்தில்தான் தோண்டுவது?’

‘தோண்டியிருக்கிறீர்களா?’

‘இல்லை.’

மைக்கேல் தன் கைக்கடிகாரத்தைப் பார்த்தான். ‘நேரமாகி விட்டது. நான் திருச்சிக்கு என் ஓட்டல் அறைக்குச் செல்கிறேன். இதைப் பற்றி நான் ராத்திரி சிந்தித்து, காலை மறுபடி தங்களைச் சந்திக்க வருகிறேன்.’

‘மைக், எனக்கு அந்தப் புதையலில் என்ன இருக்கிறது என்று தெரிந்தால் போதும். இந்த வயசில் எனக்குப் பணத்தின் மதிப்பு, அர்த்தம் எல்லாமே வேறு. புதையல் கிடைத்தால் அதைப் பெருமாளுக்குத் திரும்பக் கொடுத்து விடுவதாக வேண்டிக் கொண்டிருக்கிறேன்.’

‘கிடைக்கட்டும். எனக்கு அந்த நீலமேகம் என்னும் நீலக் கல்லைப் பற்றித்தான் ஆர்வம். கிடைத்தால்... உலகிலேயே மிகப் பெரிய நீலம் அதுதான் என்று தோன்றுகிறது. இப்போது உங்கள் பெருமாளின் மார்பில் இருப்பதே பெரிய கல்தான்.’

மைக்கேல் போனதும் ரங்கு ததியோன்னம் கொண்டு வந்தான்.

‘மாமா, அரவணைக்கு இன்னும் நாழியாகுமாம். வெள்ளைக் காரன் போய்ட்டானா? அவனுக்கு பிளாஸ்க்கில காபி கொண்டு வந்தேனே?’

‘நீ சாப்பிடு ரங்கு.’

‘மாமா அவன் என்ன சொன்னான்?’

‘என்ன?’

‘புதையலைப் பத்தி!’

‘புதையலா, என்னடா உளர்றே?’

‘ஏம் மாமா பொய் சொல்றீங்க! புதையல் தோண்டறதுக்குத்தான் வந்திருக்கார்ன்னு சீரங்கமே பேசிக்கிறது.’

‘போடா கெட்ட பசங்களா! வெறும் அக்கப்போர்.’

‘அப்படின்னா ஏன், எதுக்காக மாமா உங்களை வெளி தேசத்தி லேருந்து தேடிண்டு வரணும்?’

‘அவன் ஏதோ ரிஸர்ச் பண்றான். அதுக்கான குறிப்புகளைக் கேட்க வந்திருக்கான்.’

‘அப்படியா!’ என்று ரங்கு நம்பிக்கையில்லாமல் சொல்லி விட்டுப் போகும்போது, ‘மாமா புதையல் கெடைச்சா எனக்கு ஒரு செகனான்ட் சைக்கிளாவது வாங்கித் தருவீங்களா?’ என்றான்.

‘போடா.’

அடுத்த மூன்று தினங்கள் மைக்கேல் வரவில்லை. நாலாவது தினம் மாலைதான் வந்தான். சுமாரான அளவுள்ள ஒரு கறுப்பு ட்ரங்குப் பெட்டியையும் கொண்டுவந்திருந்தான். ‘குட் ஈவினிங் மிஸ்டர் பார்த்தஸாழதி, ஹௌ ஆர் யூ?’

‘என்ன ஏதாவது தெரிந்ததா?’

‘நிறைய, சொல்கிறேன். ராத்திரி பூரா நான் தூங்கவில்லை. அந்த எண்கள் என்னைத் துரத்தித் துரத்தி வந்தன. அதன்பின் இந்த மாதிரிப் புதையல் தேடலில் முக்கியமாக நாம் கவனிக்க வேண்டிய விஷயம் எது, அவசியமான தகவல் எது, அவசிய மில்லாத தகவல் என்பதே. இந்தப் பழுப்புக் கடிதத்தில் இருந்த குறிப்பில் அவசியமான தகவல் அந்த ராணியின் தலையின் கீழ் இருக்கிறது. செல்வம் என்கிற வாக்கியம்.’

‘பின் பக்கத்தில் இருந்த எண்கள்?’

‘அது அந்தக் காகிதத்தில் அவசியமில்லாத தகவல். அது ஒரு தேதியாக இருக்கலாம் அல்லது ரூபாய் அணா பைசா கணக்காக இருக்கலாம். எட்டு, பன்னிரண்டு, ஆறு என்பது டிசம்பர் எட்டாம் தேதி 1906-ம் ஆண்டாக இருக்கலாம். அல்லது எட்டு ரூபாய் பன்னிரண்டு அணா ஆறு பைசாவாக இருக்கலாம். இரண்டுமே தேவையில்லாத, சம்பந்தமில்லாத விவரங்கள். உங்கள் தாத்தா அவசரமாக எழுதுவதற்குக் காகிதம்

கிடைக்காமல் ஏதாவது நோட்டுப் புத்தகத்தில் இருந்து கிழித்து எழுதியிருக்கலாம். மறுபக்கத்தில் இந்தத் தேதியோ, ரூபாய் கணக்கோ இருந்திருக்கலாம். இப்படி யோசிக்கும்போது அந்த எண்களின் அவசியம் நீக்கினபின் சுதந்தரமாக ராணியின் சடலம் புதையுண்ட இடத்தைத் தேட முடிகிறது. விஜயரங்க சொக்க நாதரின் சரித்திரத்தைப் பற்றி முழுக்கப் படித்ததில் அவர்கள் வம்ச வழக்கம் இறந்தவர்களை மாடிப் படியருகே படிகளுக்குக் கீழ் புதைப்பார்களாம். இந்தத் தகவல் எனக்குக் கிடைக்க மூன்று தினமாயிற்று. அதுதான் தாமதம். மிஸ்டர் ஜே.பி, இந்த வீட்டில் மாடிப்படி எங்கெல்லாம் இருந்தது?'

'இரண்டு படிகள் இருந்தன. கூடத்தின் ஓரத்தில் ஒன்று. புறக் கடைப் பக்கம் ஒன்று. மொட்டை மாடிக்குச் செல்ல...'

'முதலில் அதைத் தோண்டிப் பார்ப்போம். கூடத்தில் புதைத் திருக்கச் சாத்தியம் குறைவு.'

மைக்கேல் தன் பெட்டியைத் திறந்தான். அதிலிருந்த டார்ச் விளக்கை எடுத்தான். மற்றோர் உறையிலிருந்து ஒரு சாதனத்தை எடுத்துப் பொருத்தினான்.

'இது என்ன?'

'சிறிய எலக்ட்ரிக் ஹாமர் என்று சொல்வார்கள். மின் சக்தியில் இயங்கக்கூடியது. நிமிஷமாகத் தரையை உடைத்துத் தோண்டும்.'

'சத்தம் வருமா?'

'அதிகமில்லை.' ஜப்பானிய மாடல். மைக்கேல் கையுறைகள் அணிந்துகொள்ள, ஜே.பியின் முகத்தில் புதிதாகப் பிரகாசம் தோன்றியது. ரங்கு பார்த்துக்கொண்டிருந்தவனை, 'போடா?' என்று விரட்டினார். சன்னல் கதவைத் தாளிட்டார்.

ரங்கு தீர்மானம் பண்ணினவன் போல அங்கிருந்து நேராக மணியக்காரனின் வீட்டுக்குப் போனான்.

ஒரு சீரங்கம் அய்யங்கார் தாத்தா, ஒரு நடுத்தர வயது வெள்ளைக் காரன் இருவரும் ஒரு சொக்கநாதர் வம்சத்து ராணியின் சமாதியை உடைக்க, மெள்ள அந்த வீட்டின் உள் பிரதேசத் துக்குள் நுழைந்தனர். வெளவால்கள் கிறீச்சிட்டுக் கொண்டு பறந்தன. மைக்கேல் ஜே.பியின் அறையில் இருந்த ரேடியோ

இணைப்புக்கான பிளக்கை நீக்கிவிட்டுத் தன் சாதனத்தின் இணைப்பைச் செருகி, ஒருமுறை அதன் ஸ்விட்சைப் பொருத்த, அது லேசாக ஊய்ய்ய் என்று ஊளையிட்டது.

இருவரும் சிதிலமான ஹாலில் நுழைந்தனர். ரசம் போன கண்ணாடியில் இருவரும் பேய்கள் போலத் தெரிந்தனர். ஜே.பியின் முகத்தில் கண்கள்தான் பிரதானமாக இருந்தன. மைக்கேல் வியர்த்திருந்தான்.

'மைக், நான் இத்தனை வருஷமாக வீட்டை விற்காமல் இருந்த தற்கு இதுதான் காரணம். மைக்! என்றாவது ஒரு நாள் இந்தப் புதையலைக் கண்ட பின்தான் எனக்கு மரணம் என்று என் ஜாதகத்திலேயே உள்ளது. மைக் உனக்கு விதியில் நம்பிக்கை இருக்கிறதா?'

'இல்லை' என்றான் மைக். 'படி எங்கே?'

சிலந்தி வலைகள் தாறுமாறாக இருந்தன.

'என்னடா ரங்கு சொல்றே?'

'ஆமாம் மணி மாமா. வெள்ளைக்காரன் கண்டுபிச்சுட்டா. அது கோயில் சொத்து இல்லையோ? எப்படி அவளுக்குப் பாத்யதை?'

வெள்ளை வெள்ளையாக அந்துப் பூச்சிகள் ஊர்ந்தன. கரப்பான் பூச்சிகள் பறந்தன. எலிகள் கரகரக்கென்று கடித்துக்கொண்டிருக்கும் சத்தம் கேட்டது.

'ஸ்க்கார்ப்பின்ஸ்' என்றான் மைக்.

'ஜாக்கிரதை, ஜாக்கிரதை, எனக்கு ஒன்றும் ஆகாது. நான் புதையலைப் பார்க்காமல் சாக மாட்டேன்.'

மெள்ள மெள்ள அவர்கள் பின்கட்டின் மாடிப் படியை அணுகினார்கள். படி 'வி' வடிவத்தில் மேலே ஏறியது. அதன் கீழ் இருந்த பள்ளத்தில் பாதி காரை பெயர்ந்திருந்தது. தரையும் சிதிலமாக இருக்க, அதில் அந்தக் கருவியை வைத்ததுமே தரை உடைந்தது. 'இங்குதான்.'

'நம் வேலை சுலபம்.'

'எத்தனை அடி ஆழமாகப் புதைத்திருப்பார்கள்?'

பெருமாள் புறப்பாட்டுக்கான வேட்டுச் சத்தம் கேட்டபோது மைக்கேல் சாவதானமாகத் தரையில் உட்கார்ந்துகொண்டு, அந்தக் கருவியை, தரையைத் தோண்ட, தோண்டுவது மட்டுமில்லாமல் மண்ணை அகழ்ந்து அந்தப்புறம் தள்ளி, மூன்று பேர் கடப்பாரை மூலம் செய்வதை ஒரு மிஷின் சாதித்தது.

'ஜாக்கிரதை, ஜாக்கிரதை. நான் ஏதாவது உதவி செய்யவா?' என்றார் ஜே.பி. அவர் கண்களில் ஓர் ஆவேசம் தெரிந்தது. ஏதோ ஓர் இறுதிக் கணத்துக்கு... ஒரு மோட்சத்துக்குத் தயார் ஆகிறவர் போலத் தென்பட்டார்.

'வாங்கோ, வேகமா வாங்கோ' என்று ரங்கு அழைத்துவர, அவன் பின்னால் பட்டர், பேஷ்கார், மணியக்காரர் மூவரும் வேகு வேகுவென்று ஜே.பியின் க்ளாக் ஹவுஸை நெருங்கிக்கொண்டிருந்தார்கள்.

மைக்கேல் 'ஷாலேர்!' என்றான். 'அதிக ஆழத்தில் புதைக்க வில்லை' என ஓர் எலும்பை எடுத்து வெளியே போட்டான்.

'ஜாக்கிரதை!'

'ராணியின் கை! பெயர் என்ன சொன்னார்கள்?'

'ருத்ரமாதா! ருத்ராம்பா.'

'மண்டையோடு கிடைத்தால் போதும்.'

இன்னும் கொஞ்சம் தோண்டியதில் ராணியின் மார்பு எலும்புகள், பெல்விஸ் எல்லாம் சற்றே கலைந்து தெரிந்தன. மண்ணை நீக்கி, டார்ச் அடித்துப் பார்த்ததில் ராணியின் மண்டையோடு இளித்தது.

மைக்கல் கொஞ்சம் ரெஸ்ட் எடுத்துக்கொண்டான்.

'ஜே.பி, ஹியர் வி ஆர்' என்று மண்டையோட்டை நீக்கினான். கீழே செப்புக்குடம் தெரிந்தது.

'திஸ் இஸ் இட்! தி ட்ரஷர்! தி ஜ்வல்ஸ்! தி ப்ளூஸ்டோன்! அக்வமரைன்.'

மெள்ள மெள்ள அந்தக் குடத்தை வெளியே எடுத்துக் குழிக்குப் பக்கத்தில் வைக்க, ரங்குவுடன் வந்தவர்கள் வாயிற் கதவைத் தட்டினார்கள்.

‘ஹூ இஸ் இட்’ என்றான் மைக். அந்தக் குடத்தின் வாயில் மண் அடைந்திருந்தது. அதைத் தன் கரண்டி போன்ற சாதனத்தால் அவன் பெயர்க்க முயற்சிக்க...

கதவு வெடித்துத் திறந்து ரங்குவும் மற்றவர்களும் வெளிச்சம் தெரியும் இடத்தை நோக்கி ஓடி வந்தார்கள்.

மைக்கேல் குடத்தின் வாய் மண்ணை உலுக்க...

‘நிறுத்து!’ என்றார் மணியக்காரர். ‘ஜே.பி ஸார், நிறுத்துங்கோ! அது கோயில் சொத்து.’

‘யார்றா சொன்னா?’ என்று ஜே.பி கோபத்துடன் நிமிர, மைக்கேல், ‘இது எல்லாம் யார்?’ என்றான்.

‘கோயில் அதிகாரிகள்.’

‘இங்கே என்ன வேலை?’

‘அந்தப் புதையல் கோயில் நகைகள்!’

‘முதலில் அதைப் பார்க்கலாம்.’

‘அதன் மேல் வெள்ளைக்காரனான உனக்கு எந்த வித உரிமையும்...’

‘லெட் மீ ஸீ இட் ஃபர்ஸ்ட்.’

பேஷ்கார் துண்டை முண்டாசாகக் கட்டிக்கொண்டு, வெள்ளைக் காரன் கையைப் பிடிக்க, மைக்கேல் உதறி அவரைத் தள்ளினான்.

‘ரங்கு, என்னடாது? இவாள்ளாம் எதுக்குக் கூட்டிண்டு வந்தே?’

‘மாமா. அது பெருமாள்து.’

மைக்கேல் மேல் மணியக்காரரும் பாய முற்பட்டு, குடத்தைப் பிடுங்கிக்கொள்ள முயற்சி செய்ய, மைக்கேல் சட்டென்று பெட்டியில் இருந்து ஒரு கத்தியை விடுவித்த சத்தம் ‘க்ளிக்’ என்றது.

பெருமாள் வீதி மூலைக்கு வந்து விட்ட சத்தம் மற்றொரு வேட்டாகக் கேட்க, மைக்கேல், ‘யாராவது அருகில் வந்தால் நிறைய ரத்தம் பார்ப்பீர்கள். இது நான் கண்டுபிடித்தது. எனக்குச் சொந்தம் இது! கெட் அவுட்’ என்று அந்தக் குடத்தைக் கையில் எடுத்துக்கொண்டான்.

‘டேய் மணியம், இத பாரு! கொஞ்சம் பொறுமையா இருந்தா, நானே அதைத் தீர்த்து வெக்கறேன்! அதுக்குள்ளே என்ன இருக்குன்னு பார்க்கலாம். அது பெருமாள் நகையா இருந்தா நான்தான் முதல்ல அதைக் கொண்டுவந்து கோயிலில் கொடுக்கப் போறேன். எனக்கு வேண்டாம். மைக், ப்ளீஸ், ஓப்பன் இட்.’

மைக்கேல், ‘ஆஸ்க் தெம் டு கீப் கொயட்’ என்று சொல்லி விட்டு, மெள்ள அதன் மண் வாயைத் தகர்த்தான். குடம் இப்போது குலுங்க ஆரம்பித்து விட்டது. ‘நல்ல கனம்!’ என்றான். உள்ளே அதைக் குலுக்க ‘சிலுங் சிலுங்’ என்றது குடம்.

டார்ச் லைட்டைப் பொருத்தி வெளிச்சத்தில் ஆறு பேரும் பார்த்துக்கொண்டிருக்க, குடத்தில் உள்ளதைத் தரையில் மைக்கேல் கொட்டினான். வாசலில் பெருமாள் செல்ல ரஞ்சனி நாதசுரத்தில் கேட்டது. தீப்பந்த வெளிச்சம் சன்னலில் ஒளிர்ந்தது.

‘கற்கள்! அத்தனையும் கற்கள்!’

‘வைரக் கற்களா?’

‘இல்லை, சாதாரணச் சரளைக் கற்கள்! செங்கல் கற்கள்! மைகாட்! இதற்கா அவஸ்தை!’

பெருமாள் சற்று நேரம் ஜே.பிக்காகக் காத்திருந்து விட்டுத்தான் சென்றார்.

‘ரங்கு, எனக்கு என்னமோ படபடன்னு வர்றது. புடுச்சுக்கோ! மைக்கேல், வாட் இஸ் தி மீனிங் ஆப் திஸ்!’

‘நமக்கு முன் யாரோ முந்திக்கொண்டு விட்டார்கள் என்றுதான் அர்த்தம். சே அத்தனையும் விரயம்.’

‘ரங்கு! வாடா! எடுத்துக்கோ. மணியக்கார் வாரும். பேஷ்கார் வாரும்! எடுத்துக்கோம், பெருமாளுக்கு நகை செய்தது!’ என்று சிரித்தார்.

‘ஜே.பி, உங்களுக்குப் பைத்தியம்தான் பிடிச்சிருக்கு. இந்த அர்த்த ராத்திரி வேளையிலே சமாதியைத் தோண்டிண்டு... வாசல்ல பெருமாள் போறார். அவரைக் கவனிக்காம ஐயோ வாடா

சேஷாத்திரி போலாம். ரெண்டு பைத்தியம்! ரங்கு, உம் பேச்சைக் கேட்டுண்டு நாங்க வந்தோம் பாரு! நாங்களும் பைத்தியம்!'

'யாரோ முந்திக்கொண்டு விட்டார்கள். யாரோ முந்திக்கொண்டு விட்டார்கள்!'

அவர்கள் போக, மைக்கேல் ஏமாற்றத்துடன் அந்தக் காலிக் குடத்தையும் கீழே கிடந்த கற்களையும் பார்த்தான்.

ஜே.பி, 'என்னையும் தாத்தாவையும் தவிர யாருக்கும் இந்த விஷயம் தெரியாது. மைக், நிச்சயம் அவர் கடைசிக் கணங்களில் சாகும் தருவாயில்தான் என்னிடம் சொன்னார்.'

'மற்ற பேர் யாராவது அப்போது ஒட்டுக் கேட்டுக்கொண்டிருந்தார்களா?'

'இல்லை, காதோடு சொன்னார்.'

'நிச்சயம் ஏதாவது அந்தக் குடத்தில் இருந்திருக்க வேண்டும். வேறு ஏதாவது ராணி புதைத்திருக்கலாமா?' என்று சுற்றும் முற்றும் பார்த்தான்.

'புதையல் நமக்குக் கிடைக்க வேண்டும் என்று விதியில்லை. அதனால் கிடைக்கவில்லை.'

'நான்சென்ஸ்! விதியாவது ஒன்றாவது! அந்தப் புதையல் செய்தியின் முழு அர்த்தமும் விளங்கவில்லை. அதுதான்...'

'ராணி தலை கீழே புதையல்! ராணி தலை கீழ்! 'இந்த இரண்டாவது ராணி தலைகீழ்'க்கு என்ன முக்கியத்துவம்? நாற்பது வருஷமாக எட்டு ஆறு பன்னிரண்டுடன் மன்றாடிக் கொண்டிருந்தேன்! எனக்கென்னவோ அதில்தான் சூட்சுமம் இருக்கிறது என்று.'

'எனக்கு இப்போது சிந்திக்கவே முடியவில்லை. அவ்வளவு களைப்பாக இருக்கிறது. நாளை சந்திப்போம்.'

மைக்கேல் மறுநாள் வரவில்லை. அதற்கு மறுநாளும் வரவில்லை. ஜே.பி பழையபடி கட்டிலில் உட்கார்ந்துகொண்டு கணக்குப் போட ஆரம்பித்து விட்டார்.

ரங்கு இரண்டு நாள் வராமல் இருந்தான். பழையபடி ததியோன்னமும் அரவணையும் கொண்டு கொடுக்க ஆரம்பித்தான்.

காலை வேளையில் பத்திய தளிகை செய்து போட்டு விட்டுத் தினமும், 'மாமா, ஏதாவது தெரிஞ்சுதா?' என்று கேட்பதையும் நிறுத்தி விட்டான்.

திருச்சி ஓட்டலில் தங்கியிருந்த மைக்கேல் தன் யுனஸ்கோ பணிகள் முடிந்து, ஓட்டலை விட்டுக் கிளம்பும்போதுதான் அவனுக்கு லண்டனிலிருந்து அவன் மனைவி அனுப்பி வைத்த 'டைம்ஸ் சப்ளிமெண்ட்' இதழ்கள் தபால் மூலம் வந்து சேர்ந்தன

அவற்றைச் சேர்த்து வைத்துப் படித்துக் கொண்டிருக்கும்போது ஒரு கட்டுரை அவனைக் கவர்ந்தது. பழைய ஸ்டாம்புகளைப் பற்றிய கட்டுரை, உலகத்தின் விலை உயர்ந்த தபால் தலைகளைப் பற்றியெல்லாம் விவரப் பட்டியல்கள் போட்டிருந்தது.

'விக்டோரியாவின் தலைகீழ் தபால் தலை ஒன்று ஒரே ஒரு பிரதி. உலகத்திலேயே ஒரே ஒரு பிரதி இருக்கிறது. இதன் விலை இன்றைய தேதிக்குப் பத்து மில்லியன் பவுண்டு என்று சொல்கிறார்கள். இது ஒரு வதந்தி என்றும், இந்தத் தபால் தலையே இல்லையென்றும் சொல்கிறார்கள். சிலர் இது தென்னிந்தியாவில் ஒரு பிரைவேட் கலெக்ஷனில் இருப்பதாக...'

'ஓ' மைகாட்! என்று மைக்கேல் தலை மேல் கை வைத்துக் கொண்டு, 'சே? என்ன முட்டாள் நான்!' என்று ஓட்டலை விட்டு வெளியே ஓடி வந்தான். காத்திருந்த ஒரு ப்ரைவேட் டாக்ஸியில் பாய்ந்து, 'க்விக் டேக் மி டு சீரங்கம்' என்றான்.

மைக்கேல் வந்து காரை விட்டு இறங்கியபோது, ஜே.பி வாசல் கட்டிலில்தான் உட்கார்ந்திருந்தார்.

'மைக்கேல், நீ இன்னும் ஊருக்குப் போகவில்லையா?'

'ஜே.பி... ஜே.பி, வேர்ஸ் தட் கவர்!'

'எந்த கவர்?'

'புதையல் செய்தி வைத்திருந்ததே அந்த கவர்!'

'ஏன்? எதற்கு? அதில் இருந்த செய்திக்கு என்ன அர்த்தம்?'

'என்ன அர்த்தம் தெரியுமா? ராணி தலையின் கீழ் இருந்த புதையலைத் தோண்டி எடுத்து, உங்கள் தாத்தா அந்தப் பணத்தில் தலைகீழ் ராணியை வாங்கியிருக்கிறார் என்று அர்த்தம்!'

'என்ன அர்த்தம்?'

'ஜே.பி, அந்த கவர் எங்கே? அந்தக் கடிதம் இருந்த உறை?'

'ஏன் அதற்கு என்ன?'

'அதில் தபால் தலை ஒட்டியிருந்ததல்லவா?'

'ஓ! மை காட்! அந்தத் தபால் தலையில ஏதாவது கோளாறு இருந்ததா?'

'இரு. யோசிக்கிறேன்! யோசிக்கிறேன்! ம்... அது வந்து தலை கீழாக இருந்ததாக ஞாபகம்!'

'ஓ! மை டியர் ஜே.பி. அதுதான் அந்தத் தபால் தலைதான் உன் புதையல்! அதன் மதிப்பு இன்றைக்குப் பத்து மில்லியன் பவுண்டு. அதாவது ஏறக்குறைய இருபது கோடிக்கு மேல்!'

'தலையா! தபால் தலையா? ஒரு தபால் தலையா?'

'ஆமாம். உலகிலேயே ஒன்றே ஒன்று! எங்கே அது?'

'தபால் தலையா?'

'ஆம்... ஆம்.'

'தூக்கிப் போட்டு விட்டேனே! அந்தச் செய்தியை ஒரு நோட்டுப் புத்தகத்தில் எழுதி வைத்துவிட்டு, கவரை...'

மைக்கேலின் முகம் இன்னும் வெளிறிப் போய்விட்டது! 'சொல்லாதே ஜே.பி! சொல்லாதே. அதைத் தூக்கி எறிந்து விட்டேன் என்று சொல்லாதே! ப்ளீஸ் இட்ஸ் நாட் ஃபேர். சொல்லாதே!'

'போட்டாச்சு' என்று ஜே.பி கை தட்டினார்.

'எங்கே? எங்கே?'

'அதோ அந்தக் குப்பைத் தொட்டியில்...'

'எங்கே குப்பைத் தொட்டி?'

மைக்கேல் உத்தர வீதி குப்பைத் தொட்டியை நோக்கி ஓட, அது காலியாக இருந்தது.

சீரங்கம் நகராட்சியைச் சேர்ந்த லாரியில் ஏராளமான குப்பைக் கூளம், அழுக்குச் சாக்கடை கரைசல்களுடன் தலைகீழ் ராணி பிரயாணம் செய்துகொண்டிருந்தாள்.
